ഡോ.ആർ.സി.കരിപ്പത്ത്

1951 മെയ് 15 ന് പയ്യന്നൂർ അന്നൂരിൽ ജനനം.
മാതാവ്: കരിപ്പത്ത് പാർവ്വതിയമ്മ. പിതാവ്: വി.കെ.കുഞ്ഞിക്കണ്ണപ്പൊതുവാൾ. മലയാളസാഹിത്യത്തിൽ ഒന്നാംക്ലാസ്സോടെ മാസ്റ്റർ ബിരുദം. 'മാവിലർ- ജീവിതവും സംസ്കാരവും' എന്ന വിഷയത്തിൽ കോഴിക്കോട് സർവ്വകലാശാലയിൽ നിന്നും പി.എച്ച്.ഡി ബിരുദം. മലപ്പുറം, കോഴിക്കോട്, കണ്ണൂർ, കാസർഗോഡ് ജില്ലകളിലെ ആദിവാസിമേഖലകളെക്കുറിച്ച് സർവ്വെ-പഠനകമ്മിറ്റിയിൽ അംഗമായിരുന്നു. ഹയർസെക്കണ്ടറി അദ്ധ്യാപകനായി റിട്ടയർ ചെയ്തു.

പുരസ്കാരങ്ങൾ: മൂടാടി ദാമോദരൻ സ്മാരക അവാർഡ്, അദ്ധ്യാപകകലാവേദി അവാർഡ്, ബോംബെ സാഹിത്യവേദി അവാർഡ്, ഐ.വൈ.എ.അവാർഡ്, ബനാറസ് സംസ്കൃതി പ്രതിഷ്ഠാൻ അവാർഡ് 2010, ഡോ.അംബേദ്കർ ദേശീയ അവാർഡ് 2010, സപര്യ സമഗ്ര സാഹിത്യ പുരസ്കാരം 2020, കേരള സർക്കാറിന്റെ സംസ്ഥാന വയോസേവ അവാർഡ് 2021.

രചനകൾ: ദ്രാവിഡസംസ്കാരപഠനങ്ങൾ, മലയിലെ മാവിലർ, കോലത്തു നാട്ടിലെ തെയ്യംകഥകൾ, മാവിലരുടെ പാട്ടുകൾ, അറക്കൽ ബീവിയും മുരിക്കഞ്ചേരി കേളുവും, പത്തുപാട്ടുകൾ (പഠനങ്ങൾ), തിരുനിഴൽമാല (തെയ്യവിചാരം), ഗൃഹവൈദ്യപാഠാവലി, തെയ്യപ്രപഞ്ചം, തെയ്യപ്രപഞ്ചത്തിലെ ചാമുണ്ഡിമാർ, The World of Theyyam, മലബാറിലെ മാപ്പിളത്തെയ്യങ്ങൾ, കോറോത്ത് കൊടക്കൽ കുഞ്ഞിക്കണ്ണൻ കോറോത്ത് കൊടക്കൽ കുഞ്ഞിച്ചിണ്ടൻ (നാടൻപാട്ടുകൾ), കഥാപ്രസംഗസമാഹാരം: വടക്കൻപാട്ടുകൾ, കനൽപ്പക്ഷികൾ, സ്മൃതിഗാഥ, വരവിളി, കൃഷ്ണപക്ഷം, പത്താമുദയം (കവിതകൾ), മഹാകവി കുട്ടമത്ത് (ജീവചരിത്രം), ഓർമ്മകൾ പൂക്കുന്ന പൂമരങ്ങൾ (ആത്മകഥ)

ഭാര്യ: നളിനി. മക്കൾ: പ്രീത, പ്രിയേഷ്, പ്രശാന്ത്.
മരുമക്കൾ: ഹരിദാസൻ, രാഖി. പേരമക്കൾ: അക്ഷയ്, ആനന്ദ്, ദീക്ഷിത

വിലാസം: 'ഈശ്വരീയം', അന്നൂർ - 670307
ഫോൺ: 04985 205699, 9495649590

SUNSON
CREATIONS

Ormakal Pookkunna Poomarangal
(Autobiography)
Malayalam Language
by **Dr. R.C. Karippath**

First Published
December 2022

Cover Photo
Pradeep Vellur

Cover Design
Prasanth Mangad

Published by
Shivprasad S Shenoy
SUNSON CREATIONS
Sunson Junction, Payyannur 670 307, Kannur, Kerala

Printed at
Printing Park, Tly

SURYA
TRUST

Price ₹ : 300.00
ISBN 978-93-93397-33-1

ഓർമ്മകൾ പൂക്കുന്ന പൂമരങ്ങൾ

ഡോ. ആർ.സി. കരിപ്പത്ത്

SUNSON CREATIONS
പയ്യന്നൂർ
670 307

സൂര്യാട്രസ്റ്റ് - സൺസൺ ക്രിയേഷൻസ് പ്രസിദ്ധീകരിച്ച പുസ്തകങ്ങൾ

1. ദേശീയപതാക - ശരിയും തെറ്റും
2. പൂരക്കളി - ഒരനുഷ്ഠാനകല
3. ശബരിമല : ആചാരങ്ങളും അനുഷ്ഠാനങ്ങളും
4. പ്രസവരക്ഷയുടെ നാട്ടറിവുകൾ
5. വേഷം (നാടകസമാഹാരം)
6. മാറ്റിവെച്ച തലകൾ (നാടകം)
7. കഥാവശേഷം (കഥാസമാഹാരം)
8. ആയുർവ്വേദ ഔഷധ പാരമ്പര്യ ചികിത്സാദർശനം
9. വാക്കകങ്ങൾ (ലേഖനസമാഹാരം)
10. മൊഴിയടയാളങ്ങൾ (ലേഖനസമാഹാരം)
11. തമ്പാൻ തായിനേരിയുടെ കഥകൾ (കഥാസമാഹാരം)
12. വിഷ്ണു സഹസ്രനാമം
13. മാടായിക്കാവിലമ്മ (കന്നഡ പുസ്തകം)
14. മാടായിക്കാവിലമ്മ (തർജ്ജമ)
15. അക്ഷരസൂര്യൻ (ജീവചരിത്രം)
16. സ്മൃതിതൻ ചിറകിലേറി (ജീവചരിത്രക്കുറിപ്പുകൾ)

സൂര്യട്രസ്റ്റിന്റെ പതിനേഴാമത്തെ പുസ്തകം

ശിവപ്രസാദ് എസ്. ഷേണായി

എന്റേയും ഓർമ്മകൾ പൂക്കുകയാണ്.

ഒരു തുലാപ്പത്തിനാണ് ആർ.സി.കരിപ്പത്തിന്റെ പത്താമുദയം എന്ന കവിതാസമാഹാരം പയ്യന്നൂർ ചേമ്പർഹാളിൽവെച്ച് പ്രകാശനം ചെയ്തത്. ഏറെ യാദൃച്ഛികമാകാം. രാവിലെ പത്ത് മണിക്കായിരുന്നു പ്രകാശനച്ചടങ്ങ്. കരിപ്പത്തും പത്തും പത്താമുദയവും എന്തൊരു ചേർച്ചയാണ്. മലയാളഭാഷയുടെ നാട്ടുമൊഴിയുടെ കുലപതിയാണ് കരിപ്പത്ത്. മലയാളഭാഷയുടെ ആദിബീജങ്ങൾ അന്വേഷിക്കുമ്പോൾ സംഘസാഹിത്യത്തിലാണ് എത്തിച്ചേരുക. പതിറ്റുപ്പത്ത് ഒരുദാഹരണം. പതിറ്റുപ്പത്തിലുമുണ്ട് പത്ത്, കരിപ്പത്തിലുമുണ്ട് പത്ത്.

ഡോ. ആർ.സി.കരിപ്പത്തിന്റെ പ്രഭാഷണം കേട്ട് പാണ്ഡിത്യം അറിഞ്ഞ് പ്രശസ്തചരിത്രകാരനായ എം.ജി.എസ്. നാരായണൻ അഭിനന്ദിച്ചത് ഓർക്കുന്നു. കരിപ്പത്തും സൂര്യട്രസ്റ്റുമായുള്ള സൗഹൃദം ഔഷധക്കൂട്ടുപോലെ വിശുദ്ധമാണ്. പ്രചോദിപ്പിക്കുന്ന അധ്യാപകനാണ് കരിപ്പത്ത്. സദസ്സിനെ തന്നിലേക്കു പൂർണമായി ആവാഹിക്കുന്ന പ്രഭാഷകനാണ് കരിപ്പത്ത്. കവിതയിൽ ഭാരതീയതയും നൈതികതയും സമന്വയിപ്പിക്കുന്ന കീർത്തിപ്പെരുമയാണ് കരിപ്പത്ത്. നാടൻകലയുടെ അമൃതപുണ്യമാണ് കരിപ്പത്ത്. കരിപ്പത്തുമാഷും സൂര്യാട്രസ്റ്റും തമ്മിലുള്ള പവിത്രമായ ബന്ധത്തിന്റെ സാക്ഷ്യമാണ് 'പവിത്രഭുമി' മാസിക. പവിത്രഭൂമി മാസികയുടെ ഒരു ലക്കത്തിന്റെ മുഖചിത്രം ഡോ. ആർ.സി. കരിപ്പത്തിന്റേതായിരുന്നു. കരിപ്പത്ത് മാഷ് മലയാളിയുടെ അഭിമാനമാണ്. ഒരു തരത്തിൽ പറഞ്ഞാൽ നാടൻകലയുടെ സർവ്വവിജ്ഞാനകോശം തന്നെ.

അത്തരം കീർത്തിമുദ്രകളുള്ള ആർ.സി. കരിപ്പത്തിന്റെ ആത്മകഥയായ 'ഓർമ്മകൾ പൂക്കുന്ന പൂമരങ്ങൾ' പ്രസിദ്ധീകരിക്കാനുള്ള ഭാഗ്യം സൂര്യ ട്രസ്റ്റിനു കൈവന്ന അനുഗ്രഹമാണ്. തെയ്യപ്രപഞ്ചത്തിലൂടെ മലയാളസാഹിത്യ പ്രപഞ്ചത്തിൽ പ്രഥമഗണനീയരിൽ ഒരാളായി ഇടംനേടിയ ഡോ. ആർ.സി. കരിപ്പത്തിന്റെ സപ്തതിവേളയിൽ ഓർമ്മകൾ പൂക്കുന്ന പൂമരങ്ങൾ സൂര്യാട്രസ്റ്റ് കൈരളിക്കായി സമർപ്പിക്കുകയാണ്.

പ്രമുഖ ആയുർവേദ വിചക്ഷണനനും മലബാറിലെ പൊതുമണ്ഡല ങ്ങളിൽ നിറഞ്ഞുനിന്ന വ്യക്തിത്വവുമായിരുന്ന സൂര്യൻ എന്ന് ഏറെ ബഹുമാനത്തോടെ ജനങ്ങൾ നെഞ്ചേറ്റി വിളിച്ച എന്റെ പിതാവ് യു. സുരേന്ദ്ര ഷേണായിയുടെ സ്മരണാർത്ഥം 1998 നവംബർ 10 ന് തുടക്കം കുറിച്ച സൂര്യാട്രസ്റ്റിന്റെ പ്രവർത്തനം മാതൃകാപരവും അനുകരണീയ വുമാണ്.

സേവനം പാവനമായി കരുതുന്ന സൂര്യാട്രസ്റ്റ് സാംസ്കാരിക നവോ ത്ഥാനത്തിന്റെ മുഖമുദ്രയാണ്. തുളുവന്നൂർ ശ്രീമഹാവിഷ്ണു ക്ഷേത്ര സന്നിധിയിലെ അരയാലിന് ചെത്തുകല്ലിൽ നിർമ്മിച്ച അരയാൽത്തറ, കേരളീയ ചരിത്രത്തിന്റെ ദിശാസൂചികയായ ഏഴിമലയിൽ സമുദ്രനിര പ്പിൽ നിന്നും 241 അടി ഉയരത്തിൽ സ്ഥാപിച്ച ശ്രീഹനുമാൻ പ്രതിമ, പയ്യന്നൂർ ഗവ: ഹയർസെക്കണ്ടറി സ്കൂൾ അങ്കണത്തെ ശ്രീബുദ്ധശി ല്പം, വ്യത്യസ്ത പ്രസിദ്ധീകരണമാതൃക പവിത്രഭൂമി മാസിക, സൺസൺ ക്രിയേഷൻസിന്റെ ബാനറിൽ എഴുത്തുകാരെ പ്രോത്സാഹി പ്പിക്കാൻ നിരവധി പുസ്തകങ്ങൾ പ്രസിദ്ധീകരിച്ചത് തുടങ്ങിയ പ്രവർത്ത നങ്ങൾ സൂര്യാട്രസ്റ്റിന്റെ കലാ-സാംസ്കാരികരംഗത്തെ പ്രോത്സാഹന ങ്ങളിൽ ചിലതുമാത്രം.

സൂര്യാ ട്രസ്റ്റ് പയ്യന്നൂരിന്റെ സാംസ്കാരിക വെളിച്ചമാണെന്ന് പ്രശസ്ത എഴുത്തുകാരനും പ്രഭാഷകനുമായ സുകുമാരൻ പെരിയച്ചൂർ പറഞ്ഞത് തീർത്തും സഫലീകൃതമാകുകയാണ്, പ്രശസ്ത ശില്പി ദാമോദരൻ വെള്ളോറ നിർമ്മിച്ച ഹെർമൻ ഗുണ്ടർട്ടിന്റെ പ്രതിമ പയ്യന്നൂ രിൽ സൂര്യാട്രസ്റ്റ് സ്ഥാപിച്ചതോടെ. മലയാള ഭാഷയുടെ പിതാവായ എഴു ത്തച്ഛനെപ്പോലെ ആധുനിക മലയാളഭാഷയ്ക്ക് നിഘണ്ടു ഒരുക്കിയ മറ്റൊരു എഴുത്തച്ഛനായ ഹെർമൻ ഗുണ്ടർട്ടിന്റെ സ്മരണ പയ്യന്നൂരിലും പ്രകീർത്തിക്കപ്പെടാനുള്ള അവസരം സൂര്യാട്രസ്റ്റിന് സാധിച്ചതിൽ ഏറെ സന്തോഷമുണ്ട്.

2022ൽ പുറത്തിറങ്ങിയ ഭക്തിഗാനങ്ങളിൽ ജനശ്രദ്ധയാകർഷിച്ച പി. ജയചന്ദ്രന്റെ മികച്ച ഭക്തിഗാനങ്ങളിലൊന്നായ 'ഏതു ജന്മമെടുത്താലും' എന്ന ശ്രീമുത്തപ്പഗാനം നിർമ്മിച്ച് സാംസ്കാരിക കേരളത്തിനു നൽകാൻ സാധിച്ച സന്തോഷവും സൂര്യട്രസ്റ്റ് രേഖപ്പെടുത്തുന്നു.

2022ൽത്തന്നെ ടി.പി. ഭാസ്കരപൊതുവാളിന്റെ ജീവിതത്തെ ആസ്പ ദമാക്കി ഇന്ദിരാബാലൻ രചിച്ച 'അക്ഷരസൂര്യൻ' എന്ന ജീവചരിത്രം സൂര്യാട്രസ്റ്റ് പുറത്തിറക്കി. കൂടാതെ മണിമാഷ് രചിച്ച പയ്യന്നൂരിലെ ചരി ത്രപുരുഷന്മാരുടെ ജീവചരിത്രക്കുറിപ്പുകൾ 'സ്മൃതിതൻ ചിറകിലേറി'

എന്ന പുസ്തകവും സൂര്യാട്രസ്റ്റ് പ്രസിദ്ധീകരിച്ചത് ശ്രദ്ധേയമാണ്.

ഈ പുസ്തകത്തിനായി ഒപ്പം നിന്ന് ശക്തി പകർന്ന സുകുമാരൻ പെരിയച്ചൂർ, കൈരളി ബുക്സ് മാനേജിംഗ് ഡയറക്ടർ ഒ. അശോക് കുമാർ, മറ്റു സുഹൃത്തുക്കളും ബന്ധുക്കളും, നമ്മുടെ സ്ഥാപനത്തിലെ ജോലിക്കാരോടും ഉള്ള നന്ദിയും സ്നേഹവും കടപ്പാടും വാക്കുകളിൽ ഒതുങ്ങുന്നില്ല. നിസ്തുലം. നിർമ്മലം. നിർമ്മാണാത്മകം

ഉള്ളടക്കം

ഈ ആളെ എനിക്കറിയാം!

സി. രാധാകൃഷ്ണൻ

കരിപ്പത്തിനെ ഞാൻ അറിഞ്ഞു തുടങ്ങുന്നത് എൺപതുകളുടെ ആരംഭത്തിലാണ്. അന്ന് അദ്ദേഹം ഡോക്ടർ ആയിട്ടില്ല. സൂക്ഷ്മമായ ദൃഷ്ടിയും അശുവായ നീണ്ട ദേഹവുമുള്ള ഊർജ്ജസ്വലനായ ഒരു ചെറുപ്പക്കാരൻ. വാക്കും പോക്കും ഒക്കെ തികഞ്ഞ ആത്മാർത്ഥതയോടെ എന്ന് പെട്ടെന്ന് തന്നെ തിരിച്ചറിയാൻ ആദ്യ സമാഗമത്തിൽ തന്നെ എനിക്ക് പ്രയാസമേതുമുണ്ടായില്ല.

മാടമ്പു കുഞ്ഞുക്കുട്ടനും ഞാനും ഉൾപ്പെടെ എതാനും എഴുത്തുകാർ നടത്തിയ ഒരു അഖിലകേരള പദയാത്ര ആയിരുന്നു കരിപ്പത്തിനെ കണ്ടു കിട്ടാനുള്ള നിമിത്തം.

വിഭാഗീയതകളും സംഘർഷങ്ങളും ഇല്ലാതായി ഭൂമിയിൽ എങ്ങെങ്ങും സമാധാനവും സന്തോഷവും പുലർന്ന് കാണണം എന്ന മനുഷ്യസഹജമായ മോഹം വഴിനീളെ കണ്ട എല്ലാവരുമായും പങ്കിടാൻ ആയിരുന്നു ആ യാത്ര. ഒരു ഗാന്ധിജയന്തി ദിനം കാസർഗോഡ് നിന്ന് തുടങ്ങിയ പ്രയാണം മുപ്പതു ദിവസം നീണ്ടുനിന്നു. പക്ഷേ, ഉദ്ദേശിച്ച പോലെ അത് തിരുവനന്തപുരത്ത് സമാപിപ്പിക്കാൻ പറ്റിയില്ല. കാരണം, ജാഥ ഓച്ചിറയിൽ എത്തിയ ദിവസം, ആ ജാഥയുടെ ഉദ്ദേശ്യലക്ഷ്യങ്ങൾ എത്ര പ്രസക്തമെന്നു തെളിയിക്കുംപടി, ഇന്ദിരാഗാന്ധി വെടിയേറ്റ് മരിച്ചു. പിന്നെ കുറച്ചിട കേരളത്തിൽ, ഇന്ത്യയിൽ മറ്റെങ്ങും എന്നപോലെ, അക്രമത്തിന്റെയും അരാജകത്വത്തിന്റെയും നാളുകളിലായിരുന്നുവല്ലൊ. ജാഥ തുടരാൻ ഒത്തില്ല.

ആ ജാഥയിൽ തെരുവോര യോഗങ്ങളിൽ പ്രസംഗിച്ചും പാട്ടുപാടിയും കരിപ്പത്ത് ഞങ്ങളോടൊപ്പം സജീവമായി ഉണ്ടായിരുന്നു.

അതിൽ പിന്നെ തമ്മിൽ കണ്ട സന്ദർഭങ്ങൾ വളരെ കുറവാണ്. എങ്കിലും വിവരങ്ങൾ എന്നും അറിഞ്ഞുകൊണ്ടേയിരുന്നു. കൂടുതൽ പഠിച്ച് ഗവേഷണ ബിരുദമൊക്കെ എടുത്ത് അദ്ദേഹം അധ്യാപകവൃത്തിയിൽ മുന്നേറി.

ഒരു വ്യത്യാസമുള്ളത് ഇദ്ദേഹം കൂടുതൽ പഠിച്ചത് ഒരു ഉയർന്ന സ്ഥാനത്ത് എത്തിപ്പെടാൻ മാത്രമായിരുന്നില്ല. അതിനാൽ അങ്ങനെ ഒരിടത്ത് എത്തിപ്പെട്ടപ്പോൾ അദ്ദേഹം അദ്ദേഹത്തിന്റെ ഗവേഷണ പഠനങ്ങൾ നിർത്തിയില്ല. തനിക്ക് ചുറ്റുമുള്ള സാംസ്കാരിക പൈതൃകം അനാഥ

മായി അന്യംനിന്നുപോകുന്നു എന്ന് അദ്ദേഹം കണ്ടു. ആധുനിക വിദ്യാഭ്യാസം അവനവന്റെ വേരുകൾ സ്വയം അറുത്തുമാറ്റാൻ ആണ് ഉപയോഗപ്പെടുന്നത് എന്ന് ബോധ്യപ്പെട്ടു.

തെയ്യവും തിറയും ഒക്കെ വെറും കെട്ടുകാഴ്ചകൾ അല്ല സാംസ്കാരികമായ അനുസ്യൂതിയെയാണ് കാണിക്കുന്നത് എന്ന് അദ്ദേഹം തിരിച്ചറിഞ്ഞു. പ്രതിരൂപങ്ങളും ദൃഷ്ടാന്ത കഥകളും എങ്ങനെ ഇവയുടെ പിന്നിൽ, മുന്നിലും, പ്രവർത്തിക്കുന്നു എന്ന് അന്വേഷിക്കാൻ നിശ്ചയിച്ചു.

ഈ വിഷയത്തിൽ മുൻഗാമികൾ ഇല്ലാത്തതുകൊണ്ട് വഴി വെട്ടിത്തെളിച്ചു വേണ്ടിവന്നു ഇദ്ദേഹത്തിന് ഓരോ ചുവടും മുന്നോട്ട് വയ്ക്കാൻ. ശ്രമകരമായ ഈ ജോലി പ്രതിഫലത്തിനു വേണ്ടി ആയിരുന്നില്ല. മറിച്ച്, അന്യഥാ തനിക്ക് ഉള്ള ആരോഗ്യവും സമ്പത്തും ഇതിനുവേണ്ടി ചെലവാക്കുകയായിരുന്നു. എന്നെങ്കിലും എപ്പോഴെങ്കിലും ഇതിനൊക്കെ പ്രതിഫലം കിട്ടും എന്ന് അദ്ദേഹം പ്രതീക്ഷിച്ചില്ല, ഇന്നോളം ഒന്നും കിട്ടിയുമില്ല. കിട്ടിയതോ, പണ്ടാരോ പറഞ്ഞതുപോലെ, ധനനഷ്ടവും ആരോഗ്യനഷ്ടവും.

നമ്മുടെ നാട്ടിൽ ഗവേഷണം നടക്കേണ്ടത് എന്തിനെക്കുറിച്ചൊക്കെ ആണെന്ന് നമ്മെത്തന്നെ പുതിയതായി ബോധ്യപ്പെടുത്താൻ അദ്ദേഹത്തിന് സാധിച്ചുവോ? ഉണ്ടെന്നു തോന്നുന്നില്ല.

അപ്പോൾ, നിഷ്പ്രയോജനം ആയ ഒരു ജീവിതം എന്ന് വിളിക്കാമോ? തീർച്ചയായും ചിന്തിക്കേണ്ട ഒരു കാര്യം തന്നെ. തിരിഞ്ഞു നോക്കി നിശിതമായ പുനരാലോചനയ്ക്കും വിലയിരുത്തലിനും സ്വന്തം ജീവിതത്തെ വിധേയമാക്കാൻ അദ്ദേഹം തുനിഞ്ഞത് ഇതുകൊണ്ടാവാം. അതിന്റെ ഫലമാണ് ഈ ആത്മകഥ.

കഥ എന്നാൽ രസകരമായി കേൾക്കാവുന്ന വായിക്കാവുന്ന ഒരു കാര്യം എന്നാണ് നാം ധരിച്ചുവച്ചിരിക്കുന്നത്. അത്രയും കൊണ്ട് അതങ്ങ് തീരുകയും ചെയ്യും എന്നും. കഥ ആത്മകഥ ആകുമ്പോഴോ? മറ്റൊരാളുടെ ജീവിത രഹസ്യങ്ങൾ അറിയാം എന്ന പൂതിയോടെയാണ് മുഖ്യമായും വായന.

വായനക്കാരേ കുറ്റം പറഞ്ഞിട്ട് കാര്യമില്ല. കാരണം, നമ്മുടെ ആത്മകഥകളുടെ കഥ പരിതാപകരമാണ്. ചിലർ തങ്ങളുടെ വീരസ്യം പറയാൻ എഴുതുന്നു. താൻ ധീരോദാത്തൻ അതിപ്രതാപഗുണവാൻ എന്ന് തെളിയണം. മറ്റൊരു കൂട്ടർ ആത്മകഥ എഴുതുന്നത് 'കണക്ക് തീർക്കാ'നാണ്. പലരെയും പഴി പറയാൻ കാണും. നേരിട്ട് പറഞ്ഞാൽ പല രീതിയിൽ തിരിച്ചുകിട്ടുമെന്ന ഭീതി ഉള്ളതുകൊണ്ട് മുഖത്തു നോക്കി പറയാത്ത കാര്യങ്ങളാണ് അവതരിപ്പിക്കാൻ ഉണ്ടാവുക. മൂന്നാമതൊരു കൂട്ടർ ആത്മകഥ എഴുതുന്നത് തങ്ങൾക്ക് പറ്റിയ പിഴവുകൾ മറ്റാർക്കെങ്കി

ലും ആണ് യഥാർത്ഥത്തിൽ പറ്റിയത് എന്ന് സ്ഥാപിക്കാനാണ്. സംഭവത്തിന്റെ നേരറിയാവുന്നവർ ഒക്കെ അതിനകം ഇല്ലാതായിട്ടും ഉണ്ടാവും! ഇത്തരം കള്ളനാണയങ്ങളാണ് എണ്ണത്തിൽ കൂടുതലും. ജീവിക്കാതെ ജീവിതം എഴുതുന്നവരും യാത്ര ചെയ്യാതെ യാത്രാവിവരണങ്ങൾ പടച്ചുവിടുന്നവരും നമുക്ക് ധാരാളം ഉണ്ടല്ലോ.

ഭാഗ്യമെന്നു പറയാം, വളരെ വിഖ്യാതങ്ങളായ മെച്ചപ്പെട്ട ആത്മകഥകളും മലയാളത്തിലും നമുക്ക് ഉണ്ടായിക്കിട്ടിയിട്ടുണ്ട്. ഇംഗ്ലീഷിൽ ധാരാളമുണ്ട്. ഗാന്ധിജിയുടെയോ നെഹ്റുവിന്റെയോ ആത്മകഥകൾ ഉദാഹരണങ്ങൾ. ചരിത്ര പ്രാധാന്യമുള്ള പ്രസ്ഥാനത്തിന്റെ പ്രയോക്താക്കൾ കൂടി ആയിരുന്നല്ലോ ഇവർ. ജന ഹൃദയത്തിൽ ഇവർ നേരത്തെ അറിയപ്പെടുന്നവരാണ് എന്ന വസ്തുത കൂടി ഈ ആത്മകഥകളുടെ ഖ്യാതിക്കു പുറകിൽ പ്രവർത്തിക്കുന്നുമുണ്ട്.

ഇവിടെ ഒരാൾ മറ്റൊരുതരം ഒഴുക്കിനെതിരെ നീന്തിയ അനുഭവമാണ് വിവരിക്കുന്നത്. പൊതുജനങ്ങൾ എന്നറിയപ്പെടുന്നവർ ഇതിൽ അദ്ദേഹത്തോടൊപ്പം നീന്തിയിട്ടില്ല. നിഴലായി കൂടെ നിന്ന് പേരിനെങ്കിലും പാൽക്കഞ്ഞി താനും കുടിച്ചു എന്ന് അവകാശപ്പെടാൻപോലും ഒരു അമ്മായിയും ഇല്ല!

കാതോട് കാതോരം പറഞ്ഞറിഞ്ഞ് വിദേശത്തുനിന്ന് വരുന്നവരാണ് ഇപ്പോൾ ഇദ്ദേഹത്തിന്റെ നിഗമനങ്ങൾ തേടി എത്തുന്നത്. ഇക്കഴിഞ്ഞ ദിവസവും കണ്ടു യൂറോപ്പിൽ നിന്ന് ഇദ്ദേഹത്തിന്റെ വീട്ടിൽ എത്തിയ സാന്നിധ്യങ്ങളുടെ പടം.

ചരിത്രവും വിശ്വാസവും കലാവാസനയും ഒരുമിക്കുന്ന അപൂർവ്വ ജനകീയ അവതരണങ്ങൾ ആണല്ലോ തെയ്യവും തിറയും. ഒരുവേള കഥകളിയും കൃഷ്ണനാട്ടവും ഒക്കെ ഉണ്ടായത് ഇതിൽ നിന്നാവാം. കാലത്തിൽ അത്രയും പുറകിലാണ് ഇവയുടെ പരിണാമ ശൃംഖലയുടെ ആദ്യ കണ്ണി. ദ്രാവിഡ പഴമയോളം നീളുന്ന അത് ഹ്രസ്വദൃഷ്ടികൾക്ക് ഗോചരമല്ല. ഗൃഹാതുരത കൊണ്ടു മാത്രം അതിനോട് നീതി പുലർത്താൻ സാധ്യവുമല്ല. അതിനാൽ ആധുനിക ഗവേഷണ മുറകൾ ഉപയോഗിച്ച് ഈ വിഷയം പഠിക്കാൻ തന്റെ ജീവിതം ഉഴിഞ്ഞുവച്ച ഈ മഹാ മനസ്സിനോട് കൈരളിയും കേരളീയരും കടപ്പെട്ടിരിക്കുന്നു. നമുക്ക് ഇദ്ദേഹത്തെ നമിക്കാം. അദ്ദേഹം പറയുന്നത് ശ്രവിക്കാം. അതേപ്പറ്റി ഗാഢമായി ചിന്തിക്കാം.

താല്പര്യമുള്ളവർക്ക് പിന്തുടരാൻ തന്റെ വഴിയും മുറയും സത്യസന്ധമായി, കൃത്യമായി അതിരുകളിട്ടും, ആലേഖനം ചെയ്തിരിക്കുന്നു.

കൈ കൂപ്പി നന്ദി പറയാം.

നാട്ടുസംസ്കൃതിയുടെ കുലപതി

വാണിദാസ് എളയാവൂർ

"ആത്മകഥാകാരനെ സംബന്ധിച്ചിടത്തോളം സഞ്ചയാനുഭവസമ്പന്നത ഒരനുഗ്രഹമാണ്." അരവിന്ദഘോഷിനെ പരാമർശിക്കുമ്പോൾ പി. കെ. ബാലകൃഷ്ണൻ പറഞ്ഞ വസിഷ്ഠവചനമാണിത്. അതിന്റെ നിരാസമാണ് ഒരാത്മകഥയ്ക്ക് എനിയ്ക്ക് കരുത്ത് തരാത്തത്. ആത്മകഥാകാരൻ സ്വജീവിതത്തെ പകർത്തുന്നു; അനുവാചകൻ അതനുസരിക്കുന്നു. ഇരുവരും തമ്മിലുള്ള ബന്ധവിശേഷമതാണ്. "വലിയോർചരിതം സ്വജീവകാലം വലുതാക്കാമിത് നമ്മോടോതിടുന്നു" എന്ന വചനത്തിന്റെ പൊരുളതാണ്.

സ്വയം രചിച്ച ജീവിതകഥയാണ് ആത്മകഥ. ഉത്തമപുരുഷൈകവചനത്തിൽ സ്വന്തം ജീവിതാനുഭവങ്ങളെ ആഖ്യാനം ചെയ്യുന്നതെന്തും ആത്മകഥയുടെ പരിധിയിൽ വരും. സത്യസന്ധത ആത്മകഥയിൽ അനുപേക്ഷണീയം. ഇതിലിഷ്ടാനിഷ്ടങ്ങൾക്ക് ഇടംകൊടുക്കാറുണ്ടെങ്കിലും അത്യുക്തിപ്രവണത ദോഷകരംതന്നെ. പരിമിതികളേറെയുണ്ടെങ്കിലും അവികലവും മാതൃകാപരവുമായ ആത്മകഥകൾ ലോകഭാഷകളിൽ ധാരാളമുണ്ട്. ഗാന്ധിജിയുടെ 'എന്റെ സത്യാന്വേഷണപരീക്ഷണങ്ങളും' നെഹ്റുവിന്റെ ആത്മകഥ'യും ശ്രദ്ധേയങ്ങളാണ്. രചനാശില്പങ്ങളോട് നീതിപുലർത്തി മലയാളത്തിലാദ്യമുണ്ടായ കൃതി സ്വദേശാഭിമാനി രാമകൃഷ്ണപിള്ളയുടെ 'എന്റെ നാടുകടത്തലാ'ണ്. ബി. കല്യാണി അമ്മയുടെ 'വ്യാഴവട്ടസ്മരണകൾ' ഇവിടെ ഓർക്കാതിരുന്നുകൂടാ. എ.കെ. ജി.യുടെ 'ജീവിതസ്മരണകളും' കേശവമേനോന്റെ 'കഴിഞ്ഞ കാല'വും പ്രാതസ്മരണീയങ്ങൾ.

ക്ഷേത്രകലകളെ, വിശേഷിച്ചും തെയ്യംകലകളെ തപഃസമാനമായ പഠനമനനങ്ങൾക്ക് വിധേയമാക്കി തന്റെ സിദ്ധികളെ സർഗ്ഗസാക്ഷ്യങ്ങളാക്കി മാറ്റിയ പ്രതിഭാശാലിയാണ് ഡോ. ആർ.സി. കരിപ്പത്ത്.

നമ്മുടെ നാടിന്റെ പൈതൃകം മഹത്താണ്; ബൃഹത്താണ്, അസദൃശ്യവും അനന്യദർശനീയവുമാണ്. കവിത, നാടകം, കഥാകഥനം തുടങ്ങിയ സിദ്ധികളിലൂടെ അനാവരണം ചെയ്യാൻ പരിശ്രമിക്കുകയാണ് മാഷ്. അവയെല്ലാം വിഭാവിതലക്ഷ്യങ്ങളുടെ സർഗ്ഗസാക്ഷ്യങ്ങളുമാണ്. നാടൻ കലാപഠനത്തെക്കുറിച്ച് വിശിഷ്യ തെയ്യംകലകളെക്കുറിച്ച് ആകാശവാണി, ദൂരദർശൻ, വൈചിത്ര്യമാർന്ന പ്രഭാഷണങ്ങൾ എന്നിവ ശ്രദ്ധേ

യങ്ങളും പഠനാർഹങ്ങളുമാണ്. വേദവിത്തുകളുടെ കുലപരമ്പരയിൽ പിറന്ന കരിപ്പത്ത് മാഷിൽനിന്ന് സഹൃദയസമൂഹമത് പ്രതീക്ഷിക്കുന്നത് സ്വാഭാവികം. ചന്ദ്രഗിരിപ്പുഴ വരെയുള്ള ഗ്രാമാന്തരങ്ങളിലെ തെയ്യക്കാവുകളെക്കുറിച്ചും അവിടങ്ങളിൽ ഉറഞ്ഞാടുന്ന തെയ്യങ്ങളെക്കുറിച്ചും ആചാരസവിശേഷതകളെപ്പറ്റിയുമുള്ള ഗ്രന്ഥശില്പങ്ങളും മാഷൊരുക്കിയിട്ടുണ്ട്. പലിയേരി എഴുത്തച്ഛൻ, മണക്കാടൻ ഗുരുക്കൾ തുടങ്ങിയ അതികായന്മാരെ അനാവരണം ചെയ്തത് അതീവശ്രദ്ധേയങ്ങളാണ്.

ഉറക്കെ പറയട്ടെ, നാട്ടുസംസ്കൃതിയുടെ നന്മകൾ പ്രസരിപ്പിക്കുന്നതിൽ കരിപ്പത്ത് മാഷോളം ശ്രദ്ധിച്ച, ശ്രമിച്ച ഉപാസകൻ മറ്റില്ല. നാടൻകലകളെക്കുറിച്ചും നാടോടി വിജ്ഞാനീയത്തെപ്പറ്റിയും പഠനഗവേഷണങ്ങൾ നടത്തിയ നിരവധിപേരുണ്ട് കേരളത്തിൽ. എന്നാൽ തന്റെ സിദ്ധിവൈചിത്ര്യങ്ങളിൽ മാത്രമല്ല, പ്രാണശ്വാസത്തിൽപ്പോലും നാട്ടുസംസ്കൃതി വാരിയണിഞ്ഞ സ്വാംശീകരിച്ച മറ്റൊരു വ്യക്തിത്വമില്ലെന്ന് തീർച്ച.

അത്യുക്തിപ്രവണത ഈ ഗ്രന്ഥവിശേഷത്തിന്റെ നിറം കെടുത്തിയിട്ടില്ല; ഗ്രന്ഥം ഉന്നതമായ രചനാസങ്കല്പങ്ങളോട് നീതിപുലർത്തിയിട്ടുണ്ട്. ശ്രമം തീർത്തും ശ്ലാഘനീയം.

മനുഷ്യപ്പറ്റുള്ള നാട്ടുകവിത്വം

ദിവാകരൻ വിഷ്ണുമംഗലം

കുറച്ച് വർഷങ്ങൾക്കുമുൻപ് , പുല്ലൂർ ഗവ: യു പി സ്ക്കൂളിൽ 1977 ൽ ഏഴാം ക്ലാസിൽ പഠിച്ചിരുന്ന ഞാനും എന്റെ സഹപാഠികളും, ഒരു ഒത്തുചേരലും ഒരു കുടുംബസംഗമവും ആ സ്ക്കൂളിൽ ഞങ്ങളെ പഠിപ്പിച്ച ഗുരുനാഥന്മാർക്ക് ആദരവും സംഘടിപ്പിക്കുകയുണ്ടായി.ആ ചടങ്ങിന് ഉദ്ഘാടനത്തിനായി നല്ലൊരാളെ വിളിക്കണമെന്നു തീരുമാനിച്ചപ്പോൾ,എനിക്ക് സാഹിത്യവുമായി ബന്ധമുള്ളതുകൊണ്ട് അതിന് പറ്റിയ ആളെ കൊണ്ടുവരാൻ എന്നെയാണ് ചുമതലപ്പെടുത്തിയത്.അധികം അകലെ നിന്നല്ലാതെ എന്നാൽ അറിയപ്പെടുന്ന നല്ലൊരു സാഹിത്യകാരനെ ക്ഷണിക്കണം എന്ന് സഹപാഠികൾ എന്നോട് പറഞ്ഞു . ആർ.സി.കരിപ്പത്ത് മാഷെ വിളിക്കാം എന്ന ചിന്തയാണ് അപ്പോൾ എന്റെ മനസ്സിൽ ആദ്യംതന്നെ വന്നത്. വിളിച്ചാൽ മാഷ് വരുമോ, മാഷ്ക്ക് സമയമുണ്ടാകുമോ എന്നത് മാത്രമേ സംശയമുണ്ടായിരുന്നുള്ളൂ.എന്നാൽ കരിപ്പത്ത്മാഷ് വളരെ സ്നേഹത്തോടെ ആ ക്ഷണം സ്വീകരിക്കുകയും കൃത്യസമയത്തുതന്നെ സ്കൂളിൽ എത്തിച്ചേരുകയും എല്ലാവരെയും ഇഷ്ടപ്പെടുത്തിയ നല്ല ഒരു പ്രഭാഷണം നടത്തുകയും ചെയ്ത് ആ ദിവസത്തെ ധന്യമാക്കിയത് ഓർമ്മയിൽ മായാതെയുണ്ട്. അന്ന് അദ്ദേഹം അവിടെ എൻ.വി.കൃഷ്ണവാരിയരുടെ 'അമ്മയും മകനും തുഞ്ചനും' എന്ന കവിത ചൊല്ലുകയും നമുക്ക് വ്യക്തിജീവിതത്തിലും സാമൂഹ്യതലത്തിലും നഷ്ടമാകുന്ന മൂല്യങ്ങളെക്കുറിച്ചും മനുഷ്യബന്ധങ്ങളെക്കുറിച്ചും വിദ്യാഭ്യാസത്തിന്റെയും സാഹിത്യത്തിന്റെയും കലയുടെയും രംഗത്തെ മൂല്യശോഷണത്തെക്കുറിച്ചുമൊക്കെ വളരെ ദീർഘമായി പ്രസംഗിക്കുകയുണ്ടായി. എന്റെ സഹപാഠികൾക്ക് അതൊരു വിസ്മയമായി എന്നറിഞ്ഞപ്പോൾ എനിക്ക് വളരെ സന്തോഷമായി. അന്നത്തെ പരിപാടിയുടെ ഉദ്ഘാടനത്തിന് ഏറ്റവും ഉചിതമായ തിരഞ്ഞെടുപ്പായിരുന്നു അത്. ആളുകൾക്ക് മനസ്സിലാകുന്ന തരത്തിൽ മനുഷ്യപ്പറ്റാർന്ന ഭാഷയിൽ ഗുരുശിഷ്യബന്ധത്തെക്കുറിച്ചും മനുഷ്യജീവിതമൂല്യങ്ങളെക്കുറിച്ചും മാഷ് സരളമധുരമായി എന്നാൽ ഏറെ ഗൗരവത്തോടെയും അന്ന് സംസാരിച്ചു.

കരിപ്പത്ത് മാഷുടെ പ്രഭാഷണത്തിന് ഒരു ശക്തിയും ചൈതന്യവും ഉണ്ട്. അത് മുമ്പേ കേട്ട് മനസ്സിൽ ഇഷ്ടപ്പെട്ട പലരും അന്നവിടെ മാഷെ

കാണാനും പ്രസംഗം കേൾക്കാനും വന്നിരുന്നു.അദ്ദേഹം വരുന്ന വഴിയിൽ ഞങ്ങളുടെ സഹപാഠികളായ കുറെ കുട്ടികൾ നടന്നുവരുന്നത് കണ്ട് അവരെ മാഷ് തന്റെ കാറിൽ കയറ്റി സ്‌കൂളിലേക്ക് ഒപ്പം കൂട്ടിയതും അന്നത്തെ മറക്കാനാവാത്ത ഒരു സംഭവമാണ്.വലിപ്പച്ചെറുപ്പമില്ലാതെ എല്ലാവരേയും സ്നേഹത്തോടെയും കാരുണ്യത്തോടെയും കാണുന്ന മനസ്സാണ് മാഷക്ക്.

പത്തു നാല്പത് കൊല്ലം മുമ്പേതന്നെ മാഷുമായി പരിചയപ്പെടാൻ എനിക്ക് ഭാഗ്യമുണ്ടായി. ഞങ്ങളിലെ കവിതയാണ് അതിന് നിമിത്തം.അക്ഷരത്തിലൂടെയുള്ള സർഗ്ഗാത്മകബന്ധുത്വമാണത്.എന്നെ സംബന്ധിച്ചിടത്തോളം ആർ.സി. കരിപ്പത്ത്മാഷ് എനിക്ക് ഒരു ജ്യേഷ്ഠകവിയാണ്. മുൻകാലങ്ങളിൽ കണ്ണൂർ, കാസർകോട് ജില്ലകളിലെ മിക്ക കവിയരങ്ങുകളിലും ഞങ്ങൾ ഒന്നിച്ച് പങ്കെടുത്തിട്ടുണ്ട്. അക്കാലത്ത് പ്രധാനമായും ശ്രീ.മേലത്ത് ചന്ദ്രശേഖരൻ മാഷ്, എ.വി. ശ്രീകണ്ഠപൊതുവാൾ, കെ.വി.ശേഖരപ്പൊതുവാൾ, കരുണാകരൻ പുതുശ്ശേരി, കുഞ്ഞപ്പ പട്ടാന്നൂർ, കരിവെള്ളൂർ മുരളി, കെ.സി. ഉമേഷ് ബാബു, ഒ.ടി. ഹരിദാസ്, തൃക്കരിപ്പൂർ വേണു, എ.എൻ.ഇ. സുവർണ്ണവല്ലി, മാധവൻ പുറച്ചേരി, വിദ്യാധരൻ പെരുമ്പള, നാലപ്പാടം പത്മനാഭൻ എന്നിവരെല്ലാമുള്ള ഒന്നിച്ചും ഭിന്നിച്ചുമുള്ള കവിയരങ്ങുകളിൽ ഞാനും പലപ്പോഴായി പങ്കെടുത്തു. ഒ.എൻ.വി കുറുപ്പ്, സുഗതകുമാരി, മഹാകവി അക്കിത്തം,കുഞ്ഞുണ്ണി മാഷ്, എം.എൻ.പാലൂര്, കടമ്മനിട്ട രാമകൃഷ്ണൻ,സച്ചിദാനന്ദൻ, ബാലചന്ദ്രൻ ചുള്ളിക്കാട്, കുരീപ്പുഴ ശ്രീകുമാർ, ഏഴാച്ചേരി രാമചന്ദ്രൻ, മണമ്പൂർ രാജൻ ബാബു തുടങ്ങി പല കവികളും അതിഥികളായി വന്ന അക്കാലത്തെ കവിയരങ്ങുകളിലൂടെ ആ ബന്ധം വളർന്നു.

കുറേ വർഷങ്ങൾക്കുമുമ്പ് ഞാൻ ഭൂശാസ്ത്രവകുപ്പിൽ കോഴിക്കോട് ജിയോളജിസ്റ്റായി ജോലി ചെയ്യുന്ന കാലത്ത് മാനാഞ്ചിറയിലെ പുൽത്തകിടിയിലൂടെ വെറുതെ നടക്കുന്ന ഒരു സായാഹ്നം. അപ്രതീക്ഷിതമായി കരിപ്പത്ത് മാഷെ അവിടെ കണ്ടുമുട്ടി. മാഷ് ഏതോ സ്വപ്നസഞ്ചാരിയെപ്പോലെ ഒറ്റക്കങ്ങനെ നടക്കുകയാണ്. മാഷന്ന് 'കനൽപ്പക്ഷികൾ' എന്ന കവിതാ സമാഹാരത്തിന് ആ വർഷത്തെ മൂടാടി അവാർഡ് ഏറ്റുവാങ്ങി വരുന്ന വരവാണ്. 'മാഷ് അവിടെ വച്ച് വളരെ സനേഹവാത്സല്യത്തോടെ ആ പുസ്തകം എനിക്ക് ഒപ്പിട്ടുതന്നു. താൻപോരിമയോ ഉയർച്ചയുടെ അഹങ്കാരമോ ഒന്നുമില്ലാത്ത, വളരെ സൗമ്യവും ദീപ്തവുമായ ഇടപെടലുകളായിരുന്നു മാഷിന്റേത്. പിന്നീട് അദ്ദേഹത്തിന്റെ ഒട്ടേറെ പുസ്തകങ്ങൾ ഞാൻ വാങ്ങുകയും വായിക്കുകയും ചെയ്തപ്പോൾ എനിക്കു ലഭിച്ച ആനന്ദവും വെളിച്ചവും വാക്കുകൾക്കതീതമാണ്.

'കനൽപ്പക്ഷികൾ' കൂടാതെ, അദ്ധ്യാപക കലാവേദി അവാർഡ് ല

ഭിച്ച ' സ്മൃതിഗാഥ ' ബോംബെ സാഹിത്യ വേദി അവാർഡ് നേടിയ 'വരവിളി ' ഐ.വൈ.എ.അവാർഡ് ലഭിച്ച'കൃഷ്ണപക്ഷം ' പിന്നീടിറങ്ങിയ വളരെ ശ്രദ്ധേയമായ 'പത്താമുദയം' തുടങ്ങിയ കവിതാസമാഹാരങ്ങളെല്ലാം മാഷുടെ കവിത്വത്തിന്റെ മഹത്വം വിളംബരം ചെയ്യുന്നവയാണ്.

ഛന്ദസ്സിൽ ഏറ്റവും നല്ല കവിതകൾ എഴുതുന്ന കരിപ്പത്ത്മാഷിന് മുക്തഛന്ദസ്സിലും ഗദ്യത്തിലും കവിതകളെഴുതുന്ന എ.അയ്യപ്പനെ ഉൾക്കൊള്ളാനാകുന്നു എന്നത് മാഷുടെ വായനയുടെ നവംനവമായ കാവ്യാവബോധത്തിന് ഉത്തമോദാഹരണമാണ്.

'ഇവനെക്കണ്ടറിഞ്ഞില്ല
മലയാളം മറന്നവർ
മലയോളം വളർന്നോരീ
വെയിൽ തിന്നൊരു പക്ഷിയെ'

എന്നാണ് മാഷ് അയ്യപ്പനെ കവിതയിൽ അടയാളപ്പെടുത്തുന്നത്. ഈയൊരു കാവ്യപ്രസ്താവം കനൽപ്പക്ഷിയായി കവിത ഉച്ചരിച്ചുനടന്ന ആർ.സി.കരിപ്പത്ത് മാഷിലെ കവിക്കും ചേരും.

'പുഴ പാഞ്ഞുപോയ വഴിയിൽ /വെള്ളാരം കല്ലുമാത്രം/കണ്ടെടുത്ത വെള്ളെഴുത്തുകാർ /നേരിന്റെ ചോരപൊടിയുന്ന/കൂനൻ കല്ലുകൾ കണ്ടതേയില്ല' എന്ന് 'ചരിത്രഗാഥ' എന്ന കവിതയിൽ മാഷ് ഈയൊരു വ്യഥ ധ്വനിസാന്ദ്രമായി നമ്മിൽ പകരുന്നുണ്ട്. ഗാന്ധിജിയും ഇ.എം.എസ്സും ബുദ്ധനും വിവേകാനന്ദനും ശ്രീനാരായണ ഗുരുവും എഴുത്തച്ഛനും കുമാരനാശാനും, മഹാകവി പി യും ഇടശ്ശേരിയും വൈലോപ്പിള്ളിയുമെല്ലാം വിവിധ ചരിത്രസന്ധികളിൽ പകർന്ന വെളിച്ചത്തെ നാട്ടുവീര്യത്തിന്റെ ചൂട്ടുകെട്ടി മാഷ് ഭാഷയിൽ ആഞ്ഞുവീശി ഇരുൾവഴിയിൽ ജ്ഞാനവെട്ടമാക്കുന്നുണ്ട്.

'നാടൊഴിഞ്ഞോണപ്പൂക്കൾ
നാട്ടിൻ നന്മ പോലവേ
ലോറിയേറിയയൽ നാട്ടിൽ
നിന്നു ജീവിതമെത്തുമോ?'

എന്ന് 'കേരളീയം' കവിതയിൽ നഷ്ടമാവുന്ന സ്വാശ്രയഗ്രാമജീവിത സ്പന്ദനങ്ങളെ കവി നിലനില്പിനായി സംസ്ക്കാരത്തിലേക്ക് തിരിച്ചു വിളിക്കുന്നുണ്ട്.

'ഗുരുവിനുണ്ടോ സ്വജീവിതം ശിഷ്യരെ പിരിയുകിൽ സ്വർഗ്ഗസുഗത സായൂജ്യവും ഇവിടെ ധന്യമെൻ ജീവിതം ശിഷ്യരിൽ പിറവി നേടുന്നതാണെൻ കൃതാർത്ഥത' എന്ന് 'പടിയിറങ്ങുമ്പോൾ' എന്ന കവിതയിൽ തന്റെ മഹത്തായ അദ്ധ്യാപനകർമ്മസായൂജ്യത്തെ അടയാളപ്പെടുത്തു

ന്നുണ്ട്. 'വേദനിക്കും മനുഷ്യന്റെ വേദപുസ്തകമാണു ഞാൻ' എന്ന് 'പാഥേയം' എന്ന കവിതയിൽ മാഷ് തന്നിലെ ഭഗവദ്ഗീതയ്ക്ക് കാവ്യ ഭാഷ്യം ചമയ്ക്കുന്നുണ്ട്.

'നെഞ്ചിന്നടുപ്പിലെ തീയൂതിയൂതിയോ
രെന്നും കെടാതൊളിപ്പിച്ച കാലാഗ്നിയെ
കയ്യേൽക്കുവാൻ കാലമാകുന്നു മണ്ണിന്റെ
കണ്ണിൽ കുഴിച്ചിട്ട സത്യമാകുന്നു നാം'

എന്ന് 'മഹായാനം' എന്ന കവിതയിൽ, നന്മയും ശാന്തിയും നേടുവാൻ അക്ഷരാഗ്നിയുടെ കനൽ ഏറ്റുവാങ്ങി കവി നമുക്ക് കാവ്യവെളിച്ചം പകരുന്നുണ്ട്.

'മനോവാക്കർമ്മകാണ്ഡങ്ങൾ
സാമ്യവാദസുദീപ്തിയിൽ
ആദിത്യ കിരണം തൊട്ടി
ങ്ങാചമിച്ച കുലോത്തമൻ'

എന്നാണ് മാഷ് 'ഗുരുപൂജ' എന്ന കവിതയിൽ ഇ.എം.എസ്സിനെ ഗുരുവായിക്കണ്ട് ആ മഹത്വത്തെ പ്രകീർത്തിക്കുന്നത്.

'മർത്ത്യരൊന്നാണതാണാർഷം
വർണ്ണാവർണ്ണമനാര്യവും
ഭേദചിന്ത വെടിഞ്ഞാലേ
മഹിയിൽ നന്മ പെയ്തിടൂ'

എന്ന സമത്വത്തിന്റെ വേദമന്ത്രണമാണ് മാഷുടെ കവിതകളിൽ ശ്രവിക്കാനാവുന്നത്.

കേവലം കവിതയിൽ മാത്രമായിരുന്നില്ല മാഷുടെ സർഗ്ഗദീപ്തി നിറഞ്ഞു നിന്നിരുന്നത്. മികച്ച അദ്ധ്യാപകനായി അനേകം ശിഷ്യസമ്പത്തിന് ഉടമയായ കരിപ്പത്ത് മാഷ് സമൂഹത്തിന്റെ ഈടുവയ്പുകളായ അനേകം വൈജ്ഞാനികഗ്രന്ഥങ്ങൾ രചിച്ചിട്ടുണ്ട്.2010 ൽ ബനാറസ് സംസ്കൃതിയുടെ പ്രതിഷ്ഠാൻ അവാർഡ് നേടിയ 'ദ്രാവിഡസാംസ്കാര പഠനങ്ങൾ' ഡോ. അംബേദ്കർ ദേശീയ അവാർഡ് നേടിയ 'മലയിലെ മാവിലർ', 'മാവിലരുടെ പാട്ടുകൾ', 'പത്തു പാട്ടുകൾ', 'അറക്കൽ ബീവിയും മുരിക്കഞ്ചേരി കേളുവും 'തുടങ്ങിയ പഠനഗ്രന്ഥങ്ങൾ ശ്രദ്ധേയമാണ്. ഫോക്‌ലോർ രംഗത്തെ മാഷുടെ സാഹിത്യപഠന സംഭാവനകൾ മലയാളത്തിന്റെ അമൂല്യ നിധികളാണ്.

'കോലത്തുനാട്ടിലെ തെയ്യം കഥകൾ' വായിച്ചാണ് എനിക്ക് തെയ്യത്തെക്കുറിച്ചുള്ള പുരാവൃത്തങ്ങൾ കൂടുതൽ മനസ്സിലാക്കാൻ സാധിച്ചത്. കൈരളി ബുക്സ് പ്രസിദ്ധീകരിച്ചതും ഏറെ പുരസ്കൃതവുമായ 'തെയ്യപ്രപഞ്ചം' തെയ്യത്തെക്കുറിച്ച് ഇറങ്ങിയ എക്കാലത്തേയും ആധി

കാരികവും ഉത്തമവുമായ ഒരു വിജ്ഞാനകോശം തന്നെയാണ്. തിരുനിഴൽമാല, തെയ്യവിചാരം, ഗൃഹവൈദ്യപാഠാവലി എന്നിവയും മാഷുടെ മികച്ച ഫോക്‌ലോർ പഠനങ്ങളാണ്. 'മഹാകവി കുട്ടമത്തിന്റെ ജീവചരിത്രം' മാഷ് രചിച്ച കൃതികളിൽ എടുത്തു പറയേണ്ട ശ്രദ്ധേയമായ ഒന്നാണ്. 'നാട്ടു സംസ്കൃതി ഡയറക്ടർ' ആയിരുന്ന കരിപ്പത്ത് മാഷിന് 'മാവിലർ ജീവിതവും സംസ്കാരവും' എന്ന വിഷയത്തിലെ ഗവേഷണത്തിനാണ് കോഴിക്കോട് സർവ്വകലാശാലയിൽ നിന്നും ഡോക്ടറേറ്റ് ലഭിച്ചത്.

ഏതു രചനയിലും പാരിസ്ഥിതികമായ ഒരു അവബോധം ജനഹൃദയങ്ങളിൽ വേരാഴ്ത്താൻ മാഷുടെ അക്ഷരങ്ങൾക്ക് സാധിച്ചിട്ടുണ്ട്. ഉത്തരകേരളത്തിലെ കാവുകളെക്കുറിച്ചുള്ള മാഷുടെ ഗവേഷണങ്ങൾ നമ്മുടെ തന്നെ അസ്തിത്വത്തിനുള്ള നാട്ടുപച്ചമരുന്നാണ്. മാഷുടെ ഏത് കൃതിയിലും കർമ്മത്തിലും നാട്ടുവേരുകളുടെ ആ കഷായവീര്യമുണ്ട്.

ഇങ്ങനെ അക്ഷരകേരളത്തിന് മറ്റാർക്കും നൽകാൻ പറ്റാത്ത തരത്തിലുള്ള അമൂല്യമായ സംഭാവനകൾ നൽകിയ മാഷുടെ സാഹിത്യകൃതികൾ കൂടുതൽ ഗൗരവത്തോടെ പഠിക്കപ്പെടേണ്ടവയാണ്. അവ വരും തലമുറക്കുള്ള ജീവസ്സുറ്റ പാഠപുസ്തകങ്ങൾ തന്നെയാണ്

ഡോ. ആർ.സി. കരിപ്പത്ത് എന്ന വിശിഷ്ടവ്യക്തിത്വം

കെ.കെ. ഗോവിന്ദൻമാസ്റ്റർ

സുഖവും ദുഃഖവുമില്ലാത്ത ഒരു ലോകത്തെക്കുറിച്ച് നമുക്ക് സങ്കല്പിക്കുവാൻ സാധ്യമല്ല. രണ്ടു ദുഃഖങ്ങളുടെ ഇടവേളയാണ് സുഖമെങ്കിൽ ദുഃഖമെന്തെന്നറിയാതെ സുഖമെങ്ങനെ അനുഭവവേദ്യമാകും?

ഒന്നിനെയും ഉപേക്ഷിക്കേണ്ട, ആഗ്രഹിക്കുകയും വേണ്ട. എന്നാലും സുഖദുഃഖങ്ങൾ വന്നുംപോയുമിരിക്കും. ഇരുളും വെളിച്ചവും ചേർന്നതാണല്ലോ ജീവിതം! എല്ലാത്തിനെയും സ്നേഹപൂർവ്വം സ്വീകരിക്കുക. അപ്പോൾ ശാന്തിയും സ്ഥിരതയും കൈവരും. ശാന്തിമന്ത്രം മൂന്നുരു ഉരുവിടാറുണ്ട്, എന്തിന്? ആദ്യം ശരീരത്തിന്, പിന്നെ മനസ്സിന്, മൂന്നാമത് ജീവാത്മാവിന്. അപ്പോൾ ഒരാൾ ഒരു വ്യക്തിയല്ല, മൂന്നിന്റെ സംയോഗമാണ്.

1. നിങ്ങൾ ചിന്തിക്കുന്നു നിങ്ങൾ - ശരീരം
2. മറ്റുള്ളവർ ചിന്തിക്കുന്ന നിങ്ങൾ - മനസ്സ്
3. യഥാർത്ഥത്തിലുള്ള നിങ്ങൾ - ആത്മാവ്

ഇവ മൂന്നും ശാന്തിയിലാകണം. അതാകണം ലക്ഷ്യം. അതു സാധിച്ചവർ ഭാഗ്യവാന്മാർ!

എന്റെ മാന്യസുഹൃത്ത് ഡോ. ആർ.സി. കരിപ്പത്തിനെ വാക്കുകളിൽ തളക്കാൻ പുറപ്പെട്ടപ്പോൾ മനസ്സിൽ കടന്നുവന്ന ഒരു താത്ത്വികചിന്തയാണ് മുകളിൽ കുറിച്ചത്. ശരീരം, മനസ്സ്, ആത്മാവ് എന്നീ ത്രിതയത്തിൽ ശരീരവും ആത്മാവും മാറ്റമില്ലാതെ ഒരേ ഘടനയിൽ വർത്തിക്കുമ്പോൾ മനസ്സ് സാങ്കേതികമായും സാന്ദർഭികമായും സങ്കോചിക്കുന്നു, വികസിക്കുന്നു, ചഞ്ചലപ്പെടുന്നു, രൂപാന്തരപ്പെടുന്നു. അതേ, ഒരാൾ മറ്റൊരാളെ പരിഗണിക്കുന്നതും പരാമർശിക്കുന്നതും വിമർശിക്കുന്നതും വിലയിരുത്തുന്നതും മറ്റും മനസ്സിനെ കേന്ദ്രീകരിച്ചുകൊണ്ടാണ്. 'മന മേവ മനുഷ്യാണാം കാരണം ബന്ധമോക്ഷയോ:' (ബന്ധമോചനങ്ങൾക്കു കാരണം മനസ്സാകുന്നു) എന്ന തത്ത്വവും ഉദ്ഘോഷിക്കുന്നത് മറ്റൊന്നല്ല. ആകയാൽ ഒരുവൻ എന്തായിത്തീരണമെന്നു തീരുമാനിക്കേണ്ടതു മനസ്സിലാണ്. എടുക്കുന്ന തീരുമാനത്തിൽ ഇച്ഛാശക്തിയോടെ ഉറച്ചുനിന്നു പ്രവർത്തിക്കുവാൻ കഴിയുമെങ്കിൽ അയാൾ അതായിത്തീരും. ഇതിൽ അപവാദവാദങ്ങൾ സംഭവിച്ചുകൂടായ്കയില്ല. എങ്കിലും

പ്രായേണ അതാണ്ശരി. 'യദ് ഭാവം തദ്ഭവതി' (ചിന്തയെങ്ങനെയോ അതായി ഭവിക്കുന്നു) എന്ന ഉപനിഷദ്വാക്യം ഉരുവിടുന്നതും അതുതന്നെ. വേണമെങ്കിൽ മാനവന് മാധവനാകാം, ദാനവനുമാകാം. എന്റെ സുഹൃത്ത് ശ്രീമാൻ കരിപ്പത്ത്മാഷ് മാനവനിൽനിന്നും മാധവനാകാൻ പുറപ്പെട്ട വഴിയിൽ മുന്നേറുകയാണ്. ഇവിടെ ദേഹവും ആത്മാവും സാക്ഷിമാത്രമാകുന്നു.

മനോവ്യാപാരം അഥവാ മനഃസ്ഥിതി എന്തുമാത്രം നേരും നന്മയും മേന്മയും കൊണ്ടു സമ്പന്നമായി, കർമ്മരംഗത്തു പ്രവർത്തനക്ഷമമാകുന്നുവോ അത്രമാത്രം അതുജീവിതാവിഷ്കാരോപാധിയായി പരിണമിക്കുന്നു. വളക്കൂറുള്ള മണ്ണിൽ സസ്യങ്ങൾ സമൃദ്ധമായി വളരുംപോലെ. ഡോ. ആർ.സി. കരിപ്പത്ത് എന്ന ചതുഷ്പദിയിൽ മനസ്സൂന്നുമ്പോൾ ഞാൻ വായിച്ചെടുക്കുന്നതു ഇങ്ങനെയൊക്കെയാണ്. ഈ ചതുഷ്പദി എനിക്ക് പ്രിയങ്കരമായിത്തീർന്നതും അതുകൊണ്ടുതന്നെ.

നിങ്ങളുടെ സുഹൃദ്വലയത്തിൽ ഏറ്റവും ഇഷ്ടപ്പെടുന്ന നാലഞ്ചു പേരെ ചൂണ്ടിക്കാണിക്കാമോ എന്ന് ആരെങ്കിലും ചോദിച്ചാൽ ഡോ. ആർ. സി. കരിപ്പത്ത് എന്ന നാമധേയം ഞാനതിൽ ചേർത്ത് പറയും. ആഴവും പരപ്പുമേറിയ ഒരു കർമ്മകാണ്ഡത്തിന്റെ ഉടമയാണ് കരിപ്പത്ത് മാഷ്. ഉത്തരകേരളത്തിൽ ഏറെക്കുറേ സുപരിചിതനായ ഈ ബഹുമാന്യദേഹം 'ബഹുമുഖപ്രതിഭ' എന്ന വിശേഷണത്തിനു എന്തുകൊണ്ടും അർഹനാകുന്നു. ഗദ്യപദ്യങ്ങളിൽ ഒരുപോലെ കൃതഹസ്തനായ ഈ സുമനസ്സ് കവിത, ഉപന്യാസം, നാടകം, കഥാപ്രസംഗരചന, പ്രഭാഷണം, സാഹിത്യഗവേഷണം, നാടൻകലാനിരൂപണം, മാധ്യമപ്രവർത്തനം തുടങ്ങി പലമേഖലകൾക്കും ഇതിനകം വിലപ്പെട്ട സംഭാവനകൾ നൽകിക്കഴിഞ്ഞിരിക്കുന്നു. അതിനനുയോജ്യമായ അംഗീകാരങ്ങളും അദ്ദേഹത്തെ തേടിയെത്തി.

കരിപ്പത്ത്മാഷിന്റെ കവിതകൾ നമ്മുടെ സാംസ്കാരികപൈതൃകത്തിന്റെ ചൂടും വെളിച്ചവും പകർന്നുകൊണ്ടു സനാതനമൂല്യങ്ങളേയും സമകാലികജീവിതത്തെയും ആവിഷ്കരിക്കുന്നവയാണ്. താൻ വിഹരിക്കുന്ന മേഖല ഏതുമാകട്ടെ, തന്റെ കരവിരുത് കാണിക്കുവാൻ കെല്പുള്ള പരിനിഷ്ഠിതമായ പാണ്ഡിത്യവും പരിചയവും അദ്ദേഹത്തിനുണ്ട്. എങ്കിലും താൻ സർവ്വജ്ഞനാണെന്ന, 'ഒരഹം' അദ്ദേഹത്തെ സ്പർശിക്കുന്നേ ഇല്ല. ചെറുചിരിയിൽ പൊതിഞ്ഞ ഏതാനും വാക്കുകൾകൊണ്ടു പരിചയം പുതുക്കൽ, ലളിതവും ശുദ്ധവുമായ വസ്ത്രധാരണം, വിനയാന്വിതമായ പെരുമാറ്റം എന്നിവ ഈ സുഹൃത്തിന്റെ മുഖമുദ്രകൾ തന്നെ.

പ്രഭാഷണരംഗത്ത് ഏറെ പ്രതീതനായ കരിപ്പത്ത് മാഷിന് ജനസാ

മാന്യത്തെ വശീകരിക്കുവാനുള്ള അസാമാന്യമായ പാടവമുണ്ട്. നാട്ടറിവിന്റെയും കേട്ടറിവിന്റെയും കരകാണാത്ത കലവറയായ അദ്ദേഹം ശ്രോതാക്കളുടെ മുമ്പിൽ, സരസവും സുസ്ഫുടവുമായ ശൈലിയിൽ തന്റെ വിമലപ്രബോധനങ്ങൾ കോരി വിളമ്പുവാൻ ഒരിക്കലും പിശുക്കു കാട്ടാറില്ല. ചിരിക്കുവാനും ചിന്തിപ്പിക്കുവാനുമുള്ള വക അതിൽ വേണ്ടുവോളം കാണും. കാവ്യശീലുകൾ, സൂക്തികൾ, പഴഞ്ചൊല്ലുകൾ, തോറ്റം പാട്ടുകൾ, ഞാറ്റുപാട്ടുകൾ എന്നിങ്ങനെ പലതും രംഗപ്രവേശം ചെയ്യും. ഇത്തരം സന്ദർഭങ്ങൾക്കു സാക്ഷ്യം വഹിക്കുമ്പോൾ മൺമറഞ്ഞ വന്ദ്യ ഗുരുനാഥനായ എ.കെ. കൃഷ്ണൻ മാസ്റ്ററെന്ന സരസ സാരസ്വത വാഗ്മി ഇവിടെ വീണ്ടും ചേക്കേറിയോ എന്നെനിക്കു തോന്നിപ്പോകാറുണ്ട്. നെയ്യിൽ വറുത്ത് തേനിൽ മുക്കിയ ആ വാഗ്വൈഭവത്തിനു എന്റെ ഹാർദ്ദവമായ വണക്കം!

ഞങ്ങൾ രണ്ടുപേരും ഭാഷാധ്യാപകരായിരുന്നുവെന്ന ഒരു സാമ്യത ഇവിടെ ചൂണ്ടിക്കാണിക്കട്ടേ! എന്റെ രണ്ടുപുസ്തകങ്ങളുടെ അവതാരകനായി, അദ്ദേഹം എനിക്കേറെ ഊർജ്ജം പകർന്ന സന്ദർഭവും ഞാനിവിടെ സ്മരിക്കുന്നു. കവിയും ചരിത്രകാരനും സഹൃദയനും എല്ലാം സമ്മേളിക്കുന്ന ലിഖിതങ്ങൾക്കും കൃതകേതരമായ നന്ദി!

കൂടുതൽ എഴുതുന്നില്ല; വിസ്തരിക്കുന്നില്ല. 'കാലം കുറഞ്ഞ ദിനമെങ്കിലും ദീർഘം മാലേറെ വായ്ക്കലുമതീവമനോഭിരാമം' എന്ന കുമാരകവിയുടെ മൊഴികൾ അന്വർത്ഥമാക്കിക്കൊണ്ടിരിക്കുന്ന 'ആർ.സി. കരിപ്പത്ത്' എന്ന 'ഷഡാക്ഷരി' അകമേ സുഖമേ വാഴട്ടെ!

പരമസത്യത്തിന്റെ മിന്നലാട്ടം

സുകുമാരൻ പെരിയച്ചൂർ

എന്റെ സത്യാന്വേഷണ പരീക്ഷണങ്ങളുടെ അവതാരികയിൽ മഹാത്മജി എഴുതുന്നു, 'സത്യാന്വേഷി മണൽത്തരിയേക്കാൾ എളിയവനാകണം. ആളുകൾ കാൽക്കീഴിലുള്ള മണൽത്തരിയെ ചവിട്ടിയമർത്തുന്നു. സത്യാന്വേഷിയാവട്ടെ മണൽത്തരിക്കുവേണ്ടി തന്നെ ചവിട്ടിയർത്താവുന്ന വിനയം വരിക്കണം. അപ്പോൾ മാത്രമേ അയാൾക്ക് പരമസത്യത്തിന്റെ ഒരു മിന്നലാട്ടം കാണാൻ കഴിയൂ."

ആത്മകഥകളുടെ അനുസ്യൂതപ്രവാഹങ്ങളുടെ കാലത്താണ് നാം ജീവിക്കുന്നത്. ആത്മകഥകൾ ആത്മപ്രശംസകളുടെ ഒഴുക്കായാൽ അത് വായനക്കാരന് ദുർഗന്ധജലംപോലെ അസ്വസ്ഥതകളുണ്ടാക്കും. എല്ലാ കർമ്മപഥങ്ങളിലും വിനയവും സത്യദർശനങ്ങളും ഉൾച്ചേർക്കുമ്പോഴാണ് ഗാന്ധിജി പറഞ്ഞതുപോലെ പരമസത്യത്തിന്റെ മിന്നലാട്ടം കാണാൻ കഴിയുക. ഡോ. ആർ.സി. കരിപ്പത്തിന്റെ 'ഓർമ്മകൾ പൂക്കുന്ന പൂമരങ്ങൾ' എന്ന ആത്മകഥ വായിക്കുമ്പോൾ സത്യത്തിന്റെ മിന്നലാട്ടം നമുക്കു ദർശിക്കാൻ സാധിക്കുന്നു. തിരുക്കുറളിൽ കർമ്മശുദ്ധിയെക്കുറിച്ചു പറഞ്ഞത് ഓർമ്മവരുന്നു. "തുണ നന്മ ധനവൃദ്ധി നൽകും. പരിശ്രമ ഗുണ നന്മ സകലതും നൽകും." ബന്ധുമിത്രാദികൾ തുണയായി ഉള്ളവർക്ക് അവരുടെ സഹായസഹകരണങ്ങളുടെ നന്മ ലഭിക്കുന്നവർക്ക് ധനവൃദ്ധി ഉണ്ടായേക്കാം. എന്നാൽ നിരന്തരപരിശ്രമം എന്ന സദ്ഗുണമുള്ളവർക്ക് അതിന്റെ നന്മ അവർ ആഗ്രഹിക്കുന്നതെല്ലാം കൊടുക്കുന്നു. തിരുവള്ളുവരുടെ ജ്ഞാനവാക്യം ജീവിതത്തിൽ സ്വായത്തമാക്കിയ മഹാനുഭാവനാണ് ഡോ. ആർ.സി. കരിപ്പത്ത് എന്ന് അദ്ദേഹത്തിന്റെ ആത്മകഥാപര്യടനം വരച്ചുകാട്ടുന്നു. തന്റെ ജീവിതത്തിൽ വരുന്ന ഓരോ പ്രതിസന്ധിയേയും നിരന്തര ശുദ്ധിയാർന്ന പരിശ്രമത്തിലൂടെ വിജയകിരീടം ചൂടുന്നത് നമുക്ക് വായിക്കാം 'ഓർമ്മകൾ പൂക്കുന്ന പൂമരങ്ങളിൽ'.

എല്ലാ പൂക്കളും സുഗന്ധവാഹികളല്ല. എന്നുവെച്ച് അവയൊന്നും പൂക്കളല്ലാതാവുന്നില്ല. സുഗന്ധമുള്ള പൂക്കളെയാണ് നാം ഇഷ്ടപ്പെടുക. മനുഷ്യരും അങ്ങനെതന്നെയാണ്. നന്മയും സ്നേഹവുമുള്ള മനുഷ്യർ സുഗന്ധമുള്ള പൂക്കളെപ്പോലെയാണ്. ഡോ. ആർ.സി. കരിപ്പത്ത് എന്ന ഗുരുശ്രേഷ്ഠനിൽ തന്റെ ശിഷ്യസമ്പത്ത് കാണുന്നത് സുഗന്ധ

മുള്ള പൂവിനെയാണ്. ജ്ഞാനസുഗന്ധം, സ്നേഹസുഗന്ധം ഇവ പരത്തുന്ന ശ്രേഷ്ഠഗുരു. മഹാകവി കാളിദാസൻ പറഞ്ഞതു അന്വർത്ഥമാക്കിയ ഗുരുപൗർണമി. "കാര്യങ്ങളൊക്കെയറിവുള്ളവനാണൊരുത്തൻ ഓതിക്കൊടുക്കുവതിലന്യനതീവ കേമൻ, ഈരണ്ടു സിദ്ധികളുമേകനിലൊന്നുപോലെ മേളിക്കിലാ സുകൃതി താൻ ഗുരു പുണ്യകീർത്തി."

ഓർമ്മകൾ പൂക്കുന്ന പൂമരങ്ങളിൽ സുഗന്ധം പരത്തുന്ന പുഷ്പങ്ങളാണ് വിരിയുന്നത്. ആ ഓർമ്മപ്പൂക്കളിലെ സുഗന്ധം ജീവിതാനുഭവങ്ങളുടെ ക്ലേശഭൂമിയിൽനിന്നും ദുഃഖത്തിന്റെയും, സഹനത്തിന്റെയും, അർഹതയുള്ളവയുടെ അതിജീവിക്കലിന്റെയും ജൈവപ്രക്രിയയിലൂടെ ആർജ്ജിച്ചതാണെന്ന് ഈ ആത്മകഥ വായനക്കാരനെ ബോധ്യപ്പെടുത്തുന്നു. പുസ്തകം കയ്യിലെടുത്താൽ വായിക്കാൻ തുടങ്ങിയാൽ നെഞ്ചിന്റെ ശ്വാസഗതി ത്വരിതവൽക്കരിക്കപ്പെടുന്നു. ലളിതസുന്ദരമായ ആഖ്യാനശൈലി കൊണ്ട് ഉറൂബിന്റെ സുന്ദരികളും സുന്ദരന്മാരും വായിക്കുന്ന അനുഭൂതി. മലബാറിന്റെ പ്രത്യേകിച്ച് ഉത്തരമലബാറിന്റെ പൊതുവാൾ സമുദായത്തിന്റെ സാമൂഹ്യജീവിതക്രമം ഒരു ചരിത്രാന്വേഷിയുടെ ആർജ്ജവത്തോടെ സത്യസന്ധതയോടെ വരച്ചുകാട്ടുകയാണ് ആദ്യത്തെ അധ്യായങ്ങളിൽ.

ഡോ. ആർ.സി. കരിപ്പത്ത് എന്ന വ്യക്തിയെ സൃഷ്ടിച്ചത്, രൂപപ്പെടുത്തിയത്, വളർത്തിയത്, തളരാതെ നോക്കിയത് തന്റെ പിതാവാണെന്ന് അഭിമാനത്തോടെ പറയുന്ന പുത്രൻ. ഓരോ ജീവിതപ്രതിസന്ധികളേയും അതിജീവിച്ച അച്ഛന്റെ നിശ്ചയദാർഢ്യം തന്നെയാണ് കരിപ്പത്തിനെയും മുന്നോട്ടു നയിക്കുന്നത്. ഒരു പ്രൈമറി സ്കൂൾ അധ്യാപകനായി വീട്ടിനടുത്തു ജോലിയിൽ പ്രവേശിച്ച് സാധാരണ അധ്യാപകനായി ജീവിച്ച് ആരുമറിയാതെ പോകുന്ന രാമചന്ദ്രൻമാഷ് ആകാതെ ജ്ഞാനസിദ്ധി കൊണ്ട് മലയാളഭാഷയുടെ എക്കാലത്തെയും പ്രതിഭയായി തിളങ്ങാനുള്ള പ്രചോദനം നൽകിയത് ഡോ. ആർ.സി. കരിപ്പത്തിന്റെ പിതാവാണ്. താൻ ജീവിക്കുന്ന ഗ്രാമത്തിൽപോലും അറിയാത്ത അധ്യാപകരെ നമുക്കു കാണാം. ഒരിക്കൽ ബാലചന്ദ്രൻ ചുള്ളിക്കാട് പറഞ്ഞിട്ടുണ്ട്. "അപൂർവ്വം ചില കവികൾ പ്രൈമറി സ്കൂൾ അധ്യാപകരെ പോലെയാണ്. ഗ്രാമത്തിനു വെളിയിൽ അവർ അറിയപ്പെടില്ല."

അച്ഛനെയും അമ്മയെയും വൃദ്ധസദനത്തിലാക്കുന്ന ഈ കാലത്ത് ആർ.സി. കരിപ്പത്ത് നമ്മെ വിസ്മയിപ്പിക്കുന്നു. വാർദ്ധക്യകാലത്ത് അമ്മയെ പരിചരിക്കുവാൻ വേണ്ടി നഴ്സിങ്ങ് പരിശീലനംവരെ സ്വായത്തമാക്കുന്നത് വായിക്കുമ്പോൾ കണ്ണ് നിറയും. ഓരോ നിമിഷവും അമ്മയെ പരിചരിച്ച് ആത്മനിർവൃതി നേടുന്ന സദ്പുത്രനായി ആർ.സി. കരിപ്പത്ത് മാതൃകയാകുന്നു. ഓർമ്മകൾ പൂക്കുന്ന പൂമരങ്ങളിൽ ആർ.

സി. കരിപ്പത്ത് അമ്മയ്ക്കുവേണ്ടി എഴുതിയതാണെന്നുതന്നെ പറയാം. കാരണം അമ്മയേക്കാൾ ലോകത്ത് ശ്രേഷ്ഠമായി മറ്റെന്താണുള്ളത്.

ഓർമ്മകൾ പൂക്കുന്ന പൂമരങ്ങളിൽ ആർ.സി. കരിപ്പത്ത് എന്ന ഒരു പ്രൈമറി അധ്യാപകൻ വീണ്ടും വീണ്ടും പഠിച്ച് ആ പഠനം തന്റെ സംസ്കാരത്തിന്റെ വേരുകൾ തേടുവാനുള്ള പഠനമായി വളർത്തുകയും സത്യാന്വേഷണത്തിന്റെ മിന്നലാട്ടം 'തെയ്യപ്രപഞ്ച'ത്തിലെത്തിക്കുകയും ചെയ്തത് ജ്ഞാനസുഗന്ധമായി വായനക്കാരന് അനുഭവപ്പെടുന്നു.

ഈ പുസ്തകത്തിന്റെ ഏറ്റവും പ്രഖ്യാത സവിശേഷത ആർ.സി. കരിപ്പത്ത് പരിചയപ്പെടുന്നവരിലെല്ലാം നന്മ കാണുന്നു എന്നതാണ്. പോരായ്മയുണ്ടെങ്കിൽ അത് തന്നിൽനിന്നു തന്നെയാണെന്ന് സമാധാനിക്കുകയാണ് മാതൃകാധ്യാപകൻ. കവി, കഥാപ്രസംഗകൻ, ഗവേഷകൻ, നിരൂപകൻ, നാടൻപാട്ടുകളുടെ ഹൃദിസ്ഥൻ, മികച്ച പ്രഭാഷകൻ എന്തെല്ലാം എന്തെല്ലാം കഴിവുകൾ ചേർന്ന മഹദ്വ്യക്തിത്വമാണ് തന്നിലുണ്ടായിരുന്നത് എന്ന് ഗ്രന്ഥം സത്യസന്ധമായി വരച്ചുകാട്ടുന്നു.

നാം എപ്പോഴും പറയാറുണ്ടല്ലോ, ജലത്തെ ഉദാഹരിച്ച്. ഗ്ലാസിലാകുമ്പോൾ ജലത്തിന് ഗ്ലാസിന്റെ ആകൃതി. കുപ്പിയിലാകുമ്പോൾ കുപ്പിയുടെ ആകൃതി. അതുപോലെ തോന്നി ഓർമ്മകൾ പൂക്കുന്ന പൂമരങ്ങൾക്കും. ഒരു ചരിത്രവിദ്യാർത്ഥിക്ക് ഇതിൽ പയ്യന്നൂരിന്റെ ചരിത്രം വായിക്കാം. സൂക്ഷ്മചരിത്രമായ അപ്പം പിടിക്കേസുവരെ ഈ പുസ്തകത്തിലുണ്ട്. ഇനി പൊതുവാൾമാരുടെ വംശചരിത്രമറിയണമെങ്കിൽ ആരൂഢം മുതൽ ആധികാരികമായി വിശദമായി ആത്മകഥാപുസ്തകം വിശദീകരിക്കുന്നു. ഒരു ഗ്രാമീണ വിദ്യാലയത്തിന്റെ ഉൾത്തുടിപ്പുകൾ മുഴുവനും നീലാഞ്ചേരി ഗവ. യു.പി. സ്കൂൾ കാലം ആർ.സി കരിപ്പത്ത് തിരക്കഥാകാരന്റെ ചാരുതയോടെ വരച്ചുകാട്ടുന്നു.

എ.പി.ജെ. അബ്ദുൾകലാം തന്റെ ആത്മകഥാഗ്രന്ഥമായ അഗ്നിച്ചിറകുകളിൽ പറഞ്ഞത് പോലെതന്നെ തോന്നി ആർ.സി. കരിപ്പത്തിന്റെ ജീവിതവും. കലാം എഴുതുന്നു, "എന്റെ ജീവിതത്തിൽ നിർണായക സ്വാധീനം ചെലുത്തിയ വ്യക്തികളെക്കുറിച്ച് വിവരിക്കാൻ ഞാൻ തീരുമാനിച്ചു. അതുകൊണ്ടുതന്നെ ഈ പുസ്തകം എന്റെ മാതാപിതാക്കളോടും അടുത്ത ബന്ധുക്കളോടും എന്റെ ഗുരുക്കന്മാരോടും വിദ്യാർത്ഥി എന്ന നിലയിലും തൊഴിലിനിടയിലും എന്റെ ഉയർച്ചയ്ക്കു കാരണമായ മറ്റുള്ളവരോടുമുള്ള നന്ദിപ്രകടനം കൂടിയാണ്." ഡോ. ആർ.സി. കരിപ്പത്തിന്റെ ഓർമ്മകൾ പൂക്കുന്ന പൂമരങ്ങൾ എന്ന ആത്മകഥ തന്റെ ഉയർച്ചയ്ക്കു കാരണമായ എല്ലാവരോടുമുള്ള നന്ദിപ്രകടനമാണ്. നന്മയുടെ പൂമരം പൂത്തുലയുകയാണ് ഈ മനോഹരകൃതിയിലൂടെ. തെയ്യപ്രപഞ്ചകാരൻ നമ്മെ വല്ലാതെ സ്വാധീനിക്കുന്നു; നമ്മെ പ്രചോദിപ്പിക്കുന്നു. പ്രചോദനത്തിന്റെ നാവാകുന്നു 'ഓർമ്മകൾ പൂക്കുന്ന പൂമരങ്ങൾ'.

ആയിരം സൂര്യനെ തൊട്ടറിഞ്ഞ്...

കെ.എസ്. പൊതുവാൾ

നാട്ടു പാട്ടിന്റെ പാലാഴി
തീർത്തീടുന്ന
നാട്ടുപുരാണ ചരിത
വിലോലയാം
മാതാവിനേറ്റം പ്രിയൻ
മാതൃവത്സലൻ.
നാടൻ കലാ കോവിദ
നാരിലും, നാടോടി
സംസ്കൃതി തന്നാത്മ
ഗന്ധം തിരയുവോൻ.
മാതൃകാധ്യാപക ശ്രേഷ്ഠ
ൻ, പ്രഭാഷകൻ
കാവ്യ വിലോല, കഥാ
കഥന വിശ്രുതൻ
നാടൻ കല തന്റെ
യന്തരാത്മാവിലെ
ആയിരം സൂര്യനെ
തൊട്ടറിഞ്ഞുള്ളവൻ
വിസ്മയം തെയ്യമറിഞ്ഞവ
നിന്നാട്ടു നന്മ തൻ
തെയ്യപ്രപഞ്ചം മലർക്കെ
തുറന്നവൻ
വിൽക്കലാമേളകൾ
നാടക സൃഷ്ടികൾ
നാട്ടുപാട്ടിൻ പട്ടു
സംസ്ക്കാര രഥ്യകൾ

സപ്തതിനാളുകൾ വന്നു
ക്ഷീണിക്കാത്ത
ദീപ്ത മനീഷിയെ
കൈ കൂപ്പിടുന്നിതാ...
നാടിനാചാര്യനായ്
വിജ്ഞാന സൂര്യനായ്
ആരിലുമാദരം തീർക്കു
മീസാത്വികൻ
സൗഖ്യമാം ജീവിതം
പ്രാർത്ഥിക്കയാണിവൻ
നിത്യമാ ജ്ഞാനാമൃതം
നുകർന്നീടുവാൻ.

ഒരു പുടമുറിക്കല്യാണം

ആ വെറ്റിലക്കെട്ട്കാർ വല്യവീട് കാവിന്റെ കൽപ്പടവിന്റെ താഴെ എത്തിയപ്പോൾ എണങ്ങത്തി കുഞ്ഞി നങ്ങ ഒന്നു നിന്നു. എല്ലാരും ഒന്നു നിന്നേ. വന്നു കേറേണ്ടത് ആരുടെ മുമ്പിലേക്കാ. ഓർമ്മയുണ്ടല്ലോ. അതോടെ സംഘത്തിലെ പതിനഞ്ച് സ്ത്രീകളും 'പുതിയ പെണ്ണിന്റെ' ചുറ്റും വളഞ്ഞു നിന്നു. 'വലിയ വൃത്താകാരത്തിലുള്ള ഓലക്കുടകൾ ആ കുഞ്ഞിപ്പെണ്ണിന്റെ ചുറ്റിലും വട്ടത്തിൽ ഒരു മറ തീർത്തു. കൂട്ടത്തിലെ രണ്ടു മുതിർന്ന പെണ്ണുങ്ങൾ അവളുടെ മേൽക്കുപ്പായം ബലമായി പിടിച്ച് ഊരിയെടുക്കുവാൻ തുടങ്ങി. നിനച്ചിരിക്കാതെ കാട്ടുന്ന ആ ബലപ്രയോഗത്തിലും കയ്യേറ്റത്തിലും ആദ്യം ഒന്നു തരിച്ചു നിന്ന അവൾ പിന്നെ ഉറക്കെ കരയാൻ തുടങ്ങി. മകരക്കൊയ്ത്ത് കഴിഞ്ഞ ആളൊഴിഞ്ഞ വയലിൽ ഉതിർമണി പെറുക്കുന്ന രണ്ടു തൂവെള്ളക്കൊറ്റികൾ പൊടുന്നനെ വയൽവരമ്പിൽ നിന്ന് ഉയർന്ന ദയനീയമായ നിലവിളി കേട്ട് നിസ്സഹായതയോടെ പരസ്പരം നോക്കി. അയ്യയ്യോ... ഇതെന്ത് അതിക്രമമാണ്? ആൾക്കൂട്ടത്തിന്നിടയിൽ മേൽക്കുപ്പായം പിടിച്ചഴിക്കുകയോ? വെളുത്തുമെലിഞ്ഞ ആ കുഞ്ഞിപ്പെണ്ണിന്റെ നിലവിളിയും ഗദ്ഗദവും ആരും ഗൗരവമായി കണ്ടതേയില്ല. കൂടെയുള്ളവർക്കു ആ കാഴ്ച ചിരിക്കാനുള്ള വെറും ഒരു തമാശ മാത്രമായി. മുതിർന്ന ചില പെണ്ണുങ്ങൾ സാന്ത്വനിപ്പിച്ചു. അത് മേൽക്കുപ്പായം ഇട്ട് ശീലിച്ചതോണ്ടാ അഴിച്ചു വെക്കാൻ മടി തോന്നുന്നേ. കരയണ്ട. ചൂവാട്ടച്ചന് ഈ ചാപല്യമൊന്നും ഇഷ്ടാവൂല.

ആഢ്യത്തവും ആഭിജാത്യവും പ്രഭുത്വവും നാട്ടു പ്രമാണിത്തവും പാരമ്പര്യമായുണ്ടായിരുന്ന അന്നൂർ ഗ്രാമത്തിലെ ചൂവാട്ടച്ചൻ എന്ന മഹാ പ്രതാപിയുടെ ഇളയ മകൻ കുഞ്ഞിക്കണ്ണന്റെ പുടവമുറിയായിരുന്നു തലേന്നു രാത്രി. പുതിയതും പഴയതുമെന്ന പേരിൽ പൊതുവാൾ സമുദായത്തിൽ പരിഷ്ക്കരണ ശ്രമങ്ങളും അതിന്നെതിരെയുള്ള ശക്തമായ എതിർപ്പുകളും ഏറ്റുമുട്ടലുകളും നടക്കുന്ന കാലമായിരുന്നു അ

ത്. യാഥാസ്ഥിതിക മാമൂലുകളുടെ നേതൃത്വവും നിരവധി തവണ കർശനമായി അവ നടപ്പിലാക്കി കാണിച്ചു കൊടുക്കയും ചെയ്ത പയ്യന്നൂർ ശ്രീ സുബ്രഹ്മണ്യ ക്ഷേത്രത്തിലെ കാരാളന്മാരുടെ തലവനുമായ ചൂവാട്ട ചിണ്ടൻ മൂത്ത പൊതുവാളുടെ ആരുഢമായ കൊക്കരമ്പത്ത് തറവാട്ടിലേക്കാണ് ആ വെറ്റിലക്കെട്ട് സംഘം നടന്നു നീങ്ങിയത്.

അന്നൂരിന്റെ അയൽ ഗ്രാമമായ തായിനേരി കരിപ്പത്ത് തറവാട്ടിലെ കോടിയമ്മയുടെയും പാതിക്കാരൻ ചിണ്ടപ്പൊതുവാളുടെയും മൂത്ത മകൾ പാർവ്വതിയാണ് വധു. കേവലം പന്ത്രണ്ടു വയസ്സു മാത്രമുള്ള കുട്ടിത്തം മാറാത്ത ആ കുഞ്ഞിന് പുടവ മുറിയെപ്പറ്റിയോ ദാമ്പത്യത്തെപ്പറ്റിയോ ഒന്നുമറിയില്ലായിരുന്നു. വരനും സംഘവും വരുവോളം നിലവിളക്കിൻ വെളിച്ചത്തിൽ കണ്ണൻ മൂസോറ് ആലപിക്കുന്ന രാമായണ ഗീതവും കൂട്ടുകാരികൾക്കൊപ്പം ഒച്ചയിട്ട് പാഞ്ഞുകളിക്കാനും കിട്ടിയ അസുലഭമായ അവസരമായിരുന്നു അവൾക്കാ രാവ്. ഓടിച്ചാടി നടന്ന പാർവ്വതിക്കുഞ്ഞിനെ എണങ്ങത്തി നങ്ങേമ പിടിച്ചു നിർത്തി.

“മോളേ നീയും ഇവരെപ്പോലെ പാഞ്ഞു കളിക്ക്യാ... മറ്റുള്ളവര് കണ്ടാലെന്താ പറയ്വ. വേഗം അകത്ത് വന്ന് സ്വസ്ഥമായിരിക്ക്. വേണങ്കില് ഒന്നുകൂടി മേല് കഴുകിക്കോളൂ.”

അവൾക്കൊന്നും മനസ്സിലായില്ല. കുളി കഴിഞ്ഞ് പുതിയ പുടവ ചുറ്റി അരികിൽ വന്ന അമ്മ നനമുണ്ട് കൊണ്ട് മുഖം തുടച്ച് തെല്ലുറന്ന കണ്ണീർ ഒപ്പി. പിന്നെ മകളെ അടുത്തു വിളിച്ചു.

“മോളേ ... പറഞ്ഞതെല്ലം ഓർമ്മയുണ്ടല്ലോ... ഈ രാത്രി നിന്റെ പൊട മുറിയാ.... ഇന്ന് കഴിഞ്ഞ് നാളെ ഉച്ചയാകുമ്പഴേക്കും നീ മറ്റൊരു വല്യ തറവാട്ടിലാ പോയിക്കേറേണ്ടത്. അടങ്ങി ഒതുങ്ങി പറയിപ്പിക്കാതെ കഴിയണം. വേഗം ആ പുതിയ മുണ്ടും വേഷ്ടിയും ചുറ്റിക്കോ.”

“അതാ പാർക്കക്കാര് ഇങ്ങെത്താറായി.... കുറ്റി വിളക്കും നിഴൽക്കൂട്ടവും കേക്കേ വയലിറങ്ങി.”

അവൾ അമ്മയെ അനുസരിച്ചു. അമ്മ ഉടുപ്പിച്ച പുതിയ മുണ്ടുടുത്തു. ചുറ്റിയ വേഷ്ടിക്കടിയിൽ ഒരേയൊരാങ്ങള കുഞ്ഞിരാമൻ അപൂർവ്വപ്പെട്ടു കൊണ്ടുവന്ന കുടുക്കില്ലാത്ത അടിവശം കെട്ടുന്ന ബ്ലൗസ് അവൾ ഇട്ടു. അകാരണമായ ഒരു വെപ്രാളം അവളെ അടിമുടി പൊതിഞ്ഞു.

പൊട മുറിച്ചടങ്ങ് തുടങ്ങിയതോടെ അവൾക്ക് ആകെ പരിഭവമായി. കണ്ണായ കണ്ണുകളെല്ലാം തന്റെ നേരെയാണ്. പടിഞ്ഞാറ്റകത്ത് പൊട മുറിക്കാൻ കയറി വന്ന കറുത്തു തടിച്ച ആ ദീർഘകായന്റെ തലയിൽ കറുത്ത ഒരു കുടം കമിഴ്ത്തിയ പോലുള്ള വലിയ കുടുമയും കാതിലെ കല്ലുവച്ച കടുക്കനും ഒരു നോട്ടമേ കണ്ടുള്ളൂ. അയാളാണ് തന്റെ വരൻ

എന്ന തിരിച്ചറിവിൽ മനസ്സ് നന്നായൊന്ന് നടുങ്ങി. ആരോ പിറകിൽ നിന്ന് പിറുപിറുത്തു. 'സ്വർണ്ണ വിളക്കിന് ഇരുമ്പു ചങ്ങല.'

ആ കുഞ്ഞിക്കണ്ണുകളിൽ കണ്ണീർ വീണ് കവിളാകെ നനഞ്ഞു.

ഏറെ ഘോഷമായി നടന്ന ആ പുടമുറി കല്യാണത്തിന്റെ പിറ്റേദിവസത്തെ ചടങ്ങാണ് വെറ്റിലക്കെട്ട്. അതാകട്ടെ ഒരു സംഘം സ്ത്രീകൾ വധുവിനേയും കൊണ്ട് വരന്റെ വീട്ടിലേക്കുള്ള വരവാണ്. ആ വരവിന്നിടയിലാണ് മാമൂലിന്റെ പേരിലുള്ള ആ അതിക്രമവും നിലവിളിയും അരങ്ങേറിയത്.

തൊള്ളായിരത്തി അമ്പതുകളുടെ ഒടുവിൽ വരെ പൊതുവാൾക്കുടുംബങ്ങളിൽ 'പൊട മുറികല്യാണ'മാണ് നടന്നു വന്നത്. പ്രഭുകുടുംബങ്ങളിലാകുമ്പോൾ ചടങ്ങുകൾ കർക്കശമായിരിക്കും. പെണ്ണ് മാമൂൽ പ്രകാരം ഒരു കാരണവശാലും മേൽക്കുപ്പായമിടാൻ പാടില്ല. തീവണ്ടി കയറരുത്. കൊയ്യാൻ വയലിൽ ഇറങ്ങരുത്. അയിത്തം കർശനമായി പാലിക്കണം. മാമൂലുകളുടെ നീണ്ട നിര തന്നെയുണ്ടാകും പ്രായമായവർക്ക് നിരത്താൻ.

പുടവമുറിക്കല്യാണം താരതമ്യേന ലളിതമായ ചടങ്ങാണ്. പത്തോ പതിനഞ്ചോ ആൺ തുണക്കാരോടൊപ്പം വരൻ ഒരണപ്പുടവയുമായി രാത്രിയാണ് വധൂഗൃഹത്തിലെത്തുക. കൂട്ടത്തിൽ 'മൂന്നാൻ' എന്ന ഇരുവീട്ടിനേയും കൂട്ടി യോജിപ്പിക്കുന്ന തറവാട്ടുകാരനും അയാളില്ല എങ്കിൽ ആ കുടുംബത്തിലെ ഒരു കുട്ടി മൂന്നാന്റെ കുഞ്ഞ് എങ്കിലും ഉണ്ടാകണമെന്നുണ്ട്. കൂടാതെ ഒരു വണ്ണത്താനും (വെളുത്തേടൻ) കൂടെയുണ്ടായിരിക്കണമെന്നാണ് മാമൂൽ.

പടിഞ്ഞാറ്റ എന്ന പൂജാമുറിയിൽ നിറദീപ സാന്നിധ്യത്തിൽ നവവധുവിന് കൊടുക്കുന്ന പുടവമുറിക്കലാണ് പ്രധാന ചടങ്ങ്. പുടവയുടെ നടുവിൽ മുറിക്കുവാൻ പാകത്തിലുള്ള നൂലിഴയിലൂടെ ഒരറ്റം വധുവിനെ തൊടുവിച്ച് ആ പുടവ രണ്ടായി മുറിച്ചെടുക്കും. അവ വധുവിന് നൽകുന്നു. ഇതാണ് പുടവ മുറിക്കല്യാണം.

പുതിയ പെണ്ണിനെ കൂട്ടിക്കൊണ്ടുപോകുന്ന ചടങ്ങ് കൗതുകകരമായ കാഴ്ചയാണ്. ആ പെൺ സംഘത്തെ വെറ്റിലക്കെട്ടുകാർ എന്നാണ് പറയുക. വരന്റെ അച്ഛൻ, അമ്മാവൻ, അമ്മായി, അമ്മൂമ്മ, അമ്മ തുടങ്ങി തലമുതിർന്നവർക്കെല്ലാം വെറ്റിലക്കെട്ടു കാൽക്കൽ വെച്ച് വധു അനുഗ്രഹം തേടണം. അതുകൊണ്ടാകാം സംഘത്തെ വെറ്റിലക്കെട്ടുകാർ എന്നു പറഞ്ഞുവന്നത്.

പുതിയ പെണ്ണിനെ കാൽ കഴുകിച്ച് നിലവിളക്ക് കാട്ടി അകത്തേക്കു കയറ്റുമ്പൊഴും വെള്ളയും കരിമ്പടവും വിരിച്ച പടിഞ്ഞാറ്റകത്ത് വര

നോടൊപ്പം ഇരുത്തി പാൽ നൽകുമ്പോഴും മുതിർന്നവരുടെ കാൽ ക്കൽകെട്ടു വെക്കുമ്പോഴുമൊക്കെ അവൾ വിതുമ്പുകയായിരുന്നു. പ്ര താപിയായ അച്ഛനെ ഭയന്ന് കാര്യകാരണങ്ങളെക്കുറിച്ച് ആരും ഒന്നും പറയാൻ ധൈര്യപ്പെട്ടില്ല.

വെറ്റിലക്കെട്ടിന് ക്ഷണിക്കപ്പെടുന്നത് വലിയ ഒരംഗീകാരമായാണ് അ ന്ന് കരുതപ്പെട്ടിരുന്നത്. മൂന്നാലു ദിവസം മുമ്പേ തന്നെ മടക്കു പുടവ യും മേൽമുണ്ടും വണ്ണത്താർച്ചിക്കു അലക്കാൻ കൊടുക്കും. ഓലക്കുട പുതുക്കിയെടുക്കാനോ പുതിയത് ഉണ്ടാക്കിത്തരുവാനോ ഗ്രാമക്കണിയാ രേ നേരത്തെ ഏൽപ്പിക്കും. വരിവരിയായി ഓലക്കുട ചൂടിയ പെണ്ണുങ്ങൾ നവവധുവിനേയും കൂട്ടി നടന്നു പോകുന്ന കാഴ്ച കാണാൻ വയലോര ത്തും പറമ്പോരത്തും ആളുകൾ കൂടി നിൽക്കും.

കഞ്ഞിപ്പശ ചേർത്ത് അലക്കിയെടുത്ത പുടവയുടെ പരുക്കൻ ശബ്ദ വും കാറ്റിൽ ഉലയുന്ന മേൽ മുണ്ടിന്റെ മർമ്മരവും സമ്മാനിച്ച് നടന്നു നീങ്ങുന്ന സ്ത്രീകളെ ഒരുവേള കൊതിയോടെയും അസൂയയോടും കൂ ടിയാണ് കാണികൾ കണ്ടിരുന്നത്. ചമഞ്ഞിറങ്ങുന്നതിനപ്പുറം വയർ നി റയെ പരിപ്പു പ്രഥമനോട് കൂടിയ സമൃദ്ധമായ സദ്യയും ആ നാക്കിൻ തുമ്പിൽ തുളുമ്പി നിന്നിരിക്കാം.

അക്കാലം അത്രയും ദാരിദ്ര്യത്തിന്റെയും വിശപ്പിന്റെയും കാലമായി രുന്നു. കാച്ചിയ എണ്ണയുടെ പരിമളം പ്രസരിപ്പിച്ചു കൊണ്ട്, പുളി വെ ള്ളത്തിൽ കുതിർത്ത് വെച്ച് തേച്ചു മിനുക്കിയ കാതിൽ തോടയും കഴു ത്തിൽ കറുപ്പു നൂലിൽ ഭംഗിയായി കോർത്ത് കുടുക്കിയ കുതിരപ്പവ നും കയ്യിൽ വലിയ വൃത്താകാരത്തിലുള്ള , അകം അലങ്കരിച്ച ഓല ക്കുടയുമെടുത്താണ് വെറ്റിലക്കെട്ട് സംഘം പുറപ്പെടുക. പെൺ കൂട്ട ത്തിലും ഒഴിച്ചു കൂടാൻ പാടില്ലാത്ത ചിലരുണ്ട്. വണ്ണത്തർച്ചി (വെളു ത്തേടത്തി) കോലാച്ചി -കോലയാൻ- വാണിയത്തി (വാണിയസ്ത്രീ) എന്നിവരാണവർ.

വിഭവ സമൃദ്ധമായ സദ്യ വെറ്റിലക്കെട്ടുകാർക്ക് ആദ്യം വിളമ്പണം എന്നുണ്ട്. രണ്ടുതരം വറുത്തുപ്പേരി -കായുപ്പേരി, വെല്ലുപ്പേരി. പപ്പടം വലുത്, ചെറുപഴം തുടങ്ങിയവ വിലക്കുവോളമാണ് കൊടുക്കേണ്ടതു ണ്ട്. അവർ ഒന്നോ രണ്ടോ എടുത്തു കൊറിച്ച് ബാക്കിയെല്ലാം പുതച്ച മേൽമുണ്ടിന്റെ കോന്തലയ്ക്കൽ നന്നായി കെട്ടിയെടുക്കും. അത് വീ ട്ടിൽ എത്തിയാൽ കൊതിയോടെ കാത്തിരിക്കുന്ന കുഞ്ഞുങ്ങൾക്കും മുത്തശ്ശന്മാർക്കും മറ്റും ഉള്ള പ്രിയപദാർത്ഥങ്ങളാണ്.

നവവധുവും 'ഇല്ലോളും എണങ്ങത്തിയും' അടുത്ത ബന്ധുജനങ്ങ ളും മിത്രങ്ങളും സദ്യ കഴിച്ച് എണീറ്റ് കഴിഞ്ഞാൽ മാത്രമേ പുറത്തുള്ള

വർക്ക് മുറ്റത്ത് സദ്യ വിളമ്പുകയുള്ളൂ. പുറത്തുള്ളവർ തറവാട്ടു പറമ്പിലും മറ്റും പുറംപണി ചെയ്യുന്ന മറ്റു ജാതി സമുദായക്കാരാണ്. വയൽപ്പണിക്കു വരുന്നവരും 'പുറത്തുള്ളവർ' തന്നെ. സാധാരണഗതിയിൽ അവരെ ക്ഷണിക്കുക പതിവില്ല. അവർ അറിഞ്ഞെത്തുകയാണ് ചെയ്യുക. ധനിക കുടുംബങ്ങളിലെ പുടവ മുറിക്ക് വലിയ സദ്യവട്ടമായിരിക്കും. എട്ടു കൂട്ടം കറികളും സാമ്പാറും കൂട്ടുകറിയും പഴം പ്രഥമൻ, പരിപ്പു പ്രഥമൻ, പാൽപ്പായസം എന്നിവയുടെ കൊതിയൂറുന്ന പരിമളം പുറത്തെങ്ങും ഇളം കാററിൽ പ്രസരിക്കും. ക്ഷണിക്കപ്പെട്ട അതിഥികൾക്ക് നിലത്ത് 'പന്തിപ്പായ' വിരിച്ചാണ് സദ്യക്ക് ഇരുത്തുക. പുറത്തുള്ളവർ നിലത്താണ് ഇരിക്കുക.

ഇനിയൊരു വിഭാഗമുണ്ട്. അവർ വയലടിയാന്മാരാണ്. അന്നൂർ നാട്ടിലെ കനിയൻകുളം വയലോരത്തെ ചാളകളിൽനിന്ന് കുഞ്ഞുകുട്ടികളും വൃദ്ധ ജനങ്ങളും അടക്കം ഉള്ളവർ വല്യവീട് കക്കോണിക്ക് താഴത്തെ വയലിൽ വന്നു കൂടിയിട്ടുണ്ട്. എല്ലാവരുടെയും ഊൺ കഴിഞ്ഞാൽ ആണ് ഇവരുടെ ഊഴം. വയൽ മണ്ണിൽ കുഴിച്ച കുഴിയിൽ വെച്ച ഇലയിൽ നിന്ന് അവർ ആർത്തിയോടെ കഞ്ഞിയും കറികളും വാരി വാരി വിഴുങ്ങും. പട്ടിണിക്കാലത്ത് വല്ലപ്പോഴും കിട്ടുന്ന വയറ് നിറയുന്ന തീറ്റ സൗഭാഗ്യ മുഹൂർത്തമാണത്.

വയലടിയാന്മാർ വയൽപ്പണിക്കാർ മാത്രമല്ല. അവർ ഗ്രാമത്തിലെ വലിയ തറവാടുകളിൽ 'ചത്താലും പെറ്റാലും നല്ല നാളു വന്നാലും' ചാളയിലുള്ളവരൊക്കെകക്കോണിക്കു താഴത്തെ വയലിൽ വന്നു കൂടും. മരണമാണ് നടന്നതെങ്കിൽ പരേതന്റെ ഗുണഗണങ്ങൾ ചൊല്ലി 'ഉറക്കെ ഉറക്കെ കരയും. ഈ രീതിയെ 'എനച്ചലും പൊനച്ചിലും' എന്നാണ് പറയുക. പ്രസവമാണ് വിഷയമെങ്കിൽ നന്തുടി കൊട്ടി കുഞ്ഞിന് ആയുരാരോഗ്യ പ്രാർത്ഥനാഗാനങ്ങൾ പാടും. മരണം നടന്നതാണെങ്കിൽ രണ്ടുപ്രാവശ്യം വയറുനിറക്കാം. ഒന്ന് സഞ്ചയന നാളിലാണ്. അന്ന് അവർക്കെല്ലാം തല കുളിർക്കെ തേക്കാൻ വെളിച്ചെണ്ണയും വായ നിറയെ മുറുക്കാനും പിന്നെ വയറ് നിറയെ 'പട്ടിണിക്കഞ്ഞി'യും കിട്ടും. രണ്ടാമത്തേത് മരണവുമായി ബന്ധപ്പെട്ടു പതിമൂന്നാംനാൾ നടത്തുന്ന പിണ്ഡസദ്യയാണ്. പിണ്ഡസദ്യക്ക് കാച്ചിയ പപ്പടം നിഷിദ്ധമാണ്. നവജാത ശിശുവിന്റ ഏയാമ്പക്കും (ഏഴാംനാളിൽ) ഇരുപത്തെട്ടാം നാളിലും വെളിച്ചെണ്ണയും വയറു നിറയെ സദ്യയും കിട്ടും.

നിയതിപാഠം

കരിങ്ങണ്ണാർ വയലും ചൂരത്തോടുവയലും വിളഞ്ഞു പാകമായി. വല്യ വീട്ടിൽ തായലും പന്നിപ്പിടക്കയും ഒരാഴ്ച കൂടികഴിയണം. കനിയൻ കുളത്തെ വയലടിയാന്മാർ മുണ്ടനാര് മെടഞ്ഞ് കറ്റക്കയർ ഒരുക്കാൻ തുടങ്ങിയിട്ട് ആഴ്ചയൊന്നായി. മൂർച്ചക്ക് (കൊയ്ത്ത്) വേഗം കൂട്ടാൻ ഒന്നാന്തരം ചെറാക്കത്തിയും മൂർച്ചകൂട്ടി വെച്ചിട്ട് കന്നിക്കൊയ്ത്തിന് കാത്തിരിപ്പാണ് അവർ. കൊയ്ത്തു കാലമായാൽ മക്കൾ കുഞ്ഞിരാമന്നും ഇളയവൻ കുഞ്ഞിക്കണ്ണനും തിരക്കോട് തിരക്കായി. മൂത്തവൻ കമ്മാരനുമുണ്ട് തായത്താൾപ്പിന്റെ മൂർച്ചച്ചുമതല. എന്നാൽ കൗമാര കാലം തൊട്ടേ ആധ്യാത്മിക വഴിയിൽ ക്ഷേത്ര തീർത്ഥാടനവും ഭജനയുമായി കഴിയുന്ന ചിണ്ടൻ ചൂവാട്ടച്ചന്റെ ഏറ്റവും വലിയ മനോദുഃഖകാരണമായി. സംബന്ധമോ മറ്റ് ഐഹിക കാര്യങ്ങളിലോ തീർത്തും വിമുഖനായിരുന്നു അയാൾ.

മൂന്ന് പെൺ മക്കളെ ആരെയും വിദ്യാഭ്യാസം ചെയ്യിക്കാൻ അദ്ദേഹം മിനക്കെട്ടിരുന്നില്ല. കാമ്പ്രത്ത് ഏശ്യൻ ആൺമക്കളെ സിദ്ധരൂപവും അമരവും പഠിപ്പിക്കുവാൻ വരുന്ന നാളിൽ ഇവരെ ഓർത്തതേയില്ല. ആൺ മക്കളിൽ ഇളയവൻ കുഞ്ഞിക്കണ്ണൻ വീട്ടിലെ പഠനത്തിന്നു ശേഷം പയ്യന്നൂർ മുണ്ടുമ്മലിൽ തുടങ്ങിയ കുമാര വിലാസിനി സംസ്കൃത വിദ്യാലയത്തിൽ നാലു കൊല്ലം പഠിച്ചിരുന്നു. അതുകൊണ്ടു തന്നെ കാവ്യങ്ങളിലും രാമായണ ഭാരത പുരാണാദികളിലും നല്ല വ്യുൽപ്പത്തി നേടുവാൻ സാധിച്ചിരുന്നു.

ജീവിതായോധനത്തിന്ന് കളരിവിദ്യയും കൃഷിയറിവുമാണ് അനിവാര്യമെന്ന് ചൂവാട്ടച്ചൻ ഉറച്ചു വിശ്വസിച്ചിരുന്നു. അത്കൊണ്ടു തന്നെ ആൺ മക്കൾ മൂവരും കൃഷി കാര്യങ്ങളിൽ മാത്രം മുഴുകിക്കഴിഞ്ഞു. പറമ്പിൽ നേന്ത്രവാഴക്കൃഷി, വെറ്റിലക്കൃഷി, പച്ചക്കറിക്കൃഷി, തുടങ്ങിയവ കുഞ്ഞിരാമന്റെയും കമ്മാരന്റെയും നേതൃത്വത്തിൽ പെൺമക്കൾ

സജീവമാക്കിയിരുന്നു. വലിയ മൺപാനി(കുടം)കൾ കൊണ്ട് ആഴമുള്ള കിണറ്റിൽ നിന്ന് വെള്ളം എടുത്ത് ഇതൊക്കെ നനയ്ക്കേണ്ട ചുമതല പെണ്ണുങ്ങൾക്കാണ്. പുലർന്നാൽ അന്തിയാവോളം എല്ലാർക്കും പണിത്തിരക്കു തന്നെ.

വയലാകെ സ്വർണ്ണപ്പുതപ്പ് ചുറ്റി കാറ്റിന്റെ കൈകളിൽ ചാഞ്ചാടുന്നത് കാണാൻ മക്കൾ ഓരോ വയലിൽ എത്തും. ഓരോരുത്തർ വരുമ്പോൾ അച്ചൻ പൂമുഖപ്പടിയിൽത്തന്നെ വന്ന് നിൽക്കും. വയൽ വിശേഷങ്ങളും വിത്ത് വിശേഷങ്ങളുമറിയാൻ ആ മനസ്സിന്ന് ധൃതിയാകും

“എങ്ങനയിണ്ട് ഇക്കൊല്ലം! തവളക്കണ്ണന് വരിനെല്ല് കുറവല്ലേ? കരിങ്ങണ്ണാറെ അല്ലിക്കണ്ണൻ വിത്തിനെയാ പേടിയിണ്ടായിനി. വല്യ മോശം വരൂലല്ലേ.. തീയറായല് കയമ അല്ലേ.... നല്ല വിളവാകും .... തീർച്ച...”

“എടോ... കാലി കേറാണ്ട് നോക്കണീ... വെളഞ്ഞ നെല്ല് വരമ്പില് വീണിനോന്ന് നോക്കണേ...”

“തെക്കെക്കണ്ടത്തിൽ പൊന്നരിയല്ലേ... നെല്ലൊയരം വക്കുന്നത് കൊണ്ട് കാറ്റത്ത് നട വരമ്പിലേക്കന്നെ വീഴും. അതൊക്ക ചൂടി കെട്ടി മാടി വച്ചിറ്റുണ്ട്.

“കാലീന നോക്കാൻ കണിയാട്ടിച്ചെറിയ അന്ന ഏറ്റന്.. നാലു കറ്റ കൊടുത്താലും നഷ്ടൂല്ല....”

മക്കൾ വന്ന് കൃഷി വിശേഷങ്ങൾ പറഞ്ഞു കേൾക്കുമ്പോൾ മനസ്സു നിറയും. അമ്പലത്തിലെ അച്ചൻ ആയ ശേഷം വയലിൽ പോയിട്ടേ ഇല്ല. കേട്ടറിയുമ്പോൾ വല്ലാത്തൊരാഹ്ളാദം.”

“രണ്ടാഴ്ച കൂടി കഴിഞ്ഞാൽ മൂർച്ചതുടങ്ങാം. പന്നിപ്പ്ടക്ക വയല് ലേശം കൂടിയാകാനുണ്ട്. കണിയാർവയൽ പാകമാകാൻ ഒരാഴ്ചകൂട കഴിയണം. അതിനു മുന്നേ തുടങ്ങണം കളം പണി.”

“കുഞ്ഞിക്കണ്ണാ....! നീ വൈന്നേരം അവരെ ഒന്ന് വരാൻ പറ.” അയാൾ തലയാട്ടി...

“കളംപണിയിൽ വിരുതുള്ളവർ ഏറെയുണ്ടെങ്കിലും അഗ്രഗണ്യന്മാർ കൈവട്ടകക്കുള്ളിൽത്തന്നെയുണ്ട്. ചൂവാട്ടച്ചൻ.. ഒന്നു മൂളിയാൽ മതി...” അവർ ഓടിച്ചാടി എത്തും.

താറോത്തെ ചിണ്ടനും കെണിയൻ വളപ്പിൽ അമ്പുവും വന്നാൽ പിന്നെ പണി തിരുതകൃതിയാവും. ആകെക്കൂടി ഒരു ഉത്സവഛായ കളിയാടും. കളം കിളച്ചിടാനും കൃത്യമായ പാകത്തിൽ വെള്ളം നനയ്ക്കാ

നും നിർദ്ദേശിക്കാൻ ചിണ്ടൻ ഓടിനടക്കും. അമ്പൂന്ന് പണി തുടങ്ങിയാൽ പിന്നെ മിണ്ടാട്ടമുണ്ടാകില്ല. ശ്രദ്ധ മുഴവൻ മനസ്സിൽ കണക്കുകൂട്ടിയ പുതിയ കമനീയമായ കളം മാത്രമാകും. ആരെങ്കിലും എന്തെങ്കിലും ചോദിച്ചാൽ ഒരു മൂളലോ തലയാട്ടലോ ഉണ്ടാകും."

പോയ കൊല്ലത്തെ പണി കഴിഞ്ഞു തട്ടിൻപുറത്ത് ഭദ്രമായി സൂക്ഷിച്ച മൂന്നു 'നിലം തല്ലി'യും നാല് 'തുമ്പോട്ടി'യും പുറത്തടുക്കുന്ന നേരവും അതാണ്. കാറമേൽ കണ്ണൻ വിച്ചോർമ്മനും രണ്ടു മക്കളും തറവാട്ടിൽ വന്ന് ഒമ്പത് ദിവസംകൊണ്ട് പണി കഴിപ്പിച്ചതാണ് അവ. തെക്കാൾപ്പിലെ മൂത്തുമുരച്ച രണ്ട് കാഞ്ഞിരമാണ് അതിന്ന് വേണ്ടി മുറിച്ചെടുത്തത്.

കളം പണിക്കാലം ആഹ്ളാദ കാലമാണ്. ആ സമൃദ്ധിയുടെ കതിർക്കറ്റകൾ വീടുകയറുന്ന ഐശ്വര്യത്തിന്റെ വിളംബരം എന്ന പോലെ ഗ്രാമ ചേതനയെ പ്രതിധ്വനിപ്പിക്കുന്ന 'നിലം തല്ലി'യുടെ താളനിബദ്ധമായ ഒച്ചയുടെ കാലമാണത്. വിശാലമായ തെക്കേക്കളവും പടിഞ്ഞാറേക്കളവും തല്ലി ഉറപ്പിച്ചാൽ അവർക്ക് പിന്നാലെ പെണ്ണാളുകൾ ചാണകം മെഴുകാൻ തുടങ്ങും. കളത്തിൽ നിലം തല്ലിയുടെ തല്ലിയ നേർത്ത വരപോലുമില്ലാതെ അത്ര ശ്രദ്ധയോടെയാണ് 'കളം ചായ്ക്കുക' അതിന്ന് നല്ല കറുപ്പുനിറം കിട്ടാൻ ഉണങ്ങിയ ചകിരി ചൂട്ട് ചാണകത്തിന്റെ കൂടെ ചേർക്കും. ഉണക്കച്ചാണകപ്പൊടിയും ഗന്ധവും ഇളം കാറ്റിൽ മുറ്റമാകെ പ്രസരിക്കും. നിനച്ചിരിക്കാതെ മഴ വീഴുന്നത് കരുതി 'എറവാരത്ത്' ഓട്ടിൻ പുറത്തെ വെള്ളം വീണ് കുഴി വീഴാതിരിക്കാൻ ഓല മെടഞ്ഞ് സൂക്ഷിക്കാറുണ്ട്.

കളംപണിയുടെ രണ്ടാംഘട്ടം കിഴക്കേ ആളൊഴിഞ്ഞ പറമ്പിലെ കൂറ്റൻകളമാണ്. വയലടിയാന്മാർ നിര നിരയായി കറ്റകളുമായി കളത്തിലെത്തും. തീണ്ടാതെ, തൊടാതെ അവർ കളത്തിൽ കറ്റകൾ നിരത്തും.

മൂർച്ച തുടങ്ങുന്ന ദിവസത്തിന് മുന്നേ നല്ല മുഹൂർത്തം നോക്കി. . 'കതിര് പെരുക്കൽ' ചടങ്ങ് നടക്കും. വയലിന്റെ കന്നിമൂലയിൽ നിന്ന് അമ്മയോ പെങ്ങളോ ഒരു പിടി കതിർ അറുത്ത് കാഞ്ഞിരത്തില കൂട്ടിപ്പിടിച്ച് തറവാട്ടു മുറ്റത്തെ കളത്തിൽ കൊണ്ടുവരും. അവിടെ നിറ ദീപത്തിന് മുന്നിൽ കാഞ്ഞിരത്തില വിരിച്ച നാക്കിലയിൽ കതിരുകൾ പ്രാർത്ഥനാപൂർവ്വം വെക്കും. കൊയ്ത്തിനു മുന്നോടിയായി നടത്തുന്ന ഐശ്വര്യച്ചടങ്ങാണ് പെരുക്കൽ. ചിലർ മുഹൂർത്തം കിട്ടാൻ മൂർച്ച ദിവസം തന്നെ പെരുക്കാറുണ്ട്.

കണിയാരോട് ചോദിച്ചറിഞ്ഞ ശുഭനേരത്തു തന്നെയാണ് മൂർച്ച തുടങ്ങിയത്. ചൂരത്തോട് വരമ്പിൽ കുഞ്ഞിക്കണ്ണൻ നേരെത്ത എത്തിയിട്ടുണ്ട്. എട്ട് പെണ്ണുങ്ങളാണ് അവിടെ നടുനിവർക്കാതെ മൂരുന്നത്. കരിങ്ങണ്ണാർ വയലിൽ കുഞ്ഞിരാമനും പന്നിപ്പിടിക്ക കമ്മാരനുമുണ്ട് മേൽനോട്ടത്തിന്ന്. ഉച്ചയോളം മൂർന്ന് വയ്ക്കും. ഉച്ച തിരിഞ്ഞാൽ കറ്റ കടത്തും. കറ്റകൾ കളത്തിലെത്തിക്കാൻ ചെറാക്കത്തിയും അരയിൽത്തിരുകി പ്രാഞ്ചിക്കിതച്ച് ധൃതി പൂണ്ടെത്തുന്ന പെണ്ണങ്ങളുടെ കിതപ്പും പിടച്ചിലും. പോകും വഴി നീളെ നെൽക്കറ്റയുടെയും വിയർപ്പിന്റെയും ഗന്ധവും മറക്കാനാകില്ല.

കളങ്ങളിൽ അട്ടിയിട്ട കതിർക്കറ്റകൾ അന്നന്നുതന്നെ എത്ര അന്തിയായാലും എണ്ണിയെടുത്ത്; 'പതീ' കൊടുക്കും. കൊയ്തെടുത്ത കറ്റകൾ(ആറ്ജോടി കറ്റ)ക്കു ഒരു പതക്കറ്റയാണ് കൂലി. നല്ല കതിരുകൾ തിരുകിക്കൂട്ടി ചിലർ കെട്ടിയ പതക്കറ്റകൾ കയ്യിലെടുക്കുമ്പോഴേ രഹസ്യം കുഞ്ഞിക്കണ്ണന്ന് അറിയും. കറ്റകൾ മുഴുവൻ എണ്ണിത്തീർക്കുന്നതും പതക്കറ്റയിലെ കതിരുകൾ വലിച്ചൂരുമ്പോഴും അത് തിരികെ കൊടുക്കുന്ന നേരത്തും കറ്റക്കളത്തിൽ ഉയരുന്ന വിതുമ്പലുകളും ഒരുവേള ഒരു നിലവിളി വക്കോളം എത്തുന്ന പരാതി പറച്ചിലും സ്വാഭാവികമാണ്. പലപ്പൊഴും പണിയാളുകൾ പലരുടെയും ജീവിതാവസ്ഥ നന്നായറിയുന്ന കുഞ്ഞിക്കണ്ണൻ ഇക്കാര്യത്തിൽ കർക്കശനാകാറില്ല. കറ്റ ഒന്ന് ചെറുതായി കുലുക്കി, ഒന്നോ രണ്ടോ കതിരുമാത്രം വലിച്ചൂരി തിരികെ അവർക്കു കൊടുക്കും.

കിഴക്കാൾപ്പിലെ അടിയാർ കളത്തിൽ കറ്റയെണ്ണലോ പതക്കറ്റ കൊടുക്കലോ പലപ്പൊഴും പതിവില്ല. വയലടിയാന്മാരുടെ കണ്ണീരു വീണാൽ വയൽ ശപിക്കുമെന്നാണ് വിശ്വാസം. അതുകൊണ്ടുതന്നെ അവർക്കു കൂലി കൊടുക്കുന്ന കാര്യത്തിൽ ഉദാര മനസ്സാണെപ്പൊഴും.

മൂർച്ച കഴിയാൻ ഒരു മൂന്നാഴ്ചയെങ്കിലും വേണ്ടി വരും. കളം മുഴുവനും കളത്താലയും മുറ്റം മുഴുവനും നെൽക്കറ്റകളുടെ അട്ടികളാണ്. അത് മനംകുളിർക്കെക്കാണാൻ ചൂവാട്ടച്ചൻ കളത്തിലിറങ്ങും. നുരഞ്ഞുയരുന്ന സന്തോഷമുണ്ടെങ്കിലും ആ നൂറുമേനിക്കു കാരണക്കാരായ മക്കൾ കുഞ്ഞിക്കണ്ണനെയോ കുഞ്ഞിരാമനെയോ ഒരു പുഞ്ചിരി കൊണ്ടെങ്കിലും അഭിനന്ദിക്കാൻ അദ്ദേഹം മിനക്കെടാറില്ല.

വിത്തറിവിലും മണ്ണറിവിലും വിതയറിവിലും നല്ല ഗ്രാഹ്യമുള്ള കുഞ്ഞിക്കണ്ണനെ മറ്റു കർഷകർക്കും വലിയ കാര്യമാണ്. ഉഴുവാൻ അഞ്ച് ഏർ മൂര്യന്മാരുണ്ട്. ആഴത്തിൽ വിതയ്ക്ക് ഉഴുവാൻ ഒരേർപോത്തു

കളെക്കൂടി വാങ്ങണമെന്ന കണ്ണന്റെ ആവശ്യം രണ്ടു ദിവസം കൊണ്ടു തന്നെ സാധിപ്പിച്ചത് മകന്റെ കൃഷിയറിവിന്അച്ഛന്റെ അംഗീകാരം തന്നെയായിരുന്നു.

മൂർന്നു വെച്ച കറ്റകൾ മെതിക്കാൻ പെണ്ണാളുകൾ തന്നെയെത്തും. പുലരപ്പുലരെ അവർ എത്തുമ്പോഴേക്കും കളത്തിൽ നീളത്തിലും വിലങ്ങനെയും മുളകൾ വലിച്ചു കെട്ടിയിരിക്കും. അതിൽ പിടിച്ചാണ് കറ്റകൾ ചവിട്ടിമെതിച്ച് കതിർമണികൾ കോരിക്കൂട്ടുന്നത്. അട്ടിയിട്ട കതിർക്കറ്റകൾ 'കുമറി' വിയർത്ത് പൂപ്പൽ പിടിച്ച മണവും കളത്തിന്റെ ചാണകപ്പൊടിയുടെ ഗന്ധവും നെല്ലിന്റെ 'ഓക്ക' മണവും തറവാടിന്നകത്തും പുറത്തും പ്രത്യേകതരത്തിലുള്ള ഒരു സമ്മിശ്രമായ നാസികാനുഭവം പകർന്നു.

മെതിക്കൽ കഴിഞ്ഞാൽ ഓരോരുത്തരും കൂനക്കൂട്ടിയ നെല്ല് പാറ്റിയെടുക്കും.. ഒരാൾ കൂട്ടയിൽ നിന്ന് പതുക്കപ്പതുക്കെ നെല്ല് ചൊരിയുമ്പോൾ മറ്റൊരാൾ കാറ്റോല വേഗം വേഗം വീശും. അപ്പോൾ പതിരും (വണ്ട്) പൊടിയുമെല്ലാം മറുപുറത്തേക്കു പാറി വീഴും. പിന്നെയാണ് പറ വെച്ചളക്കുക. ഒരു പറയ്ക്കു അഞ്ച് ഇടങ്ങഴിയാണ് പതം. ചിലപ്പോൾ മൂർന്നു കഴിയുമ്പോഴും മെതിച്ചു കഴിയുമ്പോഴും നേരം ഇരുട്ടാകും. വെല്യ വീട്ടിൻ താഴത്തെ വയൽ വരമ്പിലൂടെ ചൂട്ടുകറ്റയും വീശി പെണ്ണുങ്ങൾ ഇരുട്ടിലൂടെ നടന്നുനീങ്ങുന്നത് പതിവ് കാഴ്ചയാണ്.

പുതിയ പെണ്ണിനെ കാണാനും ഗുണദോഷങ്ങൾ പങ്കു വെക്കാനും അയൽക്കാരും ബന്ധുമിത്രങ്ങളും വരുന്നത് കുറഞ്ഞു. അവൾക്ക് പിടിപ്പത് പണിയുണ്ട്. നേരം പുലരുമ്പോഴെ ഭർത്തൃമാതാവ് വിളിച്ചുണർത്തും. ആദ്യ പണി എരുതന്മാർക്കും പോത്തന്മാർക്കുമുള്ള ആഹാരം ഒരുക്കലാണ്. വലിയ വട്ടക നിറയെ കുതിർത്തുവെച്ച മുതിരയും പരുത്തിക്കുരുവും ആട്ടമ്മിയിൽ അരയ്ക്കണം. പശുക്കൾക്കുള്ള കാട്ടിയും പിണ്ണാക്കും തയ്യാറാക്കണം. അത് ഒരുക്കിക്കഴിയുമ്പോൾ അടുക്കളയിൽ വിളി ഉയരും.

"പാർതീ.. നീ ഏടപ്പോയിനി.. ആ തേങ്ങ ഒന്ന് വേം ചെരകിയാൻ. ആണുങ്ങ ഇപ്പോ എത്തും. ഇത്രീം പെണ്ണുങ്ങ അകത്തുണ്ടായിറ്റും എന്നത്തന്നെ വിളിക്കണാ." പ്രതിഷേധം മനസ്സിൽ നുരഞ്ഞു.

മൂത്ത നാത്തൂൻ ചിരിയക്കുഞ്ഞേട്ടിയാണ് വിളിക്കുന്നത്. മറ്റാർക്കുമില്ലാത്ത ഹൃദയപൂർവ്വമായ ഒരു അടുപ്പം അവർക്കുണ്ട്. അതിനാൽ മറുത്തൊന്നുപറയാനോ എന്തെങ്കിലും പ്രതികരിക്കാനോ ശ്രമിക്കാറില്ല..

അക്ഷരം ഉരിയാടാതെ വേഗം അവൾ അടുക്കളയിലെത്തും. പത്തു പതിനാല് പേർക്കുള്ള പ്രാതൽ ഒരുക്കുന്ന തിരക്കാണവിടെ.

ചൂവാട്ടച്ചന്ന് ചിറ്റേനി അരിക്കഞ്ഞിയും ഉഴുന്നു പുഴുക്കും ആണ് പ്രാതൽ. അത് നല്ല പാകത്തിൽ തയ്യാറാക്കാൻ ധർമ്മപത്നി തന്നെ പ്രത്യേകം ശ്രദ്ധവെക്കും. പിന്നെ ഉള്ളവർക്ക് ഏതരിയായാലും മതി. കഴിക്കാൻ ആദ്യമെത്തുന്നവർ ആണുങ്ങൾ തന്നെ. ആറ് പേർ. പിന്നെ പെണ്ണുങ്ങൾ എട്ട് പേർ. ഇന്നത്തെപ്പോലെ ചായ പലഹാരങ്ങൾ അന്ന് പതിവ് അവിടെ ഇല്ല. എല്ലാവർക്കും കഞ്ഞിയും കറിയും ആണ്.

തന്റെയാൾ അതി രാവിലെ കുളുത്ത് (പഴങ്കഞ്ഞി) കുടിച്ചാണ് വയലിലേക്ക് പോകുന്നത്. പലപ്പൊഴും പുലരും മുമ്പേ പോകുന്നതാണ് പതിവ്. മററു ഉഴവുകാർ എത്തുന്നതിനു മുന്നേ തന്നേ അദ്ദേഹം ഒരു കണ്ടം നന്നായി മരക്കിയൊരുക്കിയിട്ടുണ്ടാവും. നെൽച്ചെടിക്കുറ്റികൾ ചെറുതായി ഉഴുതു മറിക്കുന്നതാണ് മരക്കൽ. കലപ്പ താഴ്ത്തി പിടിക്കും. മറ്റ് പണിക്കാർ വന്നാൽ പിന്നെ അവർക്കൊപ്പമായി പണിത്തിരക്ക്. ഞാറ്റുകണ്ടത്തിലെ വെള്ളം വാർക്കാനും മറ്റു കണ്ടത്തിലേക്ക് പാകത്തിന് വെള്ളം കയറ്റാനും കുഞ്ഞിക്കണ്ണൻ തന്നെ വേണം. പണി കഴിഞ്ഞ് മറ്റുള്ളവർ എരുതന്മാരെയും തെളിച്ച് കയറിപ്പോയാലും അയാൾ കണ്ടത്തിൽത്തന്നെയുണ്ടാകും. നേരത്തിന് ആഹാരകാര്യമോ വിശ്രമ കാര്യമോ പാടെ മറക്കുന്ന പ്രകൃതമാണ്.

ഭാര്യയെ കാണാനോ എന്തെങ്കിലും ഒരു വാക്കു മിണ്ടാനോ അദ്ദേഹം മിനക്കെടാറേയില്ല. വൈകുന്നേരം വയലിൽ നിന്നു വന്ന ഉടനെ കുടുമ അഴിച്ചിട്ട് അതിൽ വെളിച്ചെണ്ണ കോരി ഒഴിക്കും. നാലാണുങ്ങളും മേൽമീശയില്ലാത്ത എന്നാൽ സമൃദ്ധമായ കുടുമ ഉള്ളവരാണ്. അഴിച്ചിട്ടാൽ തുടയറ്റം വരെ നീണ്ടു ചുരുണ്ട കറുകറുത്ത മുടിയാണ് കണ്ണന്. പെങ്ങന്മാർ കൊതിയോടെ അത് നോക്കുന്നതും വിസ്മയം പറയുന്നതും പല കുറി കേട്ടിട്ടുണ്ട്. എന്നാൽ വിശന്നു തളർന്ന അദ്ദേഹത്തിന്റെ കരിവാളിച്ച മുഖം മനസ്സിലെവിടെയോ നേരിയ ഒരു നോവ് പടർത്തിയിരുന്നു.

ഒരു വിഷുനാൾ ഉച്ചയൂൺ കഴിഞ്ഞ് വെറ്റില തെറുത്ത് കൊടുക്കെ അമ്മ ഞാൻ കേൾക്കെ പറഞ്ഞു.

“ഇതെന്ത് മനിച്ചൻ ന്നാ പറയണ്ട്... എപ്പോളും എരുതുംകാലീം ആലീം വയലും തന്നെ. പനിച്ചു കെടന്നാപ്പോലും തിരിഞ്ഞു നോക്കൂലാ.”

“ഇവളെന്താ ഇപ്പറയുന്നേ. കണ്ടാ അന്നേരം അകത്തേക്കു പായും.

ശത്രൂന കാണുമ്പോലെയാ. പിന്നെ പനി നോക്കാൻ പോയാല്ത്തെ കഥ എന്താകും?"

"ങ്ങും... ഞാനായിറ്റ് ഇത്രകാലും പൊട്ടാണ്ട് പൊളിയാണ്ട് കൂടെ നിന്നത്. മറ്റാരുമാണെങ്കില്. പണ്ടേ പോയിറ്റുണ്ടാവും."

അത് കേൾക്കേ അച്ഛൻ പൊട്ടിച്ചിരിക്കും.

"ആറ് മക്കളേം പെറ്റു. അറുപതും കയിഞ്ഞു. എന്നിറ്റിപ്പാ പരിവം."

"എടോ അതൊരു കാലം. ഒന്നിനും കുറവില്ലാത്ത കാലം. പ്രതാപിയായ അച്ഛന്റെ തണലിൽ പാറിപ്പറന്ന് നടന്ന നല്ല കാലം."

"എടോ .... നിനിക്ക് അതൊന്നും മറന്നിറ്റ്ല..... എല്ലം ഇന്നലക്കയിഞ്ഞ പോലെ വിവരിക്കാൻ നിനിക്കേ ആവൂ..."

ഓരോന്നും കണ്ണിന്റെ മുൻപിൽ വന്നു നിൽക്കുന്നു.

"ഒന്നും വിടാണ്ട് പറഞ്ഞോ.. നേരല്ലേ. നേരു പറയാൻ ആരയും പേടിക്കണ്ട... പറ... ഞാനും അതെല്ലം ഒന്ന് മനസ്സില് കാണട്ട്. പണ്ടത്തേത് കേക്കാൻ ഇവനി വല്യ ഇഷ്ടാ. ചന്ദ്രൻ എഴ്തട്ട്. നമ്മളെ കാലം കയിഞ്ഞാ. ഇതാരറിയും...!.പറഞ്ഞു കൊടുക്ക്."

അമ്മ ഇന്നലെകളിലേക്ക് ഓർമ്മച്ചിറ കേറി പതുക്കെ ഇളം തെന്നൽ പോലെപറന്നു. കാലം വർണ്ണക്കുട നിവർത്തി. ചരിത്രം വിസ്മയങ്ങളുടെ വാതിൽ തുറന്നു. ഓരായിരം കഥകളുടെ മാരിവിൽ മനസ്സിൽത്തെളിഞ്ഞു.

ഉദയരാശിയിലെ അമാവാസി

നാലു നാട്ടിലും പേരു കേട്ട തറവാട്. അവിടെ ആജ്ഞാ ശക്തി കൊണ്ടും ധന ധാന്യ സമൃദ്ധി കൊണ്ടും പ്രഭുത്വം കൊണ്ടും തിരുവായ്ക്കെതിർ വാക്കില്ലാതെ വിരാജിക്കുന്ന രാജസ പ്രഭാവനായ ചൂവാട്ട ചിണ്ടപ്പൊതുവാൾ.

നാലാല നിറയേ പശുക്കളും ഉഴവുകാളകളും പോത്തുകളും. നാലു ഗ്രാമങ്ങളിൽ രണ്ടും മൂന്നും വിളവെടുക്കുന്ന വളക്കൂറുള്ള വയലേലകൾ. നാടും നാട്ടുകൂട്ടവും ആദരപൂർവ്വം നോക്കിക്കാണുന്ന രക്ഷകൻ. ആശ്രയമറ്റവർക്കു മനസ്സലിവോടെ സഹായമെത്തിക്കുന്ന ദാനശീലൻ. തീരുമാനിച്ചുറപ്പിച്ച കാര്യങ്ങൾ നടപ്പിലാക്കുന്നതിൽ ഏതറ്റം വരെ പോകാനും മടിക്കാത്ത പ്രകൃതം. പരിചാരകരും പണിയാളുകളും അദ്ദേഹം കേൾക്കേ ഉറക്കെയൊന്നും മിണ്ടാറില്ല.

അടുക്കളയിൽ നിന്ന് പൊട്ടിച്ചിരികളോ പെണ്ണുങ്ങളുടെ ഒച്ചയോ പൂമുഖത്തേക്ക് കേൾക്കരുത്. എന്തിനേറെ കാക്ക പോലും കൊക്ക് പൂട്ടിയേ ആ തറവാടുമുറ്റത്ത് നടക്കൂ.

ദാനധർമ്മങ്ങൾ ചെയ്യുന്നതിൽ ഒരു ലോപവും വരുത്താറില്ല. സമൂഹസേവനപരമായി അനേകം കാര്യങ്ങൾ അദ്ദേഹം നടത്തി. തലച്ചുമടേന്തി വഴി ദൂരം നടന്നു തളർന്നു വരുന്നവർക്ക് ആശ്രയമെന്ന നിലയിൽ സ്വയം തന്നെ ചുമടിറക്കാനും ഇത്തിരിനേരം വിശ്രമിച്ച ശേഷം സ്വയമേവ ചുമട് തലയിൽ ഏറ്റുവാനും പാകത്തിൽ നട വഴി വക്കുകളിൽ ആറ് ഇടങ്ങളിൽ ചുമടുതാങ്ങികൾ പണി കഴിപ്പിച്ചിരുന്നു. ചിലത് വിസ്മയമായി തോന്നാവുന്ന ഒറ്റക്കല്ലിൽ തീർത്ത ചെങ്കല്ല് കൊണ്ട്. മറ്റു ചിലത് ചെറുകല്ലുകളാൽ പടുതി കഴിച്ചവ. ഈ ചുമടുതാങ്ങികൾക്ക് തൊട്ടരികിലായി ദാഹശമനം നൽകാൻ ഉണ്ടാക്കിയ ഒറ്റമുറിയുള്ള 'തണ്ണീർ പന്തലുകൾ', കേൾവിയിൽ പന്തൽ ആണെങ്കിലും യഥാർത്ഥത്തിൽ അവ തണ്ണീർ അറകളാണ്.

വലിയ മൺ ഭരണികളിൽ വീടുകളിൽനിന്ന് സംഭാവനയായി കിട്ടു

ന്ന മോരിൽ ഇഞ്ചി, പച്ചമുളക്, കറിവേപ്പില എന്നിവ ചേർത്ത നല്ല തണു ത്ത സംഭാരമാണ് നിറച്ചു വെക്കുക. ചിലേടങ്ങളിൽ ദാഹിച്ച് തളർന്നെ ത്തുന്നവർക്ക് ഈ കുടിനീർ കൊടുക്കൽ പുണ്യ പ്രവൃത്തിയായിക്കരുതി ആളുകൾ സംഭാര സഹിതം ഊഴമിട്ട് വരും. മററു ചില ഇടങ്ങളിൽ തരു വാൻ ആരുമുണ്ടാകില്ല. അവിടെ സ്വയം എടുത്തു കുടിക്കാം. ചെറിയ മൺ കുടത്തിന്റെ പള്ളയിൽ ഉണ്ടാക്കിവെച്ച ചെറിയ ദ്വാരത്തിലൂടെ 'പൈപ്പിലൂടെ 'എന്ന പോലെ സംഭാരം വായിലേക്കൊഴുക്കി വിടാം. ജീവകാരുണ്യപര മായ ഒരു പ്രവൃത്തിയായാണ് അന്നത് കരുതപ്പെട്ടത്.

ഇതേ ഉദ്ദേശ്യ ശുദ്ധിയോടെയാണ് വയലോരങ്ങളിൽ കല്പടവ് കെ ട്ടിയ കുളങ്ങൾ ഉണ്ടാക്കിയത്. ആളുകൾക്ക് നീന്തിക്കുളിക്കുവാനും പ ടവിലൂടിറങ്ങി മുങ്ങിക്കുളിക്കുവാനും മാത്രമല്ല. അതിരാവിലെ തന്നെ കന്നുകാലികളെ മേയുവാൻ കയറൂരി വിടുന്നവരാണ് അന്ന് ഏറെയും.. കൊയത്ത് കഴിഞ്ഞ നാളുകളിൽ വയലിലേക്കും നെൽച്ചെടിയുള്ള കാ ലങ്ങളിൽ തൊട്ടരികിലെ ഒഴിഞ്ഞ പറമ്പുകളിലേക്കോ പാറപ്പുല്ലു നിറ ഞ്ഞ കുന്നോരങ്ങളിലേക്കോ ആണ് വിടുക. അവ ദാഹം മുഴുത്ത് ഈ കുളങ്ങൾ തേടി പാഞ്ഞു വരുന്നതും ഇവർക്കായി ഒരുക്കിയ പ്രത്യേക പടവിലൂടിറങ്ങി കുടി നീര് ഊറ്റിക്കുടിക്കുന്നതും അന്ന് പതിവു കാഴ്ച കളായിരുന്നു.

1948ൽ ആണ് ചൂവാട്ട ചിണ്ടപ്പൊതുവാൾ, സമൂഹം മുഴുവൻ ആ രാധനയോടെ കാണുന്ന, പയ്യന്നൂർ ശ്രീ സുബ്രഹ്മണ്യസ്വാമി ക്ഷേത്ര ത്തിലെ മൂത്ത പൊതുവാൾ അച്ചൻ സ്ഥാനം ഏററെടുക്കുന്നത്. അ തോടെ മറ്റ് പത്ത് മൂത്ത അച്ചന്മാർക്കും അഞ്ച് ചെറിയ അച്ചന്മാർ ക്കും വലിയ ആവേശവും ഉത്സാഹവുമായി. മൂത്ത പൊതുവാളായി സ്ഥാനം ഏറ്റെടുക്കുന്നത് സുദീർഘനേരത്തെ അനേകം ചടങ്ങുക ളോടെയാണ്.

പയ്യന്നൂരിൽ ഈ മഹാക്ഷേത്രം സ്ഥാപിച്ച ശ്രീ പരശുരാമൻ ക്ഷേ ത്രത്തിന്റെ നിത്യ നിദാനകാര്യങ്ങൾ വിധിയാം വണ്ണം നടത്തുവാൻ അംഗദേശത്തു നിന്നും 16 മനക്കാരായ തിരുമുമ്പുമാരെയും (നമ്പൂ തിരി) പത്ത് പൊതുവാൾമാരെയും ഇങ്ങോട്ട് കൂട്ടിക്കൊണ്ടുവന്നതാ ണത്രേ... പതിനെട്ടു പുരാണങ്ങളിലൊന്നായ ബ്രഹ്മാണ്ഡപുരാണത്തിൽ ഈ ക്ഷേത്ര നിർമ്മിതിയെപ്പറ്റിയും പ്രതിഷ്ഠാ ചടങ്ങുകളെപ്പറ്റിയും വിശദമായി വിവരിക്കുന്നുണ്ട്. സുബ്രഹ്മണ്യപുരി എന്ന് പേരിട്ടു വി ളിക്കുന്ന ഇവിടേക്ക് ക്ഷേത്രതന്ത്രിയായി തരണനല്ലൂർ ബ്രാഹ്മണനേ യും ക്ഷേത്രത്തിന്റെ ഊരാള അവകാശം നൽകി പതിനാറു മനക്കാരെ യും കാരാള അവകാശികളായി പത്ത് പൊതുവാൾമാരെയും കൊണ്ടു

വന്നത് ശ്രീ പരശുരാമൻ തന്നെയാണത്രെ. ക്ഷേത്ര പുരോഗതിക്കാവശ്യമായ കാര്യങ്ങൾ കാര്യക്ഷമമായും ആത്മാർത്ഥമായും നടത്തുവാൻ മൂത്ത പൊതുവാൾമാർക്കാണ് ചുമതല. പത്ത് പൊതുവാൾത്തറവാടുകളിൽ നിന്നും പ്രായക്കൂടുതലുള്ള പുരുഷന്മാരാണ് മൂത്ത പൊതുവാൾമാരായി ചുമതല ഏറ്റെടുക്കുന്നത്. ഇവർ യഥാർത്ഥത്തിൽ കാര്യനിർവ്വഹണച്ചുമതലക്കാരാണ്. അതാണ് കാരാളന്മാർ എന്നു വിളിക്കാൻ കാരണമാകുന്നത്.

ബ്രഹ്മാണ്ഡപുരാണം ഇരുപത്തിയഞ്ചാം അധ്യായത്തിൽ ഈ മഹാക്ഷേത്രത്തെ വിവരിക്കവേ മേൽപ്പറഞ്ഞ വസ്തുത വ്യക്തമാക്കുന്നത് ഇങ്ങനെയാണ്

'അംഗ ദേശ സ്ഥിതാൻ വീരാൻ
ക്ഷത്രിയ ക്ഷേത്രജാൻ ദശ :
ദ്വിജാതീൻബ്രാഹ്മണാൻ ചൈവ
ആനായമാസ ഷോഡശ :

ഇതിൽ പൊതുവാൾമാരെ ക്ഷത്രിയക്ഷേത്രജന്മാർ എന്നാണ് വിശേഷിപ്പിക്കുന്നത്. ഇവർ അംഗ ദേശത്ത് ഉണ്ടായിരുന്നവരും വീരന്മാരുമാണത്രേ. കളരിയഭ്യാസം നേടിയവരും മഹാ ധൈര്യശാലികളും കലാചതുരന്മാരുമായി ആനിടിൽ എഴുത്തച്ഛന്റെ കലശപ്പാട്ടിലും ഇവരെ വിശേഷിപ്പിച്ചതായി കാണാം. അന്ന് ആനയിക്കപ്പെട്ട പൊതുവാൾമാരുടെ തറവാട്ടു പേരുകൾ കാണുക. പത്ത് അഭ്യാസ സിദ്ധരെയാണ് കൊണ്ടുവന്നത് എങ്കിലും അവർ ഇവിടെ നിന്നുതന്നെ യാദവ, നായർ , നമ്പ്യാർ തറവാടുകളിൽ നിന്ന് ഇണകളെ കണ്ടെത്തുകയും പുതിയ കുടുംബവും തറവാടുകളും ഉണ്ടാവുകയും ചെയ്തതാകണം. യാദവാദി സമൂഹത്തിൽ ഇതേ വീട്ടുപേരുള്ളവർ ഉണ്ടെന്ന് കാണാം (കരിപ്പത്ത്, കാമ്പ്രത്ത്, പുത്തലത്ത് ചില ഉദാഹരണങ്ങൾ)

പയ്യന്നൂർ സുബ്രഹ്മണ്യ ക്ഷേത്രത്തിലെ കാരാള അവകാശികളായ പൊതുവാൾമാരുടെ പത്ത് തറവാട്ടു പേരുകൾ കാണുക ..

1 ചൂവാട്ട

(പെറ്റുപെരുകിയപ്പോൾ പലതാവഴിയായി)

തെക്കേക്കര ചൂവാട്ട
വടക്കെക്കര ചൂവാട്ട
പടിഞ്ഞാറേക്കര ചൂവാട്ട
ചൂവാട്ട കുഞ്ഞി വീട്
ചൂവാട്ട വലിയ വീട്

കാവിൽ ചൂവാട്ട
ആൽവളപ്പിൽ ചൂവാട്ട

2 **കല്ലിടിൽ**

കല്ലിടിൽ വല്യ വീട്
കല്ലിടിൽ പടിഞ്ഞാറെക്കര
കല്ലിടിൽ കല്ലാവളപ്പിൽ
കല്ലിട്ടിൽ ചെരണ്ടമത്ത്
കൊക്കരമ്പത്ത് കല്ലിടിൽ
ചൂവാട്ടക്കല്ലിടിൽ
നമ്പോർ കല്ലിടിൽ
അപ്പാടെ കല്ലിടിൽ
പട്ടത്തിക്കല്ലിടിൽ

3 **കെട്ടും വീട്**

ചൂവാട്ടക്കെട്ടും വീട്
പടിഞ്ഞാറേ കെട്ടും വീട്
കേളോത്ത് കെട്ടും വീട്
നമ്പിടിയാൾപ്പിൽ കെട്ടും വീട്

4 **ഇടവലത്ത്**

വലിയ ഇടവലത്ത്
പള്ളിത്തി ഇടവലത്ത്
തെക്കേ ഇടവലത്ത്
കുതിർമ്മൽ ഇടവലത്ത്
അച്ചം വീട്

5 **പുത്തലത്ത്**

കിഴക്കെ പുത്തലത്ത്
കടവത്ത് പുത്തലത്ത്
വടക്കേ പുത്തലത്ത്
ഗോപുരം പുത്തലത്ത്
തെക്കേ പുത്തലത്ത്

മുണ്ട്യത്ത്

കുപ്ളേരി
കനു വാടിൽ

എടിച്ചേരി
(വല്യ എടിച്ചേരി, തൃക്കരിപ്പൂർ എടിച്ചേരി,
എടിച്ചേരി ആലിൻ കീഴിൽ)

കണ്ടമ്പത്ത്

പടിഞ്ഞാറേ കണ്ടമ്പത്ത്
കാരയിൽ കണ്ടമ്പത്ത്
കണ്ടമ്പത്ത് അച്ചം വീട്
കൊവ്വൽ കണ്ടമ്പത്ത്
ഏവരമെട്ട കണ്ടമ്പത്ത്
കണ്ടങ്കാളി കണ്ടമ്പത്ത്

കുറുന്തിൽ

തെക്കേ കുറുന്തിൽ
വടക്കേ കുറുന്തിൽ
നാഗത്തിൽ കുറുന്തിൽ
പറ്റാത്തിടം

അത്തായിൽ

വലിയ അത്തായി
തെക്കേ അത്തായി
വടക്കേ അത്തായി
കൊവ്വൽ അത്തായി
പട്ടമ്മാരത്തായി
കൊക്കാനിശ്ശേരി അത്തായി
അന്നൂർ അത്തായി
കൈതപ്രം അത്തായി

പാറന്തട്ട

പടിഞ്ഞാറേ പാറന്തട്ട
കിഴക്കേ പാറന്തട്ട
നടുക്കേ പാറന്തട്ട

വെള്ളോറ

വെള്ളോറ മഠത്തിൽ
വെള്ളോറ വല്യ വീട്
വെള്ളോറ തെക്കേവീട്
പാവാടിൽ
പാവിടിൽ വടക്കേ വീട്

6. കരിപ്പത്ത്

വലിയ കരിപ്പത്ത്
നമ്പിടിയാൾപ്പിൽ കരിപ്പത്ത്
കേളോത്ത് കരിപ്പത്ത്
തായിനേരി കരിപ്പത്ത്

7. തേപ്പത്ത്

(അന്യം നിന്നു പോയ തറവാട്. കരിപ്പത്ത് തറവാടിലേക്ക് അധികാരം നൽകപ്പെട്ടു)

8. പൂന്തുത്തി

1 ആനിടിൽ

തെക്കേ ആനിടിൽ
വടക്കെ ആനിടിൽ
കേളോത്ത്ആനിടിൽ
വാച്ചാക്കര ആനിടിൽ
ആനിടിൽ കിഴക്കിനകത്ത്
ആനിടിൽ പന്തലാം വളപ്പിൽ
ആനിടിൽ പടിഞ്ഞാറ്റയിൽ
എടവലത്ത് ആനിടിൽ
ചൂവാട്ട ആനിടിൽ

2. പാതിക്കാരൻ

ആനിടിൽ പാതിക്കാരൻ
പാതിക്കാരൻ വീട്

3 കലിയന്തിൽ

വലിയ കലിയന്തിൽ
കീപ്പട്ട കലിയന്തിൽ
അങ്ങിട്ടെകലിയന്തിൽ
അകൃത്ത് കലിയന്തിൽ

9. ഉത്തമന്തിൽ

കരയപ്പള്ളി ഉത്തമന്തിൽ
ഉത്തമന്തിൽ കിഴക്കെ വീട്
പൊങ്ങിലാട്ട് ഉത്തമന്തിൽ
കേളോത്ത് ഉത്തമന്തിൽ

പടിഞ്ഞാറെ ഉത്തമന്തിൽ
കിഴക്കെക്കര ഉത്തമന്തിൽ
ആന്ദ്ര ഉത്തമന്തിൽ
കൊഴുക്കണ്ടത്തിൽ ഉത്തമന്തിൽ
അറയാക്കാൽ ഉത്തമന്തിൽ

വണ്ണാടിൽ
ചൂവാട്ട വണ്ണാടിൽ
വണ്ണാടിൽ പുതിയ വീട്
കാരകുളങ്ങര വണ്ണാടിൽ
കിഴക്കെക്കര വണ്ണാടിൽ
കൊക്കരമ്മത്ത് വണ്ണാടിൽ
രാമനാത്ത് വണ്ണാടിൽ
കീരി വയൽ വണ്ണാടിൽ
നരിയൻ ചേരി വണ്ണാടിൽ
വട്ടക്കൊവ്വൽ വണ്ണാടിൽ
ചെമ്മരങ്ങാട് വണ്ണാടിൽ

രാമനാത്ത്
വലിയ രാമനാത്ത്
രാമനാത്ത് കിഴക്കേ വീട്
കുപ്ളേരി രാമനാത്ത്
കൊങ്ങിണി വളപ്പിൽ രാമനാത്ത്
അറയുള്ള വീട്

കാമ്പ്രത്ത്
വലിയ കാമ്പ്രത്ത്
തെക്കേ കാമ്പ്രത്ത്
കുഞ്ഞിക്കാമ്പ്രത്ത്
കാവിൽ കാമ്പ്രത്ത്
അക്യത്ത് കാമ്പ്രത്ത്
കടവത്ത് കാമ്പ്രത്ത്
കണ്ടങ്കാളികാമ്പ്രത്ത്

10 കേളൻ തറവാട്

(അന്യം നിന്നു പോയ തറവാട്. കലിയന്തിൽ തറവാട്ടിൽ നിന്ന് ദത്തെടുത്ത ആൾ ആണ് കേളൻ ചുമതലകൾ നടത്തുന്നത്.)

ഇവ ഓരോ തറവാടും ആദ്യം ഒറ്റത്തറവാട് ആയിരുന്നു. അംഗങ്ങൾ പെരുകിയപ്പോൾ മാറിത്താമസിക്കുകയും തിരിച്ചറിയാൻ തറവാട്ട് പേരിനൊപ്പം തെക്കു, കിഴക്ക്. പടിഞ്ഞാറ്, നടുക്ക് എന്നിങ്ങനെയോ താമസം തുടങ്ങിയ സ്ഥലപ്പേരും ചിലപ്പോൾ പുതിയ പേര് തന്നെയും ചേർക്കപ്പെട്ടു. ചില കുടുംബങ്ങൾ പുല (മരണവുമായി ബന്ധപ്പെട്ടഅശൗചം) വാലായ് (ജനനവുമായി ബന്ധപ്പെട്ട് ക്ഷേത്രവിശുദ്ധചടങ്ങുകളിൽ നിന്ന് മാറി നിൽക്കൽ) എന്നിവ നിഷേധിച്ച് (പുലവാലായ്മ മുറിച്ച്) വേറെ തന്നെ പേരിൽ അറിയപ്പെട്ടു. പക്ഷേ മൂലാരൂഢവുമായുള്ള ബന്ധം കുടുംബക്കാവിൽ തെയ്യം നടക്കുമ്പോഴോ ക്ഷേത്രത്തിലെ മൂത്ത പൊതുവാൾ സ്ഥാനം സ്വീകരിക്കാനെത്തുമ്പോഴോ തിരിച്ചറിയാം.

മൂത്ത പൊതുവാൾ ആയി സ്ഥാനം നേടുന്ന തറവാടുകൾ ഉത്തമന്തിൽ, പൂന്തുരുത്തി, എടിച്ചേരി, കാരണ്ട, കുറുന്തിൽ എന്നിവയാണ്. രണ്ടു വീതം പേരാണ് പ്രായക്കൂടുതൽ നോക്കി മൂത്ത പൊതുവാളാകുന്നത്. പാറന്തട്ട, കരിപ്പത്ത്, വെള്ളോറ, കേളൻ, തേപ്പത്ത് എന്നിവയിൽ നിന്ന് ഒരാൾ വീതം ഇളയ പൊതുവാൾ (5). ഇങ്ങനെ പതിനഞ്ച് അച്ചന്മാരാണ് കാരാള പദവിയിൽ ഇരിക്കുക. ക്ഷേത്രം തന്ത്രി നൽകുന്ന കമനീയമായ ചിത്രപ്പണിയോട് കൂടിയ ആചാരവടിയും അകമാകെ ഭംഗിയാക്കി അലങ്കരിച്ച ആചാരക്കുട (ഓലക്കുട)യുമാണ് സ്ഥാനചിഹ്നങ്ങൾ.

അച്ചനായി അവരോധിക്കപ്പെട്ടാൽ ഷൺമുഖ സ്വാമിക്കു വേണ്ടി ഉഴിഞ്ഞുവെക്കപ്പെട്ട അദ്ധ്യാത്മിക ജീവിതമാണ് നയിക്കേണ്ടത്. ചെരുപ്പ്, മേൽക്കുപ്പായം തുടങ്ങിയവ ഇവർക്ക് നിഷിദ്ധമാണ്. സുബ്രഹ്മണ്യ സ്വാമിയുടെ നിത്യ നിദാന കാര്യങ്ങളും വിശേഷമായ പൂജകളും പ്രധാനപ്പെട്ട ദിനങ്ങളും പതിനാലു നാളുകളായി കൊണ്ടാടുന്ന ആരാധനാ മഹോത്സവവും എല്ലാമെല്ലാം ഭംഗിയായി നടത്തുവാൻ കാരാളരായ അച്ചന്മാർക്കാണ് മുഖ്യ ചുമതല. തീരുമാനങ്ങൾ ഊരാളാവകാശികളായ പതിനാറ് മനക്കാരായ തിരുമുമ്പുമാരാണ് കാരാളരുമായി ആലോചിച്ച് എടുത്തിരുന്നത്

.മലയാള ബ്രാഹ്മണരെ അപേക്ഷിച്ച് അംഗനാട്ടിൽ നിന്ന് വന്ന 16 മനക്കാരെ മരുമക്കത്തായ വ്യവസ്ഥ പിൻതുടർന്നുവന്നതിനാൽ ഇത്തിരി മാറ്റു കുറഞ്ഞവരായാണ് ഇതരന്മാർ കണ്ടത്. ഭാഗിനേയക്രമം അനുഷ്ഠിക്കുന്നതിനാൽ ഇവരെ 'അമ്മോന്മാർ' എന്ന് വിളിച്ചു പ്രത്യേക പരിഗണനയും ധനധാന്യസമൃദ്ധിയുമുള്ള പതിനാറു മനകൾ ആജ്ഞാശക്തിയുള്ളവരായിരുന്നു. അവരുടെ വാസസ്ഥലങ്ങളെ മനകൾ എന്ന് വിളിച്ചു വന്നു. പൊതുവായി ഇവർക്കുതിരുമുമ്പുമാർ എന്നാണ് വിളിപ്പേര്.

16 മനകൾ

1. താഴക്കാട്ട് മന
2. തളിയിൽ മന
3. കോക്കുന്നത്ത് മന
4. കതികിൽ മന
5. രയരമംഗലീ മന
6. കുഞ്ഞിമംഗലം മന
7. കുന്നത്ത് മന
8. തററിയേരി മന
9. നൂഞ്ഞിക്കര മന
10. കൊട്ടാരത്ത് മന
11. താവത്ത് മന
12. കുറുവേലി മന
13. തേളക്കാട്ട് മന
14. കുരുത്തിലക്കാട്ട് മന
15. തേളപ്പുറത്ത് മന
16. കാരളി മന

ധനാഢ്യരും നാട്ടുപ്രമാണികളുമായ ഇവർ പലരും ക്ഷേത്ര കാര്യങ്ങളിൽ അവിഹിതമായി ഇടപെടുന്നതുമായി ബന്ധപ്പെട്ടും ആചാരക്കുടയും വടിയുമായി വരുന്ന ഒരു ഇളയ പൊതുവാളുടെകുട അപമര്യാദ മായി തട്ടി മാറ്റി വഴക്കു പറഞ്ഞതായും അച്ചന്മാർക്കിടയിൽ അപ്രീതി പടർന്ന ഒരു വൃശ്ചികമാസമായിരുന്നു അത്. (1947 ഡിസമ്പർ 17 - 1123 വൃശ്ചികം 8) അന്ന് പതിനഞ്ച് അച്ചന്മാരും കുളിച്ച് ഭഗവൽ പ്രസാദമായ കളഭചന്ദനാദികൾ കൊണ്ട് ആചാരപരമായ കുറിയഞ്ചും വരച്ച് ഭഗവദ് കീർത്തനാലാപത്തോടെ വടിയും പവിത്രമായ ഓലക്കുടയും ചൂടി വരി വരിയായി ക്ഷേത്ര പ്രദക്ഷിണം നടത്തുകയായിരുന്നു. ചൂവാട്ടച്ചനായിരുന്നു ഏറ്റവും മുന്നിൽ. അച്ചന്മാർ കന്യാഭഗവതി പ്രതിഷ്ഠയ്ക്കു മുന്നിൽ കീർത്തനങ്ങൾ തുടർന്നപ്പോൾ തിരുമുമ്പുമാരിൽ ചിലർ ചാടിയെണീറ്റ് അലറി.

“മതിയാക്കു... വടി കുത്തിപ്പാട്ടും ഓലക്കുടയാട്ടവും... കാരാളന്മാരാത്രെ .... കാരാളമ്മാറ് പത്തെണ്ണമുണ്ട്. എന്ത് കാര്യം .... ഹേ പാട്ടും കൂത്തും മതിയാക്ക് ....”

ദീപാരാധന തൊഴാനെത്തിയ അനേകം ഭക്തന്മാർ കേട്ടു നിൽക്കേയുള്ള ഈ അപമാനത്തിൽ ചവിട്ടേറ്റ പാമ്പിനെപ്പോലെ ചൂവാട്ടച്ചൻ

നിന്നു ചീറ്റി.

"ഇത് കന്യാ ഭഗവതി .... പൊതുവാളരുടെ ഗോത്രദേവത.. ദേവീ കീർത്തനം ആർക്കാ സഹിക്കാനാകാത്തേ ? ക്ഷേത്രത്തിൽ ഭജന പതിവാണ്. ഇവർ വഴി പോക്കരല്ല .... ഞങ്ങൾ ഈ ക്ഷേത്രത്തിലെ കാരാളരാണ്. അത് അവകാശമാണ്... നിങ്ങളുടെ ഔദാര്യമല്ല."

അത് ഒരു വലിയ വാക്കേറ്റത്തിനും ചേരിതിരിഞ്ഞുള്ള വാഗ്വാദത്തിനും കാരണമായി. മൂത്ത തിരുമുമ്പ് രോഷത്തോടെ കൈ ചൂണ്ടി അലറി.

"പോയാട്ടെ.... നിങ്ങൾക്കിവിടെ ഒരവകാശവുമില്ല. ഞങ്ങൾ ആണ് ഭരണകർത്താക്കൾ ... ങ്ങും ..... പുറത്ത് പോ .... പിടിച്ചു പുറത്താക്കണോ? അതോ...!

അവമതിപ്പു കേട്ടു കണ്ണു നിറഞ്ഞ അപമാനിതനായ ചൂവാട്ടച്ചൻ ക്ഷേത്രനടയിൽ സാഷ്ടാംഗം പ്രണമിച്ചു. മറ്റ് അച്ചന്മാരും പെരുമാളുടെ തിരുനടയിൽ അത് അനുകരിച്ചു. ഒഴുകുന്ന കണ്ണീരോടെ അദ്ദേഹം ശപഥം ചെയ്തു.

"ദേവസേനാനിയായ പെരുമാളേ.... പരമ്പരയായി പകർന്നു കിട്ടിയ അവകാശം നിയമ പ്രകാരം സ്ഥാപിച്ചു കിട്ടും വരെ അടിയൻ ഈ പടി കയറൂല്ല.... ഇനിയെല്ലാം അവിടത്തെ ഇംഗിതം പോലെ."

അച്ചന്മാർ നടയിൽ തൊഴുതു നിന്നു ... ചൂവാട്ടച്ചനെ പിൻതുടർന്ന് മറ്റ് അച്ചന്മാരും പതുക്കെ നടന്ന് ഗോപുരനടയിലെത്തി ഒന്നുകൂടി പെരുമാളെ തൊഴുതു കണ്ണീർ തുടച്ചു.

വിഷാദമൂകനായി തറവാട്ടു പടികേറി വന്ന അച്ചനെ കാത്ത് നിന്നത് മറ്റൊരു ദുരന്ത വാർത്തയായിരുന്നു. മൂന്നാമത്തെ മകൾ കുഞ്ഞിച്ചിരിയയുടെ മകൻ ശേഖരൻ മരിച്ചു. മുറ്റത്തും പറമ്പിലും വന്നു കൂടിയവർ വഴിയൊഴിഞ്ഞു. ആ ഇരുപതുകാരന്റെ ജഡം ഒന്നു നോക്കി പിന്നെ പതുക്കെ നടന്നു വന്ന് പൂമുഖത്തെ ചാരുപടിയിൽവന്ന് കണ്ണടച്ച് ചാരിക്കിടന്നു. 'രോഗിയായി നരകിക്കുന്നതിനെക്കാൾ നല്ലത് മരണം തന്നെ.'

ആരോടെന്നില്ലാതെ മനസ്സ് സ്വയം സാന്ത്വനം നേടി...

അണയാത്ത ആത്മവീര്യം

പൗത്രന്റെ പുല അഞ്ചാം ദിവസം സഞ്ചയനം കഴിഞ്ഞു. ദുഃഖത്തിന്റെ മേഘമാലകൾ മനസ്സുകളിൽ ഇരുൾച്ചിറകു വിരിച്ച് മായാത്ത ഓർമ്മകളായി മാറി. പെറ്റമ്മ ഇരുൾ മുറിയായ കോമ്പിരിയയിൽ നിന്ന് പുറത്തിറങ്ങിയതേയില്ല. ചൂവാട്ടച്ചൻ ആളയച്ച് വിളിച്ച പ്രകാരം തറവാട്ടു പൂമുഖത്ത് അഞ്ച് അച്ചന്മാർ ഒത്തുകൂടി. 'അപമാനിച്ചത് അച്ചന്മാരെ മാത്രമല്ല, നൂറ്റാണ്ടുകളായി പൂർവ്വികർ പകർന്നു തന്ന പവിത്രമായ പാരമ്പര്യത്തെക്കൂടിയാണ്. ക്ഷേത്രത്തിൽ സൂക്ഷിച്ച പട്ടോല (ചെമ്പോല)യിൽ നമ്മുടെ അവകാശവും അധികാരവും വ്യക്തമാക്കുന്നുണ്ട്. 'പൂന്തുരുത്തി മൂത്ത പൊതുവാൾ പറഞ്ഞു നിർത്തിയപ്പോൾ കാരണ്ടച്ചൻ ആവേശം കൊണ്ടു. ചൂവാട്ടച്ചൻ പറഞ്ഞതു പോലെ ഇത് തിരുമുമ്പുമാരുടെ ഔദാര്യമല്ലല്ലോ. നിയമത്തിന്റെ വഴിയാണ് നോക്കേണ്ടത്..

മറ്റുള്ളവരും തല കുലുക്കി..

ചൂവാട്ടച്ചൻ തന്റെ മുഴങ്ങുന്ന ശബ്ദത്തിൽ ചോദിച്ചു.

'വാദിക്കുവാൻ വക്കീലിനെ ഏൽപ്പിക്കണം. ചിലപ്പോൾ കേസ് നീണ്ടുപോകും. ചെലവഴിക്കാൻ പണം വേണം. പതിനഞ്ചുപേരും ഒത്താൽ പ്രയാസമില്ല. എന്തേ... ആരും മിണ്ടാത്തേ....?'

'ചെയ്യാം കഴിവനുസരിച്ച്.' പൂന്തുരുത്തിയച്ചനും മറ്റച്ചന്മാരും സമ്മതിച്ചു.

'എന്നാൽ ചൂവാട്ടച്ചൻ തന്നെ തുടങ്ങട്ടെ... അങ്ങോട്ടാകുമ്പോൾ ഞങ്ങൾ കൂടെക്കൂടാം.'

അങ്ങനെ സുബ്രഹ്മണ്യ ക്ഷേത്രത്തിലെ കാരാള അവകാശം സ്ഥാപിച്ച് കിട്ടുവാൻ 1946 ജനുവരി 8 ന് തളിപ്പറമ്പ മജിസ്റ്റ്റേറ്റ് കോടതിയിൽ ചൂവാട്ട ചിണ്ടൻ മൂത്ത പൊതുവാളും മറ്റു 14 പേരും കേസ് ഫയൽ ചെയ്തു.

അന്ന് പ്രശസ്തനായ വാരിക്കര ശങ്കരൻ നായനാരായിരുന്നു വാദിഭാഗം വക്കീൽ. ഒരു സിറ്റിങ്ങിന് കനത്ത ഫീസാണ് അദ്ദേഹത്തിന്ന്. കേ

സ്സിന് പണം തടസ്സമാകരുതെന്ന് കരുതി ചൂരത്തോട് വയൽ രണ്ട് ഒടിക്കണ്ടങ്ങൾ കിട്ടിയ വിലയ്ക്കു വിൽക്കുകയായിരുന്നു.

വക്കീലന്മാർക്കു നൽകാൻ ഒരിക്കലല്ല നാലു പ്രാവശ്യമായി നാലു വയൽ നിലങ്ങളാണ് ചൂവാട്ടച്ചൻ വിറ്റത്. കേസ്സ് നീണ്ടു നിന്നപ്പോൾ പല വട്ടം ഫീസ് കൊടുക്കേണ്ടി വന്നു. സാമ്പത്തികമായി സഹകരിക്കാമെന്ന് ഏറ്റവർ അത്യാവശ്യ ഘട്ടത്തിൽ കൈ മലർത്തി. അന്ന് ഓരോ പ്രാവശ്യവും വയൽ വിറ്റ് കിട്ടിയത് വെള്ളിനാണയങ്ങളായിരുന്നു. കറൻസികളില്ലായിരുന്നു.

അക്കാര്യം അമ്മ വിവരിച്ചതിങ്ങനെ.

അത്താഴം കഴിഞ്ഞാൽ ഞങ്ങൾ പെണ്ണുങ്ങൾ എല്ലാരും തെക്കേക്കളത്തിൽ വിരിച്ച ഓലത്തടുക്കുകളിൽ വന്നിരിക്കണം. നടുവിൽ വെച്ച പുളിവെള്ളം നിറച്ച ചെമ്പുപാത്രത്തിൽ നേരത്തെ തന്നെ ചൊരിഞ്ഞ കറ പിടിച്ച വെള്ളി നാണ്യങ്ങൾ ചികരി നാരുകൾകൊണ്ട് ഉരച്ച് വെളുപ്പിക്കണം. തഴപ്പായയിൽ വെയിലുദിക്കുമ്പോഴേക്കും അവ ഉണങ്ങാൻ നിരത്തിയിടണം. ഇതാണ് കുഞ്ഞിച്ചാക്കുകളിൽ എണ്ണിയെടുത്ത് വക്കീലിന്റെ കുഞ്ഞിമംഗലം ബംഗ്ലാവിൽ എത്തിക്കുന്നത്.

ഒമ്പതാമത് സിറ്റിങ്ങിൽ വാരിക്കര വക്കീൽ ബ്രഹ്മാണ്ഡപുരാണത്തിലെ വരികളും പട്ടോലയിലെ പരാമർശങ്ങളും നൂറ്റാണ്ടുകളായി നടന്നു വന്ന മാമൂലുകളും കോടതിയെ ബോധിപ്പിച്ചു. എല്ലാം കേട്ടു കഴിഞ്ഞ കോടതി കേസ്സ് വിധി പറയാൻ മാറ്റിവച്ചു. കോടതിയിലെ വിവരങ്ങൾ എല്ലാം കാമ്പ്രത്ത് രാമൻ അച്ചനെ നേരിട്ടു വന്ന് കണ്ട് പറഞ്ഞു.

അന്ന് പൊതുവാൾ സമുദായത്തിലെ ആദ്യത്തെ ബി എ ബിരുദക്കാരനായ മഹാധിഷണാശാലി തെക്കേ കാമ്പ്രത്ത് രാമപ്പൊതുവാൾ ചൂവാട്ടച്ചനെ വലിയ ബഹുമാനവും ആദരവുമായിരുന്നു. രാമന്റെ പ്രത്യാശ ജനിപ്പിക്കുന്ന വാക്കുകൾ ആ മനസ്സിനെ പുതിയൊരാശയം കാണിച്ചു.

രാമൻ പടിയിറങ്ങി. സൂര്യൻ പടിഞ്ഞാറ് സ്വർണ്ണപ്പൊടി ചാലിച്ചെറിഞ്ഞു. ആഹ്ളാദം നുരയുന്ന മനസ്സുമായി അദ്ദേഹം ചെറു പുഞ്ചിരിയോടെ സ്വയം പറഞ്ഞു

“അപ്പോ... നമ്മള് ജയിക്കും... ല്ലേ...”

രാമനെപ്പറ്റി വലിയ മതിപ്പാണ് അച്ചന്. ചെറുപ്പമാണെങ്കിലും കാര്യശേഷിയിലും കർമ്മ കുശലതയിലും മുൻപൻ. ധിഷണാശാലി. മിടുക്കൻ.. പെരുമാളുടെ കൃപയും കാരുണ്യവും പ്രാർത്ഥിച്ചു കൊണ്ട് അദ്ദേഹം കൊട്ടിലകത്തെ ചിത്രത്തൂൺ തൊട്ട് നമസ്ക്കരിച്ചു. പെരുമാളു

ടെ നട കാണാതെ ഏട്ടു മാസം കഴിഞ്ഞതോർത്തപ്പോൾ കണ്ണ് നിറഞ്ഞൊഴുകി.

എന്റെ പെരുമാളെ...

ആ ദീർഘനിശ്വാസത്തിൽ വല്ലാത്ത ഒരു കുറ്റബോധവും സങ്കടവും നിറഞ്ഞു നിന്നിരുന്നു.

പെരുമാൾക്ക് പ്രിയങ്കരമായ അപ്പം കൂഴം വഴിപാട് നേർന്നു കൊണ്ട് അദ്ദേഹം കൊട്ടിലകത്തെ നിറദീപത്തെ പ്രണമിച്ചു.

പിന്നെയും കഴിഞ്ഞു മൂന്ന് മാസം. ഒരാണ്ടു കഴിഞ്ഞ് മറ്റൊരു ആരാധനാ മഹോത്സവം തുടങ്ങി. ഈ വൃശ്ചികമാസപ്പിറവിക്ക് മുമ്പെ കേസ്സിന്റെ വിധി വരുമെന്ന് കരുതി കാത്തിരുന്നതാണ്. വിധി, പക്ഷേ, വന്നില്ല. അന്വേഷിച്ചപ്പോൾ കോടതിയല്ലേ... ചോദ്യം ചെയ്യാനാകുമോ? എന്ന മറുചോദ്യമാണ് വക്കീൽ ചോദിച്ചത്.

വൈകിയാലും അനുകൂല വിധി വരുമെന്നും ക്ഷേത്രത്തിൽ തല നിവർത്തി അഭിമാനത്തോടെ തൊഴതു നിൽക്കാൻ സാധിക്കുമെന്നും അച്ചന്മാർ കരുതി. ചിലർ ഈ കേസ്സും വഴക്കും അനാവശ്യമായിപ്പോയി എന്നും ജയ സാധ്യത കുറവാണെന്നും സ്വകാര്യമായി പറഞ്ഞു.

അതിനിടയിലാണ് പ്രമാദമായ ആ സംഭവം നടന്നത്. പതിനഞ്ച് അച്ചന്മാരും ക്ഷേത്രമതിൽക്കെട്ടിനകത്തെ കൊട്ടാരത്തിൽ ഒത്തുചേർന്ന് വിധി പറയേണ്ട സംഗതിയാണ്. പക്ഷേ പുതിയ സാഹചര്യത്തിൽ അത് നടക്കില്ല. പുലരപ്പുലരെ മുണ്ട്യത്ത് കളരിഗുരുക്കൾ ചൂവാട്ടച്ചന്റെ മുന്നിലെത്തി വിവരമറിയിച്ചു.

കൊളങ്ങര കോമൻ ചത്തു. തേപ്പത്തെ ചേരനുമായി അതിരു തർക്കം ഇണ്ടായിനീയോലും. ഒന്നും രണ്ടും പറഞ്ഞ് പിടിവലിയും കയിഞ്ഞപ്പോ ചേരൻ കൈക്കോട്ടോണ്ട് തലക്കന്നെ കൊടുത്തു. കോമൻ ആടെയന്നെ വീണു ചത്തു.

'ഗുരുക്കളെ! പത്ത് വീട്ടിൽ കളരിയിൽ വിവരം കൊടുത്തോ? സഭ കൂടാനോ വിചാരണ കേൾക്കാനോ പറ്റാത്ത അവസ്ഥയല്ലേ. കളരിക്കാരെ വിളിച്ച് വേഗം വേണ്ടത് ചെയ്യുക. മാമൂലും ക്രമവും അറിയാലോ? മറ്റച്ചമ്മാറയും വിവരം അറിയിച്ചോളൂ.

പിന്നെ എല്ലാം വേഗത്തിലായി. ആറ് കളരിയിൽ നിന്ന് രണ്ടു പേർ വീതം പന്ത്രണ്ടു പേർ പാഞ്ഞെത്തി. അവർ, മണ്ണിൽ തല ചതഞ്ഞ് ചോണോൻ ഉറുമ്പു പൊതിഞ്ഞ കോമനെ പച്ചമുളകൊണ്ടൊരുക്കിയ മഞ്ചലിൽ എടുത്ത് 'ഹര ഹരോ ഹര' മന്ത്രാരവങ്ങളോടെ തേപ്പത്ത് വീട്ടിലേക്ക് കുതിച്ചു. അപ്പോഴേക്കും ചേരനും ഭാര്യയും മൂന്നു മക്കളും വീ

ടൊഴിഞ്ഞ് പെരുമ്പുഴ കടന്നു കഴിഞ്ഞിരുന്നു. കോമന്റെ ശവം തേപ്പത്തെ പടിഞ്ഞാറ്റയിൽ കിടത്തിയ ശേഷം നല്ലെണ്ണ നന്നായൊഴിച്ചു കത്തിച്ചു.

കണ്ടു നിന്ന ബന്ധുക്കളുടെ നിലവിളികൾക്കൊപ്പം തേപ്പത്ത് വീടും കത്തിയമരാൻ തുടങ്ങി. മഞ്ചലേറ്റിയ പറമ്പ് എന്ന അർത്ഥത്തിൽ ഇത്തരം ഭൂമിയെ 'മഞ്ചപ്പറമ്പ്' എന്നാണ് വിളിച്ചുവന്നത്. പയ്യന്നൂർ അമ്പലത്തിന് അടുത്തും അകലെയുമായി നാല് മഞ്ചപ്പറമ്പുകൾ പത്തു കൊല്ലം മുമ്പു വരെ ഉണ്ടായിരുന്നു. പിന്നീട് പേരു മാറ്റിയതും ഇക്കൂട്ടത്തിൽപെടുന്നുണ്ട്.

സമുദായത്തിന്റെ അഭിവൃദ്ധിയും കെട്ടുറപ്പും ഉറപ്പു വരുത്താൻ ചുമതലയുള്ളവർ കൂടിയാണ് അച്ചന്മാർ. അകത്തെ കൊട്ടാരത്തിൽ അവർ ഒത്തുകൂടി ഷൺമുഖ സ്വാമിയെ തൊഴുതു വന്നാണ് വിചാരണ ചെയ്യുക. വാദിയും പ്രതിയും കോടതി മുമ്പാകെ എന്ന പോലെ അവരവരുടെ ന്യായവാദങ്ങൾ നിരത്തും. കൊലപാതകക്കുറ്റത്തിന്ന് ശവത്തോടൊപ്പം പ്രതിയുടെ വീടടക്കം തീ എരിക്കലാണ് ശിക്ഷ. അപ്പോഴേക്കും ഉറപ്പായ സമുദായ ഭ്രഷ്ട് ഭയന്ന് വീട്ടുകാർ കുടിയൊഴിഞ്ഞു പോയിരിക്കും.

മോഷണം, വ്യഭിചാരം, അന്യജാതിക്കാരനുമായുള്ള അവിഹിതബന്ധം, ചതുർഘടി (പയ്യന്നൂർ)യുടെ നാലതിരുകളായ ജലാശയങ്ങൾ കടന്നുപോകൽ, തീവണ്ടി കയറൽ എന്നിവയെല്ലാം കഠിന ശിക്ഷകൾക്ക് കാരണമാകുന്നു.

വ്യഭിചാരം അന്യജാതിക്കാരനുമായാണ് എന്ന് ബോധ്യമായാൽ സമുദായത്തിൽ നിന്നും കുടുംബത്തിൽ നിന്നും നിഷ്ക്കരുണം ഭ്രഷ്ടയാക്കപ്പെടും. ആർക്കുമാർക്കും ആ കർശന ശിക്ഷയെ മറികടക്കാനാകുമായിരുന്നില്ല. സമുദായത്തിൽ നീതി നടപ്പാക്കുന്ന കാര്യത്തിൽ ധനിക ദരിദ്ര ഭേദമേയില്ല. പ്രതാപമുള്ള ഒരു തറവാട്ടിലെ സ്ത്രീ അവിഹിതഗർഭം ധരിച്ചതും വിചാരണയ്ക്കുനിൽക്കാതെ തീവണ്ടിക്കു ചാടി മരിക്കാൻ തുടങ്ങിയപ്പോൾ വണ്ടിയിലെ യാത്രക്കാരിയായ ഒരു ഡോക്ടർ കൂടെക്കൂട്ടിയതും പരിചരിച്ചതും മക്കളില്ലാത്ത ഡോക്ടർ ആ നവജാത ശിശുവെവളർത്തി നല്ല നിലയിൽ എത്തിച്ചതും ഈ ശിക്ഷാ ചരിത്രത്തിന്റെ ബാക്കിപത്രങ്ങളാണ്. പത്ത് കൊല്ലം മുമ്പ് ആ മകൾ തന്റെ കുടുംബക്കാവിലെ കളിയാട്ടം കാണാനെത്തിയതും രക്ത ബന്ധമുള്ളവർ അവൾക്കു ചുറ്റും കാണാൻ തിങ്ങിക്കൂടിയതും ഓർക്കുന്നു. മോഷണത്തിനും കയ്യേറ്റത്തിനും അതിരു പ്രശ്നത്തിനും സ്വജാതിക്കാരനു

മായുള്ള അവിഹിതവേഴ്ചയ്ക്കും പെരുമാൾക്ക് ശിക്ഷാ വഴിപാട്, പ്രായശ്ചിത്ത വഴിപാട് തുടങ്ങിയ ശിക്ഷകളും പെരുമാൾക്ക് വഴിപാട് കഴിച്ച ശേഷം പിഴപ്പിച്ച പെണ്ണിനെത്തന്നെ പ്രതിയെക്കൊണ്ട് നാലു വീടറിയിച്ച നിർബന്ധസംബന്ധം കഴിപ്പിക്കലും നടപ്പാക്കിയിരുന്നു.

തീവണ്ടി കയറിയാലും അതിരു പുഴ കടന്നാലും ഭ്രഷ്ടു തന്നെയാണ് ശിക്ഷ. അതിർ പുഴ കടക്കൽ, തീവണ്ടി കയറൽ, അവിഹിത വേഴ്ച എന്നിവയ്ക്കെല്ലാം ശിക്ഷ വാങ്ങേണ്ടി വന്നത് സ്ത്രീകൾ മാത്രമായിരുന്നു. അവിഹിതബന്ധത്തിന് പോയി കാലിൽ മൂർച്ചയേറിയ ചെറാക്കത്തി കൊണ്ടുള്ള ആഴത്തിലുള്ള മുറിവു കിട്ടിയ ഒരു ധനാഢ്യൻ തന്നെ കരുതിക്കൂട്ടി ആക്രമിച്ചെന്ന് മജിസ്ട്രേറ്റ് കോടതിയിൽ കേസ്സു കൊടുത്തതും ആ സാധുസ്ത്രീയെ മൂന്നു മാസം തടവറയിലാക്കിയതും മറ്റൊരു ചരിത്രമാകുന്നു. ഭ്രഷ്ടയാക്കപ്പെട്ട അവർ കുടിയാന്മലയിലെ ഒരു ക്രിസ്ത്യാനിക്കുടുംബാംഗമായി മാറുകയായിരുന്നു.

പൊതുവാൾ സമുദായത്തിന്റെ സമുന്നമനം ലക്ഷ്യമാക്കി പാരമ്പര്യവും മാമൂലും നാട്ടു നടപ്പും അനുസരിച്ച് കാര്യങ്ങൾ നടപ്പിലാക്കാൻ അച്ചന്മാർ ബദ്ധശ്രദ്ധരായിരുന്നു. ആധ്യാത്മികമായ കാര്യങ്ങളിലും സമുദായത്തിന്റെ നിത്യ നൈമിത്തിക കാര്യങ്ങളിലും വ്യക്തമായ സ്വാധീനം ചെലുത്താനും അധികാരം പ്രയോഗിക്കാനും ഈ തറവാട്ടച്ചന്മാർക്കു അന്ന് സാധിക്കുമായിരുന്നു.

സ്വാതന്ത്ര്യത്തിന്റെ പൊൻ വെളിച്ചം പരന്നതോടെ, അതുവരെ രഹസ്യമായും മറ പിടിച്ചും നടത്തിയ ഉൽപ്പതിഷ്ണുക്കളുടെ പരസ്യമായ മാമൂൽ നിഷേധവും സമുദായ നിയമ ലംഘനങ്ങളും പലേടങ്ങളിലും ഏറ്റുമുട്ടലുകൾക്കും കയ്യാങ്കളികൾക്കും ഇടയാക്കി. മാമൂലുകൾ നിരർത്ഥകങ്ങളും യുക്തിഹീനങ്ങളുമാണ് എന്ന് പുരോഗമന വാദികൾ കാര്യകാരണ സഹിതം പ്രചരിപ്പിച്ചു.

കന്യക ഋതുമതിയാകുന്നതിന് മുമ്പ് പതിനൊന്നാം വയസ്സിൽ നടത്തേണ്ട ചടങ്ങാണ് പന്തൽ മംഗലം. ചരടുകെട്ടു കല്യാണം എന്ന പേരിലും അറിയപ്പെടുന്ന ഏറെ സാമ്പത്തിക ബാധ്യത വരുന്ന മാമൂൽ ചടങ്ങാണ് ഇത്. സമുദായത്തിലെ പല തറവാടുകളും ദരിദ്രരും പരാശ്രയവിധേയരുമാകേണ്ടിയും വന്ന ഈ മംഗലം എന്ന മൂന്നു നാൾ നീണ്ടുനിൽക്കുന്ന ചടങ്ങിന്നെതിരെയാണ് ആദ്യത്തെ പരസ്യ പ്രതിരോധം ഉയർന്നത്. വീട്ടുമുറ്റത്ത് പന്തൽ കെട്ടി നാലു ഭാഗവും തൂക്കുവിളക്ക് തുക്കിയിരിക്കും. പൊതുവാൾ തറവാട്ടിലെ ഒരു കന്യക വിവാഹിതയാകണമെങ്കിൽ മംഗലം കഴിഞ്ഞിരിക്കണമെന്നാണ് വിധി. മൂന്നുനാലു ദിവ

സങ്ങളിൽ ആയി ബന്ധുക്കളെയെല്ലാം ക്ഷണിച്ചു വരുത്തി ആറു നേരത്തെ സദ്യ കൊടുക്കണം. സമപ്രായക്കാരായ കൂട്ടുകാരികൾ കൂടെക്കൂടിയും പാട്ടും സല്ലാപവും ആണ്.

അതു കഴിഞ്ഞാൽ മൂന്നാം ദിവസമാണ് വലിയ ചടങ്ങ്. കന്യകയെ, കൂട്ടുകാരികൾ സ്വർണ്ണ നിറത്തിലുള്ള തിരിയോല കൊണ്ട് 'പത്താക്ക് (കഴുത്തിൽ പൊന്ന്)ലോ ലാക്ക് (കർണ്ണാഭരണം) നെറ്റിപ്പൊന്ന് കൈവള എന്നിവ ഉണ്ടാക്കി, അണിയിക്കും. പിന്നെ ക്ഷണിക്കപ്പെട്ടു വന്നുചേർന്ന ബന്ധുക്കൾ കേൾക്കേ മുഹൂർത്തം നോക്കിയ കണിയാർ നേരമായെന്നറിയിച്ചാൽ കൂട്ടുകാരികൾക്കൊപ്പം തറവാട്ടുകുളത്തിലേക്ക് വിളക്കും തളികയും കുരവയുമായി നീരാട്ടിനിറങ്ങും. കന്യക കയ്യിൽ പോള വിടരാത്ത ഒരു തെങ്ങിൻ കൂമ്പ് പിടിച്ചിരിക്കും. കുളത്തിൽ മൂന്നുവട്ടം മുങ്ങി നിവരുമ്പോഴേക്കും തിരിയോലപ്പൊന്നും കയ്യിലെ കൂമ്പും കളയും.

ഇണങ്ങത്തി തല്ലിയുടച്ച കൂമ്പിൽനിന്ന് പുറത്തേക്കു ഉതിർന്ന മണികൾ നോക്കി സന്താനലബ്ധി പ്രവചിക്കും. മുഹൂർത്തം തെറ്റാതെ അച്ഛനും ബന്ധുക്കളും വീട്ടിലെത്തും. അമ്മായി പുതിയ മൺകുടുക്കയിൽ ഉണക്കലരിയും കെട്ടുവെക്കാനുള്ള വെറ്റിലടക്ക, കോടിപ്പുടവ, കറുപ്പു ചരടിൽ കോർത്ത 'പൊക്കൻ താലി' (സ്വർണ്ണത്താലി) എന്നിവയും കൊണ്ടാണ് എത്തുക. കുളിച്ച് കോടിപ്പുടവ തറ്റുടുത്ത് പന്തലിൽ ഇറങ്ങുന്ന മകൾക്ക് അച്ഛൻ ഈ താലി കെട്ടിക്കൊടുക്കും. കളത്തിലെ കന്നിക്കോണിൽ തയ്യാറാക്കിയ അടുപ്പിൽ ഉരുളിയിലെ വേവുന്ന ഉണക്കലരി ചട്ടുകം കൊണ്ട് കന്യക പതുക്കെ ഇളക്കുമ്പോൾ 'പൊതാട്ടി' (പൊതുവാട്ടി) എന്നു മൂന്ന്വട്ടം മാരാർ പേർ വിളിക്കും. ഇതാണ് പൊതുവാട്ടിയാക്കൽ ചടങ്ങ്.

മരുമക്കത്തായ വ്യവസ്ഥ തുടരുന്ന പൊതുവാൾ കാരണവന്മാർ കന്യകയുടെ മംഗലച്ചടങ്ങിന് വയൽ നിലങ്ങൾ വിറ്റാണ് അഭിമാനം കാത്തത്. മൂന്നും നാലും കന്യകമാർ ഉണ്ടായ വീടുകൾ പരമദരിദ്രരായി മാറിയത് ഈ മാമൂലുകൾ മൂലമാണ്. പന്തൽ മംഗലം കഴിയാത്ത കന്യകയെ അക്കാലത്ത് ആരും സംബന്ധം കഴിക്കുകയില്ലായിരുന്നു. (വിപ്ലവകരമായ അത്തരമൊരു വിവാഹം കഴിച്ചത്, കവിയും സ്വാതന്ത്ര്യ സമര സേനാനിയുമായിരുന്ന കെ വി ശേഖരപ്പൊതുവാൾ ആയിരുന്നു.)

പയ്യന്നൂരിലും അന്നൂരിലും മാമൂൽ ലംഘിക്കുവാൻ ധൈര്യമില്ലാതിരുന്ന ചില തറവാട്ടു മുറ്റങ്ങൾ കയ്യാങ്കളിയുടെയും വാഗ്വാദങ്ങളുടെയും വേദികളായി മാറി. പുതുക്കലത്തിൽ കൊണ്ടുവന്ന ഉണക്കലരി പെ

രുവഴിയിൽ തട്ടിയുടച്ച് പൊക്കൻതാലി പിടിച്ചു പറിച്ച് മംഗലം മുടക്കിയ സംഭവങ്ങളും അരങ്ങേറി. മാമൂൽ വാദികളും പുരോഗമന വാദികളും തമ്മിലുള്ള ഈ വിഭാഗീയതയെ 'പുതിയതും പഴേതും' എന്ന പേരിലാണ് അറിയപ്പെട്ടത്.

സമുദായത്തിന്റെ ആധ്യാത്മികവും ഭൗതികവുമായ പുരോഗതി മാമൂലുകളെ പറിച്ചെറിഞ്ഞാലേ സാധിക്കൂ എന്ന് വീടുവീടാന്തരം കയറി പ്രചരണം നടന്നു.

പുരോഗമന പരിഷ്ക്കരണ ശ്രമങ്ങൾക്ക് നേതൃത്വം കൊടുത്തത് വണ്ണാടിൽ പുതിയ വീട്ടുകാരായിരുന്നു. അത് പതുക്കെ പല തറവാടുകളുടെയും കൂട്ടായ്മയിൽ ശക്തി പ്രാപിക്കുകയായിരുന്നു.

പാരമ്പര്യത്തെയും മാമൂലുകളേയും കടുകിട വിടാതെ പിൻതുടരുന്നതിൽ നേതൃത്വ നിരയിൽ ചൂവാട്ടച്ചനും മറ്റ് അച്ചന്മാരുമായിരുന്നു. മാമൂൽ ലംഘിച്ചവരെ സമുദായത്തിൽ നിന്ന്പുറത്താക്കുമെന്ന വിധികളെ പല സ്ഥലങ്ങളിലും പുരോഗമനവാദികൾ എതിർത്തു തോൽപ്പിച്ചു. നൂറ്റാണ്ടുകളായി അനുശീലിച്ചു പോരികയും ശക്തമായ നിലപാടുകളിലൂടെ സമുദായത്തിന്റെ കെട്ടുറപ്പിനെ ഭദ്രമാക്കുകയും ചെയ്ത അച്ചന്മാരെയും അവർ കയ്യേറ്റ നിയമപ്രകാരമുള്ള അധികാരാവകാശങ്ങളേയുമെല്ലാം തൃണവൽഗണിക്കുന്നതും ചോദ്യം ചെയ്യപ്പെടുന്നതും തോൽവിയിൽ ഒടുങ്ങുന്നതും വലിയ മന:ക്ലേശത്തിന്നും അപമാന ബോധത്തിന്നും ഇടയാക്കി.

അതിനൊക്കെ മുൻപന്തിയിൽ നിന്ന ചൂവാട്ടച്ചൻ ഊണും ഉറക്കവും വെടിഞ്ഞ് പദ്ധതികൾ പലതും ആസൂത്രണം ചെയ്തു. എന്നാൽ പ്രതിയോഗികൾ കൂടുതൽ കൂടുതൽ ശക്തിയാർജിച്ചു.

ആയിടെയാണ് പയ്യന്നൂർ ഇടവലത്ത് തറവാട്ടിൽ ഒരു മരണം നടന്നത്. പ്രായമേറിയ മുത്തശ്ശിയുടെ ശവദാഹം കഴിഞ്ഞ് അന്നു തന്നെ ബലി ക്രിയാദികൾ നടത്തുവാൻ, മക്കൾ, ഇത്തിരി ദൂരത്തുള്ള കലിയന്തിൽ കുളത്തിൽ കുളിക്കാനെത്തി. കലിയന്തിൽ കാരണവർ രാമപ്പൊതുവാൾ കൊടുങ്കാറ്റു പോലെ പാഞ്ഞു വന്ന് തടഞ്ഞു.

"ഞാങ്ങള് പുതിയതിലുള്ളവരാ.. അത് കൊണ്ട് ഈ കുളത്തിൽ കുളിക്കണ്ട..! കേമനായ ചൂവാട്ടച്ചനില്ലേ.? കുളം കുത്തിത്തരാൻ പറ..."

തമാശയാകാം എന്നു കരുതി ഒന്നുരണ്ടുപേർ പടവിലേക്കിറങ്ങിയപ്പോൾ രാമപ്പൊതുവാളുടെ മട്ടുമാറ്റി:

അദ്ദേഹം സംഹാരരുദ്രനെപ്പോലെ അലറി.

"പറഞ്ഞാ തിരിയിലേ... കുളം തീണ്ടാതെ കേറിപ്പോ... എരുമക്കാലി

കളെ..." കുളക്കര സംഘർഷ വേദിയാകേണ്ട എന്ന് കരുതി അവർ നിരാശയോടെ മടങ്ങി. വിവരം ചൂവാട്ടച്ഛനെ അറിയിച്ചു.

കോപവും സങ്കടവും കൊണ്ട് നിന്നുനീറിയ അദ്ദേഹം ഉടനെ കെണിയൻ വളപ്പിൽ അമ്പുവിന്ന് ആളയച്ചു. അന്നൂർ ഗ്രാമത്തിലെ അരോഗദൃഢഗാത്രനായ അമ്പു, ചൂവാട്ടച്ഛൻ പറഞ്ഞാൽ, ഏഴിമല ചുമന്നുകൊണ്ടു വരണമെന്നാണെങ്കിൽ അതിന്നും തയ്യാറാകും.

ചൂവാട്ടച്ഛന്റെ കോപവും മനസ്താപവും സ്വന്തം മനസ്സിലേറ്റു വാങ്ങിയ അമ്പു ആദ്യം ഉറപ്പു നൽകിയത് 'ഇന്നു രാത്രിക്കു മുമ്പെ ഇടവലത്ത് തറവാടിന്നടുത്ത കണ്ടത്തിൽ ഒരു കൊളം ഞാനുണ്ടാക്കും.' അമ്പുവിന്റെ കൈക്കോട്ടു പട്ടാളം പയ്യന്നൂരേക്ക് കുതിച്ചു. പതിനഞ്ച് കൈക്കോട്ടുകൾ ഒരേ താളത്തിൽ അമ്പുവിന്റെ ഭാവനയ്ക്കനുസരിച്ച് നനവാർന്ന മണ്ണിൽ ഉയർന്നു താണു. ഉച്ച കഴിഞ്ഞ നേരത്ത് തുടങ്ങിയ കുളം പണി വൈകീട്ട് ആറു മണിക്കു മുമ്പെ തീർത്തു. സ്ഫടികതുല്യമായ തെളിനീർ. ചുറ്റിലുമായി നോക്കി നിന്നവർ ആശ്ചര്യപ്പെട്ടു. കർത്തവ്യം നിർവഹിച്ച അമ്പുവും സംഘവും വിയർത്തൊലിച്ച് കൈക്കോട്ടും ചുമലിലേന്തി അന്നൂരേക്ക് കുതിച്ചു. അഭിമാനമുണർന്ന ചാവുകാർ ആ വെള്ളത്തിൽ മുങ്ങി, തറവാട്ടുമുറ്റത്ത് ആദ്യ ബലിക്രിയാദികൾ നടത്തി.

വാർത്ത കേട്ടറിഞ്ഞ് സന്തോഷവും അഭിമാനവും തുടി കൊട്ടുന്ന മനസ്സുമായി തറവാട്ടു കുളത്തിൽ മുങ്ങിക്കുളിച്ച്, സന്ധ്യാജപം തുടങ്ങിയ അച്ഛനെത്തേടി ബി എ രാമപ്പൊതുവാൾ എത്തി.

"മനസ്സ് ബേജാരാവണ്ട... തളിപ്പറമ്പ് കോടതിയിൽ.... നമ്മൾ പരാജയപ്പെട്ടു."

"നാളെ രാവിലെ വരാം... മദിരാശി ഹൈക്കോടതിയിൽ അപ്പീൽ കൊടുക്കണം... എന്തു തന്നെയായാലും നനഞ്ഞില്ലേ? ഇനി കുളിച്ചു തന്നെ കയറാം..."

രാമന്റെ വാക്കുകൾ അവിശ്വസനീയമായിരുന്നു. ഒരു ദീർഘനിശ്വാസത്തോടെ കൊട്ടിലകത്തെ ചിത്രത്തൂണിനു മുന്നിൽ അച്ചൻ സാഷ്ടാംഗം പ്രണമിച്ചു.

എന്റെ പെരുമാളേ...

നാടുണരുന്നു

സ്വാതന്ത്ര്യസമരകാഹളം നാടെമ്പാടും അലയടിച്ചു. പയ്യന്നൂരിലും അന്നൂരിലും ചെറുപ്പക്കാർ ആവേശപൂർവ്വം സമരപ്രവർത്തനങ്ങളിൽ മുഴുകി. വൈസ്റോയ് ദൽഹൗസി പ്രഭു നടപ്പിലാക്കുന്ന തീവണ്ടി, പോസ്റ്റൽ, കമ്പിത്തപാൽ സംവിധാനങ്ങൾ ഇംഗ്ലീഷ് പട്ടാളത്തിന് എളുപ്പത്തിൽ വിവരമറിയാനും കൂട്ടത്തോടെ അടിച്ചമർത്താനും വേണ്ടിയുള്ളതാണെന്ന ചിന്ത ശക്തമായി. അതോടെ റെയിൽപ്പാളം ഇരുട്ടിന്റെ മറവിൽ തകർക്കാനും തപാൽപ്പെട്ടി എടുത്ത് പുഴയിൽ എറിയാനും സാഹസികരായ ചെറുപ്പക്കാർ മടിച്ചില്ല. അന്നൂർ ആനിടിൽ കിഴക്കിനകത്ത് കൃഷ്ണനൻ (എ.കെ. കൃഷ്ണൻമാസ്റ്റർ) തന്റെ കൂട്ടുകാരെയും കൂട്ടി നടത്തിയ വിപ്ലവപ്രവർത്തനം ശ്രദ്ധേയവും സാഹസികവും ആയിരുന്നു. എം.എസ്.പി.ക്കാർ തലങ്ങും വിലങ്ങും പാഞ്ഞുനടക്കുന്ന, പിടികൂടിയാൽ കഠിനമായ ശിക്ഷ ലഭിക്കുന്ന കുറ്റകൃത്യങ്ങൾ ചുമത്തുന്ന കാലം. അക്കാലത്താണ് അന്നത്തെ അന്നൂരിലെ മുഖ്യസ്വാതന്ത്ര്യസമര സേനാനി എ.കെ. കുഞ്ഞിരാമപ്പൊതുവാളുടെ അനുജൻ ഈ പ്രവർത്തനത്തിന് ഇറങ്ങിയത്. തന്റെ സന്തതസഹചാരികളായ പിലാക്കക്കണ്ണനോടും പടിഞ്ഞാറെ കണ്ടമത്ത് കുഞ്ഞുമ്പുവിനോടും ഒപ്പം ആണ് ആ ധീരകൃത്യത്തിന് ഇറങ്ങിയത്. അവർ മൂവരും ഒത്തുചേർന്ന് സമയവും സ്ഥലവും മുൻകരുതലും തീരുമാനിച്ചു. എല്ലാറ്റിനും നേതൃത്വം കൃഷ്ണനൻ തന്നെ.

തീരുമാനിച്ച മൂന്നാംനാളായി. അന്ന് ഒരു ഞായറാഴ്ച സന്ധ്യ. മഴക്കോളുള്ളതിനാൽ എം.എസ്.പിക്കാർ പുറത്തിറങ്ങാൻ മടിക്കും തീർച്ച. ചാറ്റൽ മഴയും ഇടക്കിടെ അസ്ഥികളിൽ പോലും തുളച്ചുകയറുന്ന ശീതക്കാറ്റും.

പൊടുന്നനെ അതിഭീതിദമായ വിധം കൊള്ളിയാൻ മിന്നിത്തുടങ്ങി. പേമാരി പൊട്ടിവീഴാൻ നേരമായെന്ന തോന്നൽ ശക്തമായി. ആ രാത്രി

യിലെ മഴക്കോള് കണ്ട് കണ്ടമത്ത് കുഞ്ഞമ്പു, പതുക്കെ പറഞ്ഞു.

"എടോ ഇന്നു വേണ്ട.. ആകാശം നോക്കിയാൽ, ഇപ്പം കോരിച്ചൊരിയും. മയയത്ത് ഇത്രദൂരം നിർകൂലം നടന്ന് പോയിറ്റ് പണി പറ്റിക്കാനാവ്വാ.. നനഞ്ഞൊലിച്ച്.. ആ സ്ഥലത്ത് എത്താനാവ്വാ.. അതുവല്ല, നനഞ്ഞൊലിച്ച് വരുമ്പം. ഏടുന്നടാ വര്ന്ന് രാത്രി? ഏടപോയത്ന്ന് ചോയിച്ചാല്.. നമ്മ കാട്ടാളമ്മാറോട് എന്തുത്തരം പറയും..?"

"കുഞ്ഞമ്പൂ.. നീ എപ്പഴും ഇങ്ങനയന്നെ.. ഒരു കാര്യത്തിനിറങ്ങുമ്പം നിനിക്ക് എപ്പളുണ്ടാവും മുശി മീടും കാട്ടി ഒരു മൊടക്കം പറയല്.. മയക്കാലത്ത് മയ പിന്ന മയ ഇണ്ടാവൂലേ.. അത്വല്ല നമ്മ ചെയ്യേണ്ട പണിനപ്പറ്റി നീ ആലോയിച്ചിനാ.. പറ്റിയ സമയാ ഇത്. ചോയിക്കട്ട്.. സ്വാതന്ത്ര്യം വേനക്കാലായിറ്റുമതി.. ല്ലേ?" കൃഷ്ണൻ അസഹ്യത മറച്ചുവച്ചില്ല..

"അത് ഇവന്റെ സിരംസ്വഭാവമല്ലേ. നീ വന്നില്ലങ്കി വേണ്ട.. കൃഷ്ണാ നമ്മക്ക് പോവാം." പിലാക്കാക്കണ്ണൻ ഇരുട്ടിലേക്കിറങ്ങി. ഒപ്പം കൃഷ്ണനും. കുഞ്ഞമ്പു തോർത്തുമുണ്ടും തലിൽക്കെട്ടി കൂടെ ഇറങ്ങി.

"പോന്നത് സദ്യക്കൊന്ന്വല്ലല്ല... ചെലപ്പം തച്ച് ഒലുമ്പം.. ല്ലങ്കില് ജയില്.. കിട്ടുന്നങ്കി മൂന്നാക്കുമാകട്ട്.. ഞാനും വരും..."

ഇരുട്ടിനെ മുറിച്ച് ആ മൂവർസംഘം പുഴവക്കത്തുകൂടി ധൃതിയിൽ നടന്നു. ലക്ഷ്യസ്ഥാനം അടുത്തതോടെ നെഞ്ചിടിപ്പ് കൂടിക്കൂടിവന്നു.

"എന്തേ നോക്ക്ന്ന് അതാ തപാൽപെട്ടി.." മിന്നൽവെളിച്ചത്തിൽ അത് തെളിഞ്ഞു. ഓളോറക്കടവിനടുത്ത് കടവത്ത് വെച്ച ചുവന്ന തപാൽപ്പെട്ടി കെട്ടിവളച്ച വണ്ണമുള്ള കമ്പി കൃഷ്ണനന് കയ്യിൽ കരുതിയ കൊട്ടിലുകൊണ്ട് വേഗം മുറിച്ചെടുത്തു. തൂക്കിയെടുത്തു. ആ നേരം പിലാക്കകണ്ണൻ, ചുറ്റിലും ഒന്ന് നോക്കി വേഗം മേൽപ്പറമ്പിൽ കയറ്റി റയിലിന്റെ സിഗ്നൽകമ്പി ചവണ കൊണ്ട് മുറിച്ചു. കൊണ്ടുപോയ കൊമ്പൻ ചവണകൊണ്ട് മൂവരം ആഞ്ഞുവലിച്ച് പാളം ഉറപ്പിച്ച വലിയ സ്ക്രൂ നാലെണ്ണം അഴിച്ചിട്ടു: അപ്പോഴേക്കും മഴ തുടങ്ങി. ഒപ്പം കോരിച്ചൊരിയുന്ന മഴ.. കാതടിപ്പിക്കുന്ന ഇടിയും.

"വാ... മിന്നലുണ്ട്.. നമ്മള കാണും. ഇനി നിക്കണ്ട.. നടക്ക്..."

മൂന്നുപേരും മടങ്ങി.. ഏത് നിമിഷവും പിടിയിൽ പെടാം എന്ന ചിന്തയോടെ വേഗം വേഗം നടന്നു. നനഞ്ഞ തോർത്ത് തലയിൽക്കെട്ടി, ചരൽ വാരി എറിയുന്ന പെരുമഴയത്ത് നടക്കുമ്പോഴാണ് കണ്ണൻ മിന്നലിൽ അത് കണ്ടത്.

"ഏ ചങ്ങാതീ, നീ ഈ പെട്ടി പൊയീലെറിഞ്ഞില്ലേ..?"

അന്നേരമാണ് കുഞ്ഞമ്പു കൊറ്റിമുക്കിൽനിന്ന് തൂക്കിയെടുത്ത തന്റെ കയ്യിലെ പോസ്റ്റ്പെട്ടിയെപ്പറ്റി ഓർത്തത്.

തെല്ലു ദേഷ്യത്തോടെ കണ്ണൻ പറഞ്ഞു: "അവരെങ്ങാനും കണ്ടാല് പറയാൻണ്ടാ.. തൊണ്ടിസഹിതം പിടിയിലാവും.. എനി ഏട ചാടല് ഇത്.."

അപകടം ബോധ്യമായ അവർ വേഗം റോഡുവക്കിലെ എണ്ണയാട്ടു പുരയിലേക്ക് കയറി. അവർ നനഞ്ഞ തോർത്ത് പിഴിഞ്ഞുടുത്തു. വലിയ മുണ്ടുകൊണ്ട് പോസ്റ്റ്പെട്ടി പൊതിഞ്ഞുകെട്ടി, കൃഷ്ണൻ അത് തോളിൽ തൂക്കിഎടുത്തു. ഒന്നും പറയണ്ട. ഒക്കെ.. വഴിയുണ്ട്. ഇനി യെല്ലം വരുമ്പോലെ വരട്ട്...

അവിടെ നിന്നിറങ്ങി പത്തുവാര അവർ നടന്നില്ല. അതാ! ഒരു വലിയ വെളിച്ചം ഒഴുകിവരുന്നു. ഒപ്പം നാലുനിഴലുകളും. എം.എസ്.പിക്കാർ തന്നെ. കനത്ത ബൂട്സ് നിരത്തിൽ പതിക്കുന്ന ശബ്ദവും.. പിടിക്കു മെന്നുറപ്പായി. നിമിഷങ്ങൾ കഴിഞ്ഞില്ല. മിന്നൽവെട്ടത്തിൽ വ്യക്ത മായും കണ്ടു. അവർ തന്നെ. സെർച്ച് ലൈറ്റ് മുന്നിലെത്തി. മൂന്നുപേ രേയും അടിമുടി അവർ ടോർച്ചടിച്ച് വിശദമായി പരിശോധിച്ചു.

അവർ ആ വെളിച്ചത്തിൽ കുളിച്ചു. മഴത്തുള്ളിയിലും ശീതക്കാറ്റിലും അടിമുടി വിറപൂണ്ടു.

കൊമ്പൻമീശക്കാരൻ അലറി..

"എന്തിനാടാ പാതിരായ്ക്ക് എന്താടാ നിന്റെ തോളില്?"

കൃഷ്ണൻ തൊഴുകൈയോടെ വിനയപൂർവ്വം പറഞ്ഞു.

"തമ്പ്രാമ്മാറേ.. കണ്ണങ്ങാട്ട് കാവില് ഇന്ന് അടിയന്തിരായിനിം.. അത് കയിഞ്ഞ് വരു.. തോളില് അടിയന്റെ ചെണ്ട്യാ..."

എന്താണാവോ അടുത്ത പടി എന്ന് ചിന്തിച്ചുവിയർത്തു. കെട്ട് അഴി ക്കാൻ പറഞ്ഞാൽ.. അതോർത്ത് നെഞ്ച് പടുപടാ മിടിച്ചു.

"ഈറ്റിങ്ങക്ക് രാത്രിയില്ല, പകലൂല്ല.. മയയും മഞ്ഞും ഒരുപോലെ ഇങ്ങനെ ഓരോ ജന്മങ്ങൾ..'

വയറ്റിപ്പിഴപ്പ്.. കനിയണ്ടേ.. പോയ്ക്കോണ്ട്.. പാവങ്ങള്.. സഹപ്ര വർത്തകന്റെ സഹതാപം വലിയ അനുഗ്രഹമായി.. ആനിട് കൃഷ്ണന്റെ വിനീതവും അവസരോചിതമായ അന്നത്തെ ഉത്തരം അവിസ്മരണീ യമായിരുന്നു.

സംഭവബഹുലമായ നാലുനാൾ പിന്നെയും കഴിഞ്ഞു സമരക്കാരെ നേരിടാൻ അധികാരികൾ കൂടുതൽ ഒരുക്കങ്ങൾ തുടങ്ങി. ചുവന്ന തൊപ്പി ക്കാരുടെ നിരാശ ഭ്രാന്തമായി മാറി. അവരുടെ തേരോട്ടം തലങ്ങും

വിലങ്ങും ഭീതിദമായി നടമാടി.

അങ്ങിങ്ങായി തലപൊക്കുന്ന സ്വാതന്ത്ര്യചിന്തയുടെ കൂമ്പടക്കുവാൻ പ്രദേശങ്ങളക്കുറിച്ച് നല്ല പരിചയമുള്ള എം.എസ്.പി.ക്കാരെത്തന്നെ അധികാരികൾ നിയോഗിച്ചു. പയ്യന്നൂരിലും പരിസരപ്രദേശങ്ങളിലും കെ. കേളപ്പന്റെ നേതൃത്വത്തിൽ വരുന്ന ഉപ്പുസത്യാഗ്രഹ സമരത്തിന്നായുള്ള ഒരുക്കങ്ങൾ വിപുലമായി, എന്നാൽ അതിരഹസ്യമായി നടക്കുന്നതായി അധികാരികൾക്ക് അറിവ് കിട്ടി. അവർ ഉണർന്നു. പലേടങ്ങളിലും മുൻകരുതൽ ഒരുക്കി. മുപ്പത്തിമൂന്ന് പേർ അടങ്ങുന്ന വളണ്ടിയർമാരുടെ കോഴിക്കോട്ടുനിന്ന് പുറപ്പെട്ട ജാഥയെ ജനങ്ങൾ ആവേശത്തോടെ വഴിനീളെ സ്വീകരിച്ചു. ജാഥ എടനാട് കഴിഞ്ഞ് പയ്യന്നൂർ പെരുമ്പക്കടവിലെത്തി. കടവിൽ വി.ജി. നായനാരുടെ നേതൃത്വത്തിൽ ഗംഭീരമായ സ്വീകരണം നൽകി. കെ. കൃഷ്ണപ്പിള്ള, സി.എച്ച്. ഗോവിന്ദൻ നമ്പ്യാർ, മൊയാരത്ത് ശങ്കരൻ, വിഷ്ണുഭാരതീയൻ തുടങ്ങിയവർ കേളപ്പനെയും സംഘത്തെയും രാമന്തളി പൂച്ചാൽ കടപ്പുറത്തേക്കാണ് ആനയിച്ചത്. സംഘം രാത്രിയിൽ തങ്ങിയത് കൊറ്റിക്കടവിനടുത്തുള്ള സാമുവൽ ആറോണിന്റെ ബംഗ്ലാവിൽ ആയിരുന്നു. പദ്ധതിയിട്ട പ്രകാരം അതിരാവിലെ തന്നെ അവർ പൂച്ചാൽ കടപ്പുറത്തെത്തി. ചുറ്റോടുചുറ്റിലും എം.എസ്. പിക്കാരുടെ വിപുലമായ സന്നാഹം. ലാത്തിയും തോക്കുമേന്തിയ നിയമപാലകർ. കാണാനെത്തിയവരും വളണ്ടിയർമാരും നാട്ടുകാരും ആ അപൂർവ്വ സമരം കാണാൻ തിങ്ങിനിറഞ്ഞിരുന്നു. കെ.കേളപ്പൻ സധൈര്യം മുന്നോട്ടുവന്ന് വിളിച്ചുപറഞ്ഞു.

“ഞങ്ങൾക്ക് ഉപ്പു സ്വന്തമായി കുറുക്കാൻ കഴിയും. ഈ ഉപ്പിന് നികുതി തരാൻ ഞങ്ങൾ ഒരുക്കമല്ല. ഞങ്ങളിതാ ഉപ്പു നിയമം ലംഘിക്കുന്നു.”

അതോടെ, ‘വരിക, വരിക നമ്മളെന്തിനുപ്പു നികുതി നൽകണം..” തുടങ്ങിയ സമരഗാനമുയർന്നു. അടുപ്പുകൂട്ടി കടൽവെള്ളം കോരി കലത്തിലാക്കി കുറുക്കുമ്പോൾ ലാത്തിക്കാർ വിസിൽ കേട്ട് ഉണർന്നു. അവർ ചാടിവീണ് എല്ലാം തല്ലിപ്പൊളിച്ചു. പിന്തിരിയാൻ ഒരുക്കമല്ലെന്ന് ഭടന്മാർ പ്രഖ്യാപിച്ചപ്പോൾ ബലപ്രയോഗത്തിന് വേദിയൊരുങ്ങി. കണ്ടുനിന്നവർ ചിതറിയോടി.

പിറ്റേന്നാണ് ഉളിയത്ത് കടവിലേക്ക് സമരം മാറ്റിയത്. അവിടെവെച്ചാണ് സി.എച്ച്. ഗോവിന്ദൻ നമ്പ്യാർ, ടി.എസ്. തിരുമുമ്പ്, മൊയാരത്ത് ശങ്കരൻ, മാക്കുനി ശങ്കരൻ നമ്പ്യാർ തുടങ്ങിയ ധീരന്മാർ അറസ്റ്റിലായത്. സത്യാഗ്രഹം കാണാൻ പോയ ജ്യേഷ്ഠൻ കമ്മാരൻ ഒക്കെ വിശദ

മായി വിവരിക്കുന്നത് തികഞ്ഞ അഭിമാനത്തോടെയും ആവേശത്തോടെയാണ് കുഞ്ഞിക്കണ്ണൻ കേട്ടുനിന്നത്.

പിറ്റേന്ന് രാവിലെ അനിടിൽ തറവാട്ടുമുറ്റത്ത് വലിയ ചെമ്പിൽ ഉപ്പു കുറുക്കുന്നതറിഞ്ഞ് പോലീസുകാർ പാഞ്ഞെത്തി. എ.കെ. കുഞ്ഞിരമ പൊതുവാളും അനിയൻ കൃഷ്ണനനും എല്ലാ ഒരുക്കങ്ങളും നടത്തിയതാണ്. ചെമ്പും കടൽവെള്ളവും ഒരുക്കിവെച്ചത് എം.എസ്.പിക്കാർ വലിച്ചെറിഞ്ഞു. ലാത്തി ഉയർന്നപ്പോൾ കാണാൻ കൂടിനിന്നവർ പല വഴിക്ക് ഇറങ്ങിയോടി.

തിരിച്ചു നടന്നുവരുമ്പോൾ ഉറ്റചങ്ങാതി കെ.പി. കുഞ്ഞിരാമൻ പറഞ്ഞു.

“എടാ, കുഞ്ഞിക്കണ്ണാ.. നാളെ ഉപ്പുസമരം കൊക്കനാശ്ശേരി ബസാറിലാ.. കാണാൻ പോകാം നമുക്ക്.”

“അയ്യോ... കരിങ്ങണ്ണാർ വയലിൽ നാളെ വെതയാ. സമരം കാണാൻ വന്നാ പിന്നെ വീട്ടിൽ കേറണ്ട. അച്ഛൻ ഇതൊന്നും സമ്മതിക്കൂല.”

പലവട്ടം വിളിച്ചതാണ്. പോയില്ല. മനസ്സിന്റെ കോണിൽ ഒരു കുറ്റബോധം കെ.പി.യെ കാണുമ്പോഴൊക്കെ ഉണ്ടായിരുന്നു. പക്ഷേ...

അക്കൊല്ലം വിഷുദിവസം പുലർന്നു. അമ്മ കുഞ്ഞിക്കണ്ണനെ വിളിച്ചു. ആ സന്തോഷവാർത്ത അറിയിച്ചു.

“കണ്ണാ... പാർവ്വതിക്ക് ഇത് മൂന്നാം മാസാ... ഇനി ഓളെ നല്ലോണം മനസ്സുവെക്കണം...

ആ മനസ്സ് അന്നാദ്യമായി ഒരു അനിർവചനീയമായ ആനന്ദമറിഞ്ഞു. ഏതോ ഒരുത്തരവാദിത്തബോധം വന്നുചേർന്നപോലെ.

അന്നുതൊട്ട് നേന്ത്രവാഴക്കും വെറ്റിലക്കൊടിക്കും ആഴക്കിണറ്റിൽനിന്ന് വെള്ളം കോരി നനക്കേണ്ട ചുമതലയിൽ നിന്ന് വിടുതൽ കിട്ടി. വലിയ മൺപാനിയിൽ (മൺകുടം) ആണ് വെള്ളം കൊണ്ടുപോയി നനയ്ക്കേണ്ടത്. ആഴക്കിണറ്റിൽ നിന്ന് വെള്ളം വലിച്ചെടുത്ത്, ഇരുകൈയിലും ചുമന്നുകൊണ്ടുപോയി നനയ്ക്കുക വലിയ പ്രയാസമായിരുന്നു; സാധാരണനിലയിൽത്തന്നെ പിന്നെ കന്നി ഗർഭിണിയുടെ കാര്യം പറയാനുണ്ടോ? ഇതുപോലെ ആയാസമുള്ള പല പണികളിൽനിന്നും ഒഴിവായിക്കിട്ടി.

നാത്തൂൻമാരും ഏട്ടന്മാരുടെ ഭാര്യമാരും മറ്റാർക്കും ഇന്നോളം കിട്ടാത്ത പരിഗണന കിട്ടുന്നത് കണ്ട് അസൂയപ്പെട്ടപ്പോൾ അമ്മ പറഞ്ഞു.

“ഓക്കിത് പത്തൊമ്പതാം വയസ്സല്ലേ? നിങ്ങളെപ്പോലെയാ.. ഊനമെങ്കിലും വന്ന എന്നെയും പറയ്യാ..”

ഏഴാംമാസമായപ്പോൾ ചടങ്ങുകൾക്ക് തുടക്കമായി. സമുദായത്തിൽഗർഭവതിയായാലും ചടങ്ങുകൾ ഏറെയുണ്ട്. നല്ല തീയ്യതിയും സമയവും കണ്ട് "പുങ്ങൻ കല്പിക്കണം." അത് ബന്ധുവീട്ടിൽ അറിയിക്കണം. പാൽ പുങ്ങന്ന് പെൺവീട്ടിൽ വിഭവസമൃദ്ധമായ സദ്യയൊരുക്കണം. ഭർത്തൃഗൃഹത്തിൽ നിന്ന് വന്ന അമ്മായി അടക്കമുള്ളവർ കൊണ്ടുവരുന്ന ഒരണ പുടവയിൽ ഒന്ന് ഗർഭിണി ഉടുക്കും. ഇണപ്പുട പേറെടുക്കുന്ന പേറ്റിച്ചി (മലയി)ക്ക് കൊടുക്കാൻ വേണ്ടി പ്രത്യേകം മാറ്റി വെക്കും.

"മടീലരിയിട്ട് ഒമ്പതാം മാസത്തിൽ സ്വന്തം വീട്ടിലേക്ക് ഗർഭിണിയെ കൂട്ടിക്കൊണ്ടുവരുന്ന ചടങ്ങുമുണ്ട്. അമ്മായിമാരും മറ്റു ബന്ധുക്കളും ഗർഭവതിക്ക് അപ്പം (കാരയപ്പം) ഉണ്ടാക്കി കൊണ്ടുവന്ന് കൊടുക്കും. ഭർത്തൃഗൃഹത്തിൽനിന്ന് നല്ലെണ്ണയും വെളിച്ചെണ്ണയും കൊണ്ടുവന്ന് "നിറപ്പിക്കൽ" എന്ന ചടങ്ങും നടത്തണമെന്നാണ് വിധി.. സ്വന്തം മകളെപ്പോലെ എന്നുമെപ്പോഴും ശ്രദ്ധിച്ചുകൊണ്ട് അദ്ദേഹത്തിന്റെ അമ്മ പെരുമാറി. ദിവസങ്ങൾ പിന്നെയും പലതുകഴിഞ്ഞു. താൻ അച്ഛനാകുന്ന സന്തോഷവാർത്ത കേട്ട നാൾതൊട്ടു ഒരു ഉത്തരവാദിത്ത ബോധമുണർന്ന അദ്ദേഹം ഒരു നല്ല രക്ഷിതാവും സ്നേഹധനനായ ഒരു ഭർത്താവായും മാറി. അന്നേവരെയില്ലാത്ത പ്രത്യേക പരിഗണനയും വാത്സല്യവും മനസ്സിലുണർന്നു.

ഗർഭിണിയായ ഭാര്യയെ മടീലരിയിട്ട് കൂട്ടിക്കൊണ്ടുപോയതോടെ വീട്ടിലും മനസ്സിലും വല്ലാത്തൊരു ശൂന്യതാബോധം നിറഞ്ഞു. അന്നേവരെ ഭാര്യാഗൃഹത്തിൽ പോകാൻ നേരമില്ലായിരുന്ന അദ്ദേഹത്തിന് ആഴ്ചയിൽ ഒരുവട്ടമെങ്കിലും പോകാതിരിക്കാൻ ആയില്ല.

ഒരു ചിങ്ങമാസം പുലരിയിൽ ആഹ്ലാദകരമായ ആ വാർത്ത വന്നെത്തി.

ആദ്യസന്താനം പുത്രനാണെന്ന വാർത്ത ഗൃഹാന്തരീക്ഷത്തിൽ പുതിയൊരാഹ്ലാദ സൂര്യോദയമായി. അമ്മയുടെ സൗന്ദര്യവും നിറവും അപ്രകാരം തന്നെ നേടിയ മകൻ: "ഏയാമ്പ, ഇരുത്തെട്ട് കുളി എന്നിവ വിധിയാംവണ്ണം നടന്നു. അരയിൽ ചരട്കെട്ടി പേരുവിളി വലിയ ഘോഷമായിത്തന്നെ നടന്നു. വിഭവസമൃദ്ധമായ സദ്യവട്ടങ്ങൾ തന്നെ ഒരുക്കിയിരുന്നു. അച്ഛന്റെ വീട്ടുകാർ മുമ്പെങ്ങുമില്ലാത്തവിധം എട്ടുപേർ ആണ് പങ്കെടുത്തത്. ശുഭമുഹൂർത്തത്തിൽ അരയിൽ ചരട്കെട്ടി പിതാവ് കുഞ്ഞിന് പേര് വിളിച്ചു. ബാലകൃഷ്ണൻ. സാന്ദർഭികമായി ഓർത്തുപോകുന്നു ആ നിഷ്കളങ്ക മനസ്സിന്റെ നൈർമ്മല്യം. സമൃദ്ധിയും സമ്പ

ന്നതയും കളിയാടിയിരുന്ന ബാല്യകൗമാരങ്ങൾ പാടേ പോയ്മറഞ്ഞ പിൽക്കാലജീവിതദുരിതങ്ങളിൽ താങ്ങും തണലുമാകാൻ കഴിഞ്ഞ വലിയ മനസ്സിന്നുടമയായിരുന്നു അദ്ദേഹം. എന്റെ മൂത്ത ജ്യേഷ്ഠൻ.. അനുജന്മാരുടെ വിദ്യാഭ്യാസം, അനിയത്തിയുടെ കല്യാണം, കുടുംബ ച്ചെലവുകൾ എന്നിവ നിർവഹിക്കാൻ അപ്പോഴേക്കും ഒരു കർഷകത്തൊ ഴിലാളിയായി മാറിയ അച്ഛൻ ഒരു പരിധിവരെ താങ്ങായി നിൽക്കുവാൻ പട്ടാളക്കാരനായ ജ്യേഷ്ഠന് കഴിഞ്ഞിരുന്നു.

കുടുംബം എന്ന സങ്കല്പത്തിന് സ്വന്തമായി ഒരു വീട് എന്ന അർത്ഥവും കൂടി വന്നതോടെ ആ വഴിക്കുള്ള ചിന്ത തുടങ്ങി. സ്വന്തം പേരിൽ കിട്ടിയില്ലെങ്കിലും പെൺമക്കൾക്കെന്നപോലെ വാക്കാൽ ഉറ പ്പിൽ ആൺമക്കളും ഈ വഴിക്കു ചിന്തിക്കാൻ തുടങ്ങി.

വട്ടക്കൊവ്വൽ എന്ന വയലോരത്ത് മൂന്നാമൻ കുഞ്ഞിരാമൻ ചെറിയ ഒരു വീടുവെച്ച് പരിമിത സൗകര്യങ്ങളോടെ കുടുംബസമേതം താമ സമായി. അതോടെ സ്വന്തമെന്ന ആഗ്രഹവും ചിന്തയും മറ്റുമക്കളിലും പ്രബലമായി. കമ്മാരൻ കാറമേൽ ഭാര്യ വീട്ടിൽത്തന്നെയാണ് മിക്ക പ്പോഴും. മൂന്നാമൻ ചിണ്ടൻ ആത്മീയചിന്തയുമായി നിത്യതീർത്ഥാടക നായി മാറി. വല്ലപ്പോഴും അമ്മയെ കാണാനെത്തും. അപ്പോഴൊക്കെ ആ സന്യാസജീവിതത്തിൽനിന്ന് പിന്തിരിപ്പിക്കാൻ പെറ്റമ്മ പ്രേരിപ്പിച്ചുകൊ ണ്ടിരുന്നു.

അത് കേൾക്കെ ഒരുനാൾ അച്ഛൻ പറഞ്ഞു:

"കോടീ.. അതും വിധിവിഹിതമാകാം. ചൂവാട്ടച്ചന്ന് അങ്ങനെയും ഒരു മോൻ ഉണ്ടാകണമെന്ന് യോഗമുണ്ടാകും. എല്ലാംകേട്ട് അക്ഷരം ഉരിയാടാതെ ചിണ്ടൻ ഭവ്യതയോടെ നിന്നു. പിന്നെ ആ കാൽതൊട്ടു നമസ്ക്കരിച്ചു.

"എനിയത്തെ യാത്ര എങ്ങോട്ടാ.."

കർണാടകത്തിൽ തീർത്ഥള്ളിയിൽ ഒരാശ്രമമുണ്ട്. ഇനിയുള്ള കാലം അവിടെ ഭജനയും ധ്യാനവുമായി കഴിയാനാണ് ആഗ്രഹം.

അരികിൽനിന്ന് അമ്മ പുടവത്തുമ്പുകൊണ്ട് കണ്ണീരൊപ്പി.

"കരയണ്ട കോടീ.. ഓരോരുത്തർക്കും ദൈവം വിധിച്ചിട്ടുണ്ട് ഓരോ ജീവിതം. നമ്മൾ വിചാരിച്ചാലൊന്നും അത് മാറ്റാനാവൂല. പടി ഇറങ്ങി പതുക്കെ നടന്നുപോകുന്ന കാവിവേഷം നോക്കി ആ മാതൃഹൃദയം തേങ്ങി. കരച്ചിലടക്കാൻ കഴിയാതെ ആയമ്മ അടുക്കളയിലേക്ക് ധൃതി യോടെ നടന്നു.

നാളുകൾ പലത് കടന്നുപോയി. അന്ന് ഒരുനാൾ രാവിലെ അച്ഛൻ

കുഞ്ഞിക്കണ്ണനെ വിളിച്ചു.

"എടോ.. കുടുംബായാല് സ്വന്തായി ഒരു വീടുവേണം. ല്ലേ.. വട്ടക്കൊവ്വലിൽ നിന്റെ ഏട്ടൻ കുഞ്ഞിരാമന്റെ വീടില്ലേ.. അതിന്റെ ഏരത്ത് ആ തെങ്ങും പറമ്പില്.. നിനിക്കൊരു വീടുകെട്ടാം.. എന്തേ?"

അപ്രതീക്ഷിതമായ ആ തീരുമാനം കേട്ട് ആദ്യമൊന്നമ്പരന്നുപോയി. പിന്നെ മനസ്സിലുയർന്ന ആശങ്ക കുടഞ്ഞിട്ടു.

"വേണ്ടച്ഛാ.. ഇപ്പഴേ വേണ്ട."

വയസ്സായ അച്ഛനേം അമ്മയേം വിട്ടുംവെച്ച് ഇത്ര ദൂരത്ത് താമസായാല്.

"എടോ.. ഞാങ്ങ രണ്ടാളും ഈട സിരാ.. ഒരീസം അങ്ങ് പോകും അത്രതന്നെ. കണ്ണടയും മുമ്പെ മദിരാശിക്കോടതി വിധി വന്നാമതി.യായിരുന്നു അതേയുള്ളൂ ഇനി കാത്തുനിക്കാൻ."

"എടോ വന്നുപോയും അന്വേഷിച്ചാ മതി. ഈട ചെറിയ കുഞ്ഞിക്കണ്ണനും പിള്ളമ്മാറെല്ലാം ഇണ്ടല്ലോ.."

"അങ്ങനെയല്ലച്ഛാ.. സമയമാകുമ്പം ഞാൻ പറയാം."

പിന്നെ അക്കാര്യം ആരും പറഞ്ഞില്ല.

ആറാമത് തവണ കേസ് വിചാരണക്ക് എടുക്കുന്നതറിയിച്ചപ്പോൾ അതിനുള്ള പണവും സ്വരൂപിച്ച് കൊടുത്തയച്ചു.

അപ്പോഴേക്കും അനാരോഗ്യം നന്നെ വശംകെടുത്താൻ തുടങ്ങിയിരുന്നു. അതിനെയൊക്കെ ആത്മബലം കൊണ്ടു കീഴടക്കിയാണ് എഴുന്നേൽക്കയും നടക്കുകയും ചെയ്തത്. പാരവശ്യംകൂടി വന്ന ഒരുനാൾ ആ മനസ്സ് പ്രാർത്ഥനാനിരതമായി. കേസ് വിജയിച്ചാൽ പെരുമാൾക്കുള്ള ഏറ്റവും വലിയ വഴിപാട് തന്നെ നേർന്നു. അത് അപ്പംകൂഴം ആണ്. ഉടനെ കുഞ്ഞിക്കണ്ണനെ വിളിച്ച് അമ്പലത്തിൽ അറിയിക്കാൻ ശട്ടംകെട്ടി. അത് അപ്പോൾത്തന്നെ ഏർപ്പാടു ചെയ്യാൻ മകൻ പോയി. നാളുകൾ നാലഞ്ചു കഴിഞ്ഞതോടെ കിടന്നകിടപ്പിൽനിന്ന് എഴുന്നേൽക്കാൻ പരസഹായം വേണ്ട അവസ്ഥയായി. പക്ഷേ, ഓർമ്മശക്തിയിലോ ചിന്തയിലോ ബുദ്ധികൂർമ്മതയിലോ തെല്ലും ലോപമേ ഉണ്ടായിരുന്നില്ല.

തന്റെ മേൽനോട്ടത്തിൽ നടത്തിവന്നിരുന്ന ചുവാട്ടക്കളരിയിൽ പയറ്റിത്തെളിഞ്ഞ തറവാട്ടിലെ കുട്ടികൾ കേൾവി കേട്ടവരായിരുന്നു. പത്ത് പൊതുവാൾത്തറവാടുകൾക്കും ഓരോ കളരിയുണ്ടായിരുന്നു. അവിടെയൊക്കെ ആയുധ ആയോധന വിശാരദന്മാരായ ചെറുപ്പക്കാർ ചിറക്കൽത്തമ്പുരാന്റെപോലും പ്രശംസ നേടിയിരുന്നു. ക്ഷത്രിയ ക്ഷേത്രജന്മാർ എന്ന് ബ്രഹ്മാണ്ഡപുരാണത്തിൽ വിശേഷിപ്പിച്ച പൊതുവാൾമാർ

പരമ്പരാഗതമായിത്തന്നെ യോദ്ധാക്കളായിരുന്നു. തമ്പുരാന് വേണ്ടി പട നയിച്ച് വീരമൃത്യു വരിച്ച കല്ലിടിൽ കണ്ണനും കണ്ടമത്ത് കണ്ണനും ഉത്ത മന്തിൽ ശ്രീകണ്ഠനും വീരാരാധനയുടെ ഭാഗമായി തെയ്യക്കോലമായ വരാണ്. അത്തരം ഒരു കളരി പാരമ്പര്യത്തിൽ വളർന്ന ചൂവാട്ട ത്തറവാട്ടിലെ കുഞ്ഞിരാമപ്പൊതുവാളും അനുജൻ കുഞ്ഞിക്കണ്ണനും സ്വാതന്ത്ര്യസമര ഭടന്മാരായിരുന്നു. ക്വിറ്റ് ഇന്ത്യ പ്രക്ഷോഭം നാട്ടിലെങ്ങും അലയടിച്ചതോടെ നാടുണർന്നു. വി.പി. ശ്രീകണ്ഠപ്പൊതുവാൾ, നാരാ യണപ്പൊതുവാൾ, പുത്തലത്ത് കണ്ണപ്പൊതുവാൾ, എ.കെ. കുഞ്ഞിരാമ പ്പൊതുവാൾ, കെ.പി. കുഞ്ഞിരാമപ്പൊതുവാൾ തുടങ്ങിയവർ നാടിളക്കിയ പ്രചരണമാണ് തുടങ്ങിയത്.

അന്ന് മഞ്ഞുപെയ്യുന്ന ഒരു പാതിരാവ്. ദേശാഭിമാനത്തിന്റെ വീര്യ മുൾക്കൊണ്ട മൂന്ന് ചെറുപ്പക്കാർ ഐതിഹാസികവും എന്നാൽ ഏറ്റവും സാഹസികവുമായ ഒരു കർമ്മപദ്ധതിക്കിറങ്ങി. ടി.സി.വി. (തെക്കേ ക്കര ചൂവാട്ട് വീട്) കുഞ്ഞിക്കണ്ണൻ, എ.കെ. കുഞ്ഞിരാമപ്പൊതുവാൾ, സി.വി. കുഞ്ഞമ്പു സ്രാപ്പ്.. ഇവരായിരുന്ന ആ ധീരന്മാർ. അനേകമ നേകം സ്വാതന്ത്ര്യസമര ഭടന്മാരെ തല്ലിച്ചതച്ച, ജീവച്ഛവങ്ങളാക്കിയ പയ്യന്നൂർ പോലീസ് സ്റ്റേഷനായിരുന്നു അവരുടെ ലക്ഷ്യം, ബ്രിട്ടന്റെ കിരാതവാഴ്ചയുടെ അടയാളമായ സ്റ്റേഷനു മുന്നിൽ പാറിക്കളിക്കുന്ന യൂണിയൻ ജാക്ക് പറിച്ചെറിയണം. പകരം നമ്മുടെ മൂവർണ്ണക്കൊടി ഉയർത്തണം. എത്ര അപകടകരമാണ് ആ ചിന്ത.. രാപ്പകൽ തോക്കേന്തി പാറാവു നിൽക്കുന്ന ആ കൊടിമരത്തിൽ തൊടുവാൻ പോലുമാകുമോ?

“ആകും.. പിറന്ന നാടിനുവേണ്ടി എന്തെങ്കിലും ചെയ്യണം. ഇവര് നടുങ്ങണം. അതാണ് ഞാൻ പറഞ്ഞത്.”

ടി.സി.വി. കുഞ്ഞിക്കണ്ണന്റെ ദൃഢമായ ആ അഭിപ്രായത്തിന് എതിരോ മുടക്കമോ ആരും പറഞ്ഞില്ല. മൂവരും ഇരുട്ടിന്റെ മറവിൽ കാത്തുകിടന്നു. നേരം പാതിരാ കഴിഞ്ഞു. കുഞ്ഞിക്കണ്ണൻ ഇഴഞ്ഞിഴഞ്ഞ് മുന്നോട്ടുനീങ്ങി. മറ്റ് രണ്ടുപേർ ഒരിലയനങ്ങിയാൽ അറി യിക്കാൻ കാതു വട്ടംപിടിച്ചു. എന്തും നേരിടാൻ അവർ തയ്യാറായി നിന്നു. പാറാവുനോക്കുന്ന മധ്യവയസ്കനായ പാവം പോലീസുകാരൻ മരംകോച്ചുന്ന ആ തണുപ്പത്ത് തോക്കും ചുമരിൽചാരി ചുമരും ചാരി കൂർക്കംവലിച്ച് സുഖമായി ഉറങ്ങുന്നു. ഒരുനിമിഷം.. പതുങ്ങിപ്പതുങ്ങി ടി.സി.വി. ആ മതിൽക്കെട്ട് കേറിമറിഞ്ഞ്, കൊടിമരച്ചുവട്ടിലെത്തി ദീർഘ മായി ഒന്ന് നിശ്വസിച്ചു. പിന്നെ രണ്ടും കല്പ്പിച്ച് തണുത്തുകോടിയ ആ ഇരുമ്പു കൊടി മരം തൊട്ടു. പിന്നെ അസാധാരണമായ മെയ്‌വഴക്ക

ത്തോടെ ഒരു തളയുമില്ലാതെ ആ കൊടിമരത്തിലേക്ക് വലിഞ്ഞുകയറി. ഇളംകാറ്റിൽ പാറിക്കളിക്കുന്ന വെള്ളക്കാരുടെ യൂണിയൻ ജാക്ക് പകയോടെ വലിച്ചുകീറി താഴേക്കെറിഞ്ഞു. പകരം ആത്മാഭിമാനമുദ്രയായ ഭാരതത്തിന്റെ ത്രിവർണ്ണപതാക കെട്ടി. പിന്നെ നിമിഷനേരംകൊണ്ട് ഇഴഞ്ഞിറങ്ങി കന്മതിൽ ചാടിക്കടന്ന് കൂട്ടുകാരൊപ്പം വേഗം സ്ഥലം വിട്ടു. നേരം പുലർന്നപ്പോൾ കഥ പുലർക്കാറ്റിനൊപ്പം നാട്ടിൽ പരന്നു. തീക്കനലിലാണ് ഉറുമ്പരിച്ചത്. പാറാവുകാരനെ മാന്ത്രികവിദ്യയിലൂടെ മയക്കിയാണ് ഈ കുറ്റകൃത്യം നടത്തിയതെന്ന് വ്യാപകമായി പരന്നു. കുറ്റവാളികളെത്തേടി സ്പെഷ്യൽ പോലീസുകാർ പരക്കം പാഞ്ഞു. പക്ഷേ ആ ധീരന്മാരെ കണ്ടെത്താനായില്ല.

വാർത്ത ചൂവാട്ടച്ചന്റെ ചെവിയിലുമെത്തി. മരുമകന്റെ ധീരകൃത്യത്തെപ്പറ്റി അദ്ദേഹം അരികിൽ നിന്നവരോട് ചെറുചിരിയോടെ പറഞ്ഞു. കളരിയിൽ പഠിച്ചാൽ കരളുറപ്പ് കൂടും. അതാണ് കളരിയുടെ പ്രത്യേകത. ന്നാലും ഓന്റെ ധൈര്യം. സമ്മതിക്കണം.

വിധി വന്ന വഴികൾ

എടവലത്ത് വൈദ്യർ വന്ന് ചൂവാട്ടച്ചന്റെ ആരോഗ്യ നില വിലയിരുത്തി. ശരീരത്തിൽ അങ്ങിങ്ങായി നീർക്കെട്ടുണ്ട്. അതിന് നമുക്കൊരു കഷായമുണ്ടാക്കണം. നീർക്കെട്ടു കാരണമാണ് എഴുന്നേൽക്കാനും നടക്കാനും പറ്റാത്തത്. പതിനഞ്ച് ദിവസം കഷായം ചിട്ടയോടെ കഴിക്കണം. മേഹത്തിന്റെ അസ്കിത, ഭക്ഷണം ദഹിക്കായ്ക എന്നിവയൊക്കെയുണ്ട്.

"ഭേദാവും... ഭയക്കണ്ട..."

വൈദ്യരെ, ഭയം ഒട്ടും ഇല്ല. പരസഹായമില്ലാതെ എണീക്കാൻ കഴിഞ്ഞാ മതി. പിന്നെ ഒരൊറ്റ ആഗ്രഹം .... അത് എന്താന്നെന്ന് ഞാൻ പറയണ്ടല്ല."

വൈദ്യർ ചിരിച്ചു.

"വേണ്ട.. ആ മദിരാശിക്കോടതി വിധി... എന്നിട്ടു വേണം അമ്പലച്ചിറയിൽ മുങ്ങി, കുറിയഞ്ചും വെലിച്ച് ഓലക്കുടയും ആചാര വടിയുമായി പെരുമാള താണു തൊവ്വാൻ.."

"ഒക്കെ ആ പെരുമാള് എട വെരുത്തും..."

വൈദ്യർ പച്ചമരുന്നുകൾ വരുത്തിച്ചു. വീട്ടിൽ വെച്ചു തന്നെ കഷായം വിധിയാം വണ്ണമൊരുക്കി. നാലുനാൾ കൊണ്ട് ഉണ്ടാക്കിയ പ്രത്യേക കഷായം മേമ്പൊടി ചേർത്ത് ആദ്യനാൾ വൈദ്യർ തന്നെ കൊടുത്തു. പിന്നീട് കൊടുക്കേണ്ട വിധമൊക്കെ ഇളയവൻ കണ്ണനെ ചുമതലപ്പെടുത്തി. അഭ്യംഗത്തിനുള്ള കുഴമ്പും എണ്ണയും എത്തിച്ചു. ചികിത്സ ഫലപ്രദമാണെന്ന തോന്നൽ പ്രബലമായി.

അന്ന് കിടന്ന കിടപ്പിൽ കുഞ്ഞിക്കണ്ണനെ വിളിച്ചു.

"കണ്ണാ... നിന്റെ മോന് നാലു മാസമായില്ലേ... അമ്മേനേം കുഞ്ഞിനെം കൂട്ടിക്കൊണ്ടു വരണം... എനി വൈതാല് ..... പിന്നെ.... കാണാൻ പറ്റീലങ്കിലോ!"

"അച്ഛാ... ഇതാപ്പോ ... നന്നായേ... അങ്ങനെയൊന്നും പറയല്ലേ..."

അറിയാതെ നിറഞ്ഞു പോയ കണ്ണുകൾ അച്ഛൻ കാണാതെ തുടച്ചു... ഏതോ വിചാരത്താലെന്ന വണ്ണം കേട്ടപാടെ അമ്മയും പറഞ്ഞു...

"മോനേ.... നീ കൂട്ടിക്കൊണ്ടുവരാൻ ഏർപ്പാടാക്ക് .... എന്താന്ന് ... എപ്പളാന്ന് ആരിക്കറിയാ....

അമ്മയും ഏതോ അശുഭം ഭയക്കുന്നോ? സാധാരണയായി എല്ലാറ്റിലും മംഗളം ദർശിക്കുന്ന പെറ്റമ്മയുടെ തോന്നൽ മറയില്ലാതെ വെളിപ്പെട്ടപ്പോൾ മകന്നുമുണ്ടായി അരുതാത്ത ചിന്ത.

പിന്നെ താമസിച്ചില്ല. രണ്ടാമത്തെ ആഴ്ച തന്നെ കുഞ്ഞിനെയും അമ്മയേയും നിശ്ചിതമായ ചടങ്ങുകളോടെ കൂട്ടിക്കൊണ്ടു വന്നു. അമ്മ മകന്റെ അതി സുന്ദരനായ പൊന്നോമനയെ അരികത്തേക്കു കൊണ്ടു വന്നു.

അവന്റെ പാൽപുഞ്ചിരികണ്ടപ്പോൾ അതിരില്ലാത്ത സന്തോഷത്തോടെ കിടന്ന കിടപ്പിൽ ഒന്ന് തൊട്ടുതലോടി.

പിന്നെ വിളിച്ചു. ഭാര്യയെ വിളിച്ച് കട്ടിലിന്നരികിലെ പെട്ടി ചൂണ്ടി.

"കോടീ..... അതില് ഒരു പൊന്നരഞ്ഞാണമില്ലേ ? അത് ഇവന്നുള്ളതാ.. കെട്ടിക്കൊടുക്ക്...."

ആഴ്ച ഒന്ന് കഴിഞ്ഞപ്പോൾ നീരു കുറഞ്ഞു. പക്ഷേ ക്ഷീണം കൂടി. ഭക്ഷണത്തോട് താൽപര്യം കുറഞ്ഞു. സദാ സമയവും സന്ദർശകരും ബന്ധുക്കളും അഭ്യുദയ കാംക്ഷികളും വീടുമായി ബന്ധപ്പെട്ട പണിക്കാരും വന്നും പോയും കൊണ്ടിരുന്നു. ഏതോ അശുഭ കാര്യത്തിന്റെ ലാഞ്ഛന ഒരോ മുഖത്തും പ്രകടമായിരുന്നു.

ആ ദിവസങ്ങളിൽ ഒന്നിൽ രാവിലെ കുളിക്കാൻ ആഗ്രഹം പ്രകടിപ്പിച്ച അച്ഛനെ കുഞ്ഞിക്കണ്ണൻ എഴുന്നേൽപ്പിച്ച് ഇരുത്തി നന്നായി കുഴമ്പിട്ടു പിന്നെ പതുക്കെ പുറം കളത്തിലേക്ക് കൊണ്ടുവന്ന് വേതിട്ട വെള്ളത്തിൽ കുളിപ്പിച്ചു. കുളി കഴിഞ്ഞപ്പോൾ നല്ല ഉന്മേഷവും ഊർജവും തോന്നി. സ്വയം തന്നെ ചുമർ തൊട്ടു തൊട്ടു കൊട്ടിലകത്തേക്ക് പതുക്കെ കയറുമ്പോൾ കാൽ ഒന്നു തെന്നി. ഒരു നിമിഷം! സാമാന്യം ദീർഘകായനായ അച്ഛനെ ഒന്നു താങ്ങുവാൻ സാധിക്കും മുമ്പെയുള്ള ആ വീഴ്ച ചെറുതായ ക്ഷതങ്ങളായിരുന്നില്ല ഉണ്ടാക്കിയത്. ഇടത്തെ തോളും വാരിയെല്ലും നന്നായി ചതഞ്ഞു. കനത്ത വേദനയിൽ ഞെരിഞ്ഞമർന്നു. എത്ര വേദനയുണ്ടായാലും ഒന്നു ഞെരങ്ങുക പോലുമില്ലായിരുന്ന അദ്ദേഹത്തിന്റെ നോവാഴം കൊട്ടിലകം കഴിഞ്ഞ് പൂമുഖം വരെ പ്രതിധ്വനിച്ചു. കുഞ്ഞിക്കണ്ണൻ ആ നട്ടുച്ചനീന്തി ഇടവലത്ത് തറവാട്ടിലെത്തി സങ്കടം പറഞ്ഞു. ദൂതലക്ഷണമറിയുന്ന വൈ

ദ്യർ ആദ്യമൊന്ന് മൂകനായി. പിന്നെ അപ്പോൾത്തന്നെ കൂടെ പുറപ്പെട്ടു.

പുതിയ കുഴമ്പും ലേപനങ്ങളും പുറത്തേക്കും ഉള്ളിൽ കഴിക്കാൻ കഷായവും നൽകി, രണ്ടുനാൾ കൂട്ടിരുന്നു. പ്രതീക്ഷ പതുക്കെ മങ്ങുകയായിരുന്നു. മെയ്യാസകലം ചുട്ടു നീറി. പനി വിട്ടു മാറാതെയായി. കഫം നിറഞ്ഞ തൊണ്ടയിലേക്ക് തിരിശ്ശീലമുക്കി ചെറു ചൂട് വെള്ളം കൊടുത്തു കൊണ്ടിരുന്നു. വൈദ്യർ പുതിയ മരുന്നു കൊടുത്തയക്കാൻ തിരികെപ്പോയി. മക്കളും പേരമക്കളും എല്ലാരുമെല്ലാരും വന്നു കൂടി.

"കുഞ്ഞിക്കണ്ണാ.." കഫം നിറഞ്ഞ ആ ശബ്ദം വല്ലാതെ വിറ പൂണ്ടിരുന്നു.

"തരണനല്ലൂരിനെ നാളെ വരാൻ പറയണം. വിളക്കു ദാനവും ദക്ഷിണയും ഒരുക്കണം."

"അച്ഛാ!.." അതൊരു വിതുമ്പലായിരുന്നു. ചുറ്റിലും കേട്ടു നിന്നവരും കണ്ണുതുടച്ചു. അതുകേട്ട് അദ്ദേഹം ഒരു നിമിഷം മൗനം പൂണ്ടു..

"എന്തിനാ... സങ്കടം.. എന്റെ നേരായി..... അതിന്.... നമ്പൂരിപ്പാടിലേക്കുള്ള ജീവദാനമായ വിളക്കു ദാനമാണ്. നാളെ വെള്ളിയാഴ്ച.... ഏകാദശി അല്ലേ....? കരിപ്പത്ത് കമ്മാരൻ എയ്ശൻ മിനിയാന്ന് പറയുന്നത് കേട്ടിനി ഞാൻ. പിന്നെ... മദിരാശി വിധി കേൾക്കാൻ ഞാനുണ്ടാവൂലാന്ന് തോന്നാൻ തെടങ്ങി. ആവുന്ന തൊക്കെ ചെയ്തു... പിന്നെ വെരും തലമുറക്ക് നമ്മളെ അഭിമാനം കാക്കുവാൻ ആവുന്നത്ര. ചെയ്ത ഒരാളുണ്ടായിനീന്ന് എപ്പെങ്കി ലും ഓർത്തോട്ട്.. ല്ലേ."

ചുറ്റുപാടും തേങ്ങലുകൾ ഉയർന്നു. ചിലർ അടുക്കളപ്പുറത്ത് മുഖം പൊത്തിക്കരഞ്ഞു.

പിറ്റേ ദിവസം രാഹുകാലം കഴിഞ്ഞ് രണ്ടു വിനാഴിക ചെന്നപ്പോൾ തരണനല്ലൂർ നമ്പൂതിരിയും ഓതിക്കോനും എത്തി.

കൊട്ടിലകത്തെ ശീപോതി വിളക്ക് തെളിഞ്ഞു. മൃത്യുഞ്ജയ മന്ത്രം മുഴങ്ങി.. പ്രാർത്ഥനാന്ത്യത്തിൽ വെട്ടിത്തിളങ്ങുന്ന വെള്ളോട്ടു വിളക്ക് കിടന്നകിടപ്പിൽ ഇരു കയ്യും കൂട്ടി അദ്ദേഹം ആ പവിത്രമായ കൈകളിൽ ഏൽപിച്ചു...

'സ്വസ്തി... സൗഖ്യമാപ്നോതി...'

ഇരു പേരും പരസ്പരം നോക്കി. അദ്ദേഹത്തിന്റെ നിറഞ്ഞ കണ്ണുകൾ ഒരുപാട് കാര്യങ്ങൾ പറയാതെ പറഞ്ഞു.

ഒടുവിൽ.... ഓതിക്കോൻ മുന്നിലും തരണനല്ലൂർ പിന്നിലുമായി കിഴക്കെ കക്കോണി ഇറങ്ങിയേയുള്ളൂ. കൊട്ടിലകത്ത് നിന്ന് ഉറക്കെയുള്ള നിലവിളി ഉയർന്നു.

1944 നവമ്പർ 8 നായിരുന്നു ആ മഹച്ചരമം (1115 തുലാം മാസത്തിൽ) പെരുമാളുടെ ആരാധനാ മഹോത്സവത്തിനോ മദിരാശി കോടതി വിധിക്കോ കാത്തു നിൽക്കാതെ ആയിരുന്നു ആ വേർപാട്.

ഒരു കാലഘട്ടത്തിന്റെ നായകൻ. ഒരു യുഗ സൂര്യൻ. നാലു നാട്ടിലും നന്മയുടെ പൂമരമായി പേരുകേട്ട മഹാമനസ്ക്കൻ. എന്നാൽ പാരമ്പര്യത്തെ മുറുകെപ്പിടിച്ച് ഏതറ്റം വരെയും പോകാൻ മടിക്കാത്ത കരുത്തൻ.

കേട്ടവർ കേട്ടവർ ആ തറവാട്ടിലേക്ക് ഒഴുകി. ഒരർത്ഥത്തിൽ നാടേഴും അങ്ങോട്ട് ഒഴുകുകയായിരുന്നു. കക്കോണിക്ക് താഴത്തെ വയലിലും പുലക്കളത്തിലും വയലടിയാന്മാരുടെ പുനച്ചിൽ നിലവിളിയായി മാറി. തറവാട്ടിനകത്തും പുറത്തും മഹാസങ്കടം അണപൊട്ടിയൊഴുകി. പതിമൂന്നാംനാൾവരെ തറവാട് നിറയെ മക്കളും മരുമക്കളും ബലികർമ്മങ്ങൾ വിധിയാം വണ്ണം നടത്തി.

പട്ടിണിക്കഞ്ഞി, തെളിക്കൽ, തറ പൊളിക്കൽ, അക നാൾ നീക്കൽ എന്നിവ നടന്നു. ഒടുവിൽ നാടടക്കം ക്ഷണിച്ച പിണ്ഡസദ്യയൊരുക്കി. വയലടിയാന്മാർക്കു സദ്യക്കു പുറമേ സദ്യവട്ടങ്ങൾക്കുള്ള പലവ്യഞ്ജനങ്ങൾ നൽകി. നാടൊഴുകിയെത്തിയ ഗംഭീര സദ്യയായിരുന്നു

അത്... പുതിയത് മുറുകെ പിടിച്ച പൊതുവാൾ വിഭാഗം പിണ്ഡ സദ്യക്കെതിരെ പ്രചരണം നടത്തിയിരുന്നു.

കേസ്സ് നീണ്ടു പോയതോടെ കാരാളന്മാരും ഊരാളന്മാരുമുള്ള വിദ്വേഷവും പകയും കൂടിക്കൂടി വന്നു.

ആയിടയിലാണ് താഴക്കാട്മന വക പെരുമാൾക്ക് ഒരു അപ്പം കൂഴം വഴിപാട് നടന്നത്. അച്ചന്മാർക്കുംപൊതുവാളസ്യാർമാർക്കുമായി പ്രത്യേകമായി നൽകേണ്ടിയിരുന്ന വഴിപാടു വിഹിതം കൊടുക്കാതെ വലിയ ചെമ്പു നിറയെ നെയ്യിൽ ചുട്ടെടുത്ത കാരയപ്പവുമായി മൂന്നു പേർ പടിഞ്ഞാറെ നടവഴി ഇറങ്ങുകയായിരുന്നു. വിവരമറിഞ്ഞ കളരിയഭ്യാസികളായ പൊതുവാൾ ചെറുപ്പക്കാർ കൊടുങ്കാറ്റുപോലെ പാഞ്ഞെത്തി. നൂറ്റാണ്ടുകളായി നടന്നുവന്ന വഴിപാടു ചിട്ട തൃണവൽഗണിച്ച ആ ധിക്കാരം അവർക്ക് പൊറുക്കാവതായിരുന്നില്ല. മുറിവേറ്റ അഭിമാനപ്പുകച്ചിലോടെ അവർ മിന്നൽ പോലെ ഒന്നുരണ്ടു കരണം മറിഞ്ഞു. ആനിടിൽ കുഞ്ഞമ്പു ഒറ്റ മലക്കം മറിഞ്ഞ് അപ്പം നിറച്ച ചെമ്പ് കാൽ കൊണ്ടു തട്ടി താഴെ നടവഴിയിലെ പൂഴി മണ്ണിൽ മറിച്ചിട്ടു. മറ്റുള്ളവർ അവ ചവിട്ടിത്തേച്ചു.

അതാണ് പ്രസിദ്ധമായ 'അപ്പം പിടിക്കേസ്സ്' ആയി തളിപ്പറമ്പ് കോട

തിയിൽ ഫയൽ ചെയ്യപ്പെട്ടത്. അവിടെയും ചൂവാട്ടച്ചൻ ശേഖരിച്ച് സമർപ്പിച്ചവ തന്നെയായിരുന്നു പ്രധാന രേഖകൾ.

സിവിൽ കേസ്സുകൾ നീണ്ടു നീണ്ടു നീങ്ങുന്ന പ്രവണത ഇക്കാലത്തേത് പോലെ അന്നുമുണ്ടായിരുന്നു. ചൂവാട്ടച്ചന്റെ മരണശേഷം ആറാം കൊല്ലമാണ് വിഖ്യാതമായ ആ വിധി വന്നത്.

1950 ജൂലൈ 27 ന്നായിരുന്നു പൊതുവാൾമാരുടെ അവകാശമുറപ്പിച്ച തീരുമാനം വന്നത്.

പയ്യന്നൂർ ക്ഷേത്രത്തിലേക്കു വേണ്ടി പ്രത്യേകം ഒരു ഷെഡ്യൂൾ തന്നെ തയ്യാറാക്കപ്പെട്ടു. മനക്കാരും പൊതുവാൾമാരുമടങ്ങുന്ന ഒരു ട്രസ്റ്റി ബോർഡ്. അതിൽ പതിനാറ് തിരുമുമ്പ് (മന) മാരും പതിനഞ്ച് പൊതുവാൾ ട്രസ്റ്റിമാരും. (അച്ചന്മാരായിരുന്നു ആദ്യ കാലത്ത് ട്രസ്റ്റിമാർ. പിന്നീടാണ് തറവാട്ടു പ്രതിനിധികളെ തിരഞ്ഞെടുക്കാൻ തുടങ്ങിയത്.)

പരമ്പരാഗതമായി തുടർന്നു വന്ന ആചാരാവകാശങ്ങൾ ഒന്നു പോലും നിഷേധിക്കാൻ ആർക്കും അവകാശമില്ലെന്നും ഇതുമായി ബന്ധപ്പെട്ട കേസ്സുകൾ എല്ലാം ഇതോടെ അവസാനിച്ചുവെന്നും തീർപ്പു കൽപിക്കപ്പെട്ടു.

വിധി വന്ന് മൂന്നാം നാൾ കർക്കടക സംക്രമത്തിന്ന് പതിനഞ്ച് അച്ചന്മാരും വെള്ളോലക്കുടയും ആചാര വടിയുമായി തിരുനടയിൽ തൊഴുതു നിൽക്കുന്ന കാഴ്ച കാണാൻ ആളുകൾ അനേകമുണ്ടായിരുന്നു.

പെരുമാളെ തൊഴുത്, പ്രദക്ഷിണത്തിനിടയിൽ ഭൂതത്താർ ഇലഞ്ഞി മരച്ചോട്ടിൽ ഏതോ നിനവിൽ സ്വയം നഷ്ടമായതുപോലെ ചൂവാട്ടച്ചന്റെ മകൻ കുഞ്ഞിക്കണ്ണൻ ആ കാഴ്ച നിറഞ്ഞ കണ്ണുകളോടെ നോക്കി നിന്നു. ഒരുവേള അതൊരു വിതുമ്പലാകവേ നനമുണ്ടുകൊണ്ട് മുഖം തുടച്ചു കൊണ്ട് അദ്ദേഹം കിഴക്കെ നട വഴി പുറത്തിറങ്ങി. അപ്പോഴും ആ മഹാനഷ്ടബോധത്തിൽ മനസ്സു പിടയുകയായിരുന്നു.

വഴിപിരിയുന്നവർ

പിതാവിന്റെ മരണത്തോടെ ഭൂസ്വത്തുകൾ ഭാഗിച്ചു കിട്ടാനും സ്വതന്ത്രമായ ജീവിതം നയിക്കാനും ഉള്ള തിടുക്കം മക്കൾ പ്രകടിപ്പിക്കാൻ തുടങ്ങി.

"ഞാൻ കൂടി പോയിട്ടു പോരേ? അതുവരെ നമ്മൾക്ക് ഒന്നിച്ച് കഴിഞ്ഞു കൂടെ?"

പെറ്റമ്മയുടെ ഈ ആഗ്രഹത്തിന്ന് അനുകൂലമായ പ്രതികരണങ്ങൾ അല്ല ഉണ്ടായത്. അമ്മ വേജാറാവണ്ട സ്വന്തമായി വീടു വെച്ച് കുടുംബത്തോടെ കഴിയുമ്പൊഴും എടക്ക് എടക്ക് വരാലോ? അമ്മ ആലോചിച്ച് നോക്ക്.. മൂന്ന് ആൺമക്കൾ, അവരുടെ ഭാര്യമാർ. അവരുടെ മക്കൾ. മൂത്തമോള് മാണിക്കത്തിനും അതിന് ഇളയ കുഞ്ഞങ്ങയ്ക്കും പിന്നെ കോടിക്കും ഏറ്റവുമിളയവൾ ചിരിയക്കുഞ്ഞിക്കും അച്ഛൻ ഉള്ളപ്പോൾത്തന്നെ വേണ്ട വസ്തുവഹകൾ കൊടുത്തിട്ടുണ്ടല്ലോ. അവര് ഒരു വിളിക്ക് ഓടിയെത്തുന്ന വിധത്തിൽ അടുത്തടുത്ത് തന്നെ ഉണ്ടുതാനും... പിന്നെ ആൺമക്കൾ അല്ലേ ഉള്ളൂ ഒന്നും കിട്ടാത്തവരായി... ആണുങ്ങളിൽ മൂത്തവൻ കമ്മാരൻ മനസ്സിരിപ്പ് തുറന്നു പറഞ്ഞതോടെ അമ്മയ്ക്കും തോന്നി.. ശരിയാണെന്ന്. കുട്ടികൾക്ക് കിട്ടുന്ന പരിഗണനയുടെ പേരിൽ അമ്മമാർ ഒന്നും രണ്ടും പറഞ്ഞ് പിണങ്ങുന്നതും അടുക്കളയിൽ അസ്വാസ്ഥ്യങ്ങൾ പുകയുന്നതും നേരിട്ടനുഭവമുള്ള ആ പഴമനസ്സും ഒടുവിൽഭാഗം വെപ്പിന് അർദ്ധ സമ്മതം മൂളി. അന്നുതൊട്ട് മാനസികമായ ഒരകൽച്ച ഓരോരുത്തരിലും നാമ്പിട്ടു. അതങ്ങനയാണല്ലോ. അന്നേ വരെയില്ലാത്ത പുതിയൊരു അതിര് വേലി ആദ്യം ഉയരുന്നത് സ്വന്തമാകുവാൻ പോകുന്ന ചിന്തയുടെ ഭൂമിയിൽ തന്നെയാണല്ലോ. പിന്നീടു പുലർന്ന പ്രഭാതങ്ങളിൽ അടുക്കളയിലും മുറ്റത്തും മറ്റും ഒച്ചയില്ലാത്ത ചർച്ചകൾ ഇതേപ്പറ്റി തന്നെ. ഇളയവൻ കുഞ്ഞിക്കണ്ണനോട് അമ്മ ചോദിച്ചു. 'തച്ചു പിരിയുന്നതിന്ന് മുമ്പെ

വെച്ച് പിരിയുന്നതല്ലേ നല്ലത്...!"

അമ്മയുടെ കണ്ണ് നിറയുന്നതും ഉടുപ്പുടവയുടെ കോന്തല കൊണ്ട് തുടക്കുന്നതും കണ്ട് മകന്റെ മനസ്സു വിങ്ങി.

"എന്തിനാ സങ്കടം. പിരിയുന്നവര് പിരിഞ്ഞു പോയ്ക്കോട്ടെ... തടസ്സം നിക്കണ്ട. ... ഏതായാലും ഞാൻ കുറച്ചുകൂടി കയിഞ്ഞിട്ടേ പോകുന്നുള്ളൂ..."

അങ്ങനെ നാലഞ്ചു നാൾ നീണ്ട തർക്കവാദങ്ങളും പ്രതിവാദങ്ങളും മധ്യസ്ഥൻ വാണിയം വളപ്പിൽ കുഞ്ഞിരാമൻ മൂത്ത പൊതുവാളുടെ തീർപ്പിന് വിധേയമായി തീരുമാനമായി. കമ്മാരനും കുഞ്ഞിരാമനും കിട്ടിയ തൈപ്പറമ്പുകളിലും വയൽ നിലങ്ങളിലും തൃപ്തരായി. രണ്ടാം മകൾ കുഞ്ഞിനങ്ങ കുഞ്ഞങ്ങപയ്ക്കാണ് തറവാട് വീട്.. കിഴക്കേ വീട്.

തെക്കേവീട് മൂത്ത മകൾ ചിരിയക്കാണ്. കുഞ്ഞങ്ങയുടെ കൂടെയായിരുന്നു കുറച്ചു കാലം പെറ്റമ്മ താമസിച്ചിരുന്നത്. മൂന്നാമൻ ചിണ്ടൻ തനിക്ക് സ്വത്തുകൾ ഒന്നും വേണ്ടെന്നും പകരമായി അച്ഛൻ എപ്പോഴും ചാരുപടിയിട്ടിരിക്കുന്ന, രാമായണ ഭാരതാദി പുരാണങ്ങൾ പാടിപ്പതിഞ്ഞ, മഹാപണ്ഡിതന്മാർ സഭ കൂടിയ വിശാലമായ ആ പൂമുഖം പൊതു സ്വത്തായി വെക്കണം എന്നു മാത്രമാണ് ആവശ്യപ്പെട്ടത്. അങ്ങനെ തറവാട്ടിലെ ഏതൊരംഗത്തിനും അവകാശപ്പെട്ടതായി പൂമുഖം നിലനിർത്തി. കുഞ്ഞിരാമൻ കാട്ടുതല വയലോരത്തെ തൈപ്പറമ്പിലാണ് വീടു വെച്ചത്. ആ ഉയർന്ന പറമ്പുകൾക്ക് വട്ടക്കൊവ്വൽ എന്നാണ് പേര്. ഫലഭൂയിഷ്ഠമായ ചുവന്ന മണ്ണാണ് അവിടെ. തെങ്ങും നേന്ത്രവാഴയും മറ്റും തഴച്ചുവളരുന്ന വട്ടക്കൊവ്വലിന്റെ തെക്കെ ഭാഗമാണ് ഇളയ മകന് കിട്ടിയത്. എന്നാൽ വീടു വെക്കാനോ സ്വതന്ത്രമായ കുടുംബജീവിതത്തിനോ ആ മനസ്സ് ധൃതി വെച്ചതേയില്ല. പെറ്റമ്മയുടെ കൂട്ടുപിരിയാൻ ഒരുക്കമേയല്ലായിരുന്നു. മറ്റാരുമില്ലെങ്കിലും കുഞ്ഞിക്കണ്ണൻ കൂടെയുണ്ടെങ്കിൽ ആ മാതൃമാനസം തൃപ്തമായിരുന്നു. എന്തിനും ഏതിനും അച്ഛനെന്നപോലെ അമ്മയ്ക്കും ആശ്രയം ഈ മകനായിരുന്നു.

വർഷങ്ങൾ അഞ്ചു കടന്നുപോയി. ഇതിനിടയിൽ ദേവകി, ജാനകി എന്നിങ്ങനെ രണ്ടു പെൺ മക്കൾക്കു ജന്മം നൽകിയ പാർവ്വതി നാലാമതും ഗർഭിണിയായി.

അപ്പൊഴേക്കും തീരെ അവശയായ അമ്മ മകനോട് പറഞ്ഞു.

'മോനെ... ഈ കുഞ്ഞിനെക്കൂടി കണ്ടിട്ടേ ഞാൻ പോകൂ... അപ്പോഴേക്കും വട്ടക്കൊവ്വലിൽ നീ വീടാക്കണം. പുതിയ വീട്ടിലേക്ക് ഈ കു

ഞ്ഞിനെയും കൊണ്ടു വേണം പോകാൻ... എന്തേ...?'

അമ്മയുടെ നിർബന്ധത്തിന്ന് വഴങ്ങി വട്ടക്കൊവ്വലിൽ വീടുപണി തുടങ്ങി. തൊട്ടയൽപക്കത്ത് കാളകാട്ട് നമ്പൂതിരിയും കുടുംബവുമാണ് താമസം. കാട്ടുതലവയൽ, ചൂരത്തോട് വയൽ,വല്ലീട്ടിൻ താഴെ എന്നീ കൃഷി നിലങ്ങളുമാണ് ഭാഗിച്ചു കിട്ടിയിരുന്നത്. ഓരോ ദിവസവും വീടു പണിയുടെ പുരോഗതി അമ്മ അന്വേഷിക്കും. ഏതോ ഒരു ഉത്കണ്ഠ ആ മനസ്സിനെ ബാധിക്കാൻ തുടങ്ങിയിരുന്നു. അത് ശ്രദ്ധിച്ച മകൻ ആ ശ്വസിപ്പിച്ചു ...

"അമ്മക്കെന്താ മന:പ്രയാസം? വയ്യായ്ക വയസ്സാകുമ്പോ ഉണ്ടാ വൂലേ... വൈദ്യരെ വിളിച്ചു കാണിക്കണോ?"

"എന്താന്നറിയില്ല.... എപ്പോഴും ഒരു പരവേശം... ചെല്ലപ്പം തല വീ ച്ചലും..."

വൈദ്യർക്ക് എന്താക്കാനാവല്? അങ്ങന പോട്ട്... അമ്മയുടെ മന സ്സു വായിച്ചറിഞ്ഞ് തന്നെ ഇടവലത്ത് വൈദ്യരെ ചെന്നു കണ്ടു.

"കുഞ്ഞിക്കണ്ണാ... ഞാൻ വരണംന്നില്ല... എമ്പത് കയിഞ്ഞില്ലേ.. രക്തക്കുറവുണ്ടാവും... വയ്യായ്ക ധാരാളമുണ്ടാകും.. പിന്നെ തല കറ ക്കത്തിന്ന് ഒരു കഷായം തരാം... മൂന്നുനേരം ഒരു ഔൺസു വീതം കഴിക്കട്ടെ..."

തിരിച്ചു വന്ന മകൻ പറഞ്ഞു.

"അമ്മക്കൊന്നുമില്ല... ഈ കഷായം കഴിച്ചാ മതി... തല വീച്ചല് മാ റിക്കോളും..."

അത് കേട്ട് അമ്മ ചിരിച്ചു ...

"അതെ... ഇനി മരുന്നും മന്ത്രവും ഒന്നും ഏശൂല്ല... മരുന്നിങ്ങു ത ന്നേ... കയിക്കാം."

രണ്ടു മാസം കഴിഞ്ഞു. അന്ന് കരിപ്പത്ത് കളരിയിൽ കളിയാട്ടം തു ടങ്ങിയ കുംഭമാസം 21. സൂര്യോദയത്തിൽത്തന്നെ ആ വാർത്ത കൊ ക്കരമ്പത്ത് തറവാട്ടിലെത്തി. പാർവ്വതി പ്രസവിച്ചു. ആൺകുട്ടി. അമ്മ അതീവ സന്തോഷവതിയായി. ആ നിർബന്ധത്തിന്ന് വഴങ്ങി കൃഷ്ണൻ കണിയാരെ ചെന്നു കണ്ടു.

"കണ്ണ പൊതുവാളേ... നല്ല ജനനാ... 1121 കുംഭം 21 പൂയം നക്ഷത്രം... (951 മെയ് 15) ശുക്ളപക്ഷം. ഗജകേസരി നിപുണാദി യോഗങ്ങൾ. ഇ വൻ പ്രസിദ്ധനാവും.... കേമനാകും...

ആഹ്ളാദം നിറഞ്ഞ മനസ്സുമായാണ് അദ്ദേഹം കരിപ്പത്ത് തറവാട്ടി ലെത്തിയത്. ചെറുചിരിയോടെ തളർന്നു കിടക്കുന്ന പാർവ്വതിയുടെയരി

കിൽ കണ്ണടച്ചു കിടക്കുന്ന കുഞ്ഞിനെ ഇമവെട്ടാതെ നോക്കി നിന്നൂ അച്ഛൻ...

"എന്തേ ഇങ്ങനെ നോക്കുന്നേ?"

"എടോ... നല്ല ജനനാത്രെ... കണിയാരെ കണ്ടിനി..."

"അതെയോ?"

"ങ്ങും... അമ്മ പറയുന്ന്... ഈ മാസം തന്നെ പുതിയ വീടിന്റെ കുടി കൂടണംന്ന്. അങ്ങനെ ചെയ്തൂടെ?"

"അതാവ്വോ... രണ്ടു മാസം കയിയാണ്ട് വരാൻ തന്നെ പറ്റ്വാ..."

"അത് ഞാൻ ഓർത്തില്ല... ശരി...'

അമ്മയേയും കുഞ്ഞിനെയും കൂട്ടിക്കൊണ്ടുപോകുന്ന ചടങ്ങ് ഗംഭീരമായി നടന്നു. കൊക്കരമ്പത്ത് തറവാട്ടിലും വേണ്ട ചടങ്ങുകൾ നടത്തി. കുഞ്ഞിനെ കാണാൻ ബന്ധുക്കൾ വന്നുകൊണ്ടിരുന്നു. ഒരു നല്ല നാൾ നോക്കി അമ്മ സൂക്ഷിച്ചു വെച്ചിരുന്ന സ്വർണ്ണനൂൽ കുഞ്ഞിന്റെ അരയിൽ കെട്ടി...

"അവന്ന് നല്ലൊരു പേര് വിളിക്ക്... അതും അമ്മ തന്നെ ആകട്ടെ... മനസ്സില് കണ്ടിറ്റുണ്ടാ പേര്."

അതിനുത്തരം പറഞ്ഞത് പാർവ്വതിയാണ്.

"അമ്മേ... രാമചന്ദ്രൻന്ന് വിളിക്കാം. നക്ഷത്രത്തിന്ന് ചേരുന്ന അക്ഷരാന്നത്രെ."

"എന്നാലത് മതി..." കുളിച്ച് കണ്ണെഴുതിയ കുഞ്ഞിന്റെ കാതിൽ അച്ചമ്മ ആ പേര് വിറ പൂണ്ട സ്വരത്തിൽ വിളിച്ചു...

"രാമചന്ദ്രൻ."

"എനി അച്ഛനാ പേര് വിളിക്കണ്ടത്."

അതു കേൾക്കേ പാൽ തൊട്ടു കൊടുത്ത് അച്ഛൻ മൂന്നു വട്ടം കാതിൽ വിളിച്ചു

രാമചന്ദ്രൻ ..... രാമചന്ദ്രൻ ....രാമചന്ദ്രൻ

നാല് മാസം പിന്നെയും കഴിഞ്ഞു പോയി.മിക്കവാറും കിടപ്പിലായ അച്ചമ്മയുടെ പ്രയാസം കണ്ട് ഇളയ പെങ്ങൾ കുഞ്ഞിക്കണ്ണനോട് വേവലാതി പങ്കിട്ടു. അറിയാവുന്ന ഗൃഹ വൈദ്യങ്ങൾ മുറയ്ക്കു നടന്നു.

മിക്കപ്പോഴും കിടപ്പിൽത്തന്നെയായ അച്ചമ്മയെ കാണാൻ അയൽക്കാർ വന്നു തുടങ്ങി. അതോടെ താൻ ഒരു രോഗിയാണെന്ന തോന്നൽ ആ മനസ്സിനെ കൂടുതൽ തളർത്തി. കാണാനെത്തിയവർ പ്രായമെത്തുമ്പോൾ വന്നു കൂടുന്ന പ്രയാസങ്ങളെക്കുറിച്ചും രോഗം വരുന്ന വഴികളെക്കുറിച്ചും മറ്റും വാചാലരായി.

അച്ഛമ്മയുടെ പ്രധാന രോഗം തലവീച്ചലാണ്. അതിന്നുള്ള ഫല പ്രദമായ ഒറ്റമൂലികളെക്കുറിച്ചും ചിലർ വിശദമായി പറഞ്ഞു.

മേടമാസം പുലർന്നു. അമ്മയ്ക്ക് രോഗമുക്തി വന്നതായി തോന്നി. ആ വന്ന വിഷു നാളിലാണ് വട്ടക്കൊവ്വലിലെ പുതിയ വീട്ടിൽ പാലു കാച്ചിലും താമസവും തുടങ്ങിയത്. താമസം മാറിയെങ്കിലും അമ്മ യെ കണ്ട് കാര്യങ്ങൾ അന്വേഷിക്കാൻ മകൻ ദിവസവും ചെല്ലും. കൃഷി കാര്യവും മുറയ്ക്കുനടന്നു. പുതിയ വീട്ടിലേക്ക് കുഞ്ഞിന് പാല് കുടി ക്കാൻ പാലു പോലെ വെളുവെളുത്ത വെള്ളച്ചിപ്പശുവെ അമ്മ കുഞ്ഞിക്ക ണ്ണന്ന് നൽകി. പിന്നെ ഒരു വെള്ളാട്ടു വിളക്കും രണ്ടു വാൽക്കിണ്ടിയും ഒരു ഉരുളിയും. പശുവിന്റെ കയർ കൊടുത്തുകൊണ്ട് അമ്മ പറഞ്ഞു.

“ഇവൾ പെറ്റുപെരുകി നിന്റെ ആല നിറയട്ടെ.... നീ നന്നായി വരും..” മകൻ ആ സ്നേഹ വാത്സല്യങ്ങൾ ഏറ്റുവാങ്ങി. അറിയാതെ കണ്ണ് നിറ ഞ്ഞു.

ഒരു കൊല്ലം കൂടി കഴിഞ്ഞു. അമ്മ മകനെ വിളിച്ച് മകൾ കോടി യുടെ ആഗ്രഹം അറിയിച്ചു.

“കുഞ്ഞിക്കണ്ണാ അവൾക്ക് ഒരു വീട് വേണംന്ന്ണ്ട് .... നീ അത് മ നസ്സു വെച്ചാലാവും....”

“ചെയ്യാം.”

നാലു മാസം കൊണ്ടാണ് അവിവാഹിതയായിരുന്ന പെങ്ങൾ കോ ടിക്ക് ഒരു വീടു സ്വന്തമായി വേണമെന്ന ആഗ്രഹം സഫലമാക്കിക്കൊ ടുത്തത്. വികലാംഗയായതിനാൽ ഒരു പ്രത്യേക വാത്സല്യം അവരോ ടുണ്ടായിരുന്നു. ചെറുപ്രായത്തിൽ കൂട്ടുകാരൊപ്പം പാഞ്ഞു കളിക്കു മ്പോൾ മലർത്തി വെച്ച പലാക്കത്തിക്ക് വീണ് ഒരു കണ്ണ് പാടെ നഷ്ട മായതാണ് അവർക്ക്.

കോടിക്ക് വീട് ആയതോടെ പെറ്റമ്മ അവരുടെ കൂടെയായി താമ സം. വലിയആരോഗ്യ പ്രശ്നങ്ങൾ ഒന്നും ഇല്ലാതെ രണ്ടു കൊല്ലം കൂടിക്കഴിഞ്ഞു. മഞ്ഞുകാലം വന്നതോടെ സ്ഥിതി വഷളാകാൻ തുട ങ്ങി. ഒരാഴ്ച കഴിഞ്ഞപ്പോൾ അവസ്ഥ തീരെ അവശമായി. മക്കൾ എ ല്ലാരും വന്നു കൂടി. ഭക്ഷണം തീരെ കഴിക്കുന്നില്ല. തൊണ്ടയിൽ നേർ ത്ത ഒരു കുറുകൽ മാത്രം. വിളിച്ചാൽ കണ്ണു തുറന്നാലായി. അത്രമാ ത്രം. വരളുന്ന ചുണ്ടിൽ തിരിശ്ശീല ഇള നീർ വെള്ളത്തിൽ മുക്കി അയ്യ ഞ്ച് മിനുട്ടു കൂടുമ്പോൾ അരികത്തിരുന്ന് കുഞ്ഞിക്കണ്ണൻ നനച്ചുകൊ ണ്ടിരുന്നു.

പെങ്ങൾ ചിരിയ കുഞ്ഞി പറഞ്ഞു.

"കുഞ്ഞിക്കണ്ണാ, നീ രണ്ടു ദവസായില്ലെ വന്നിട്ട്.... ഒന്ന് വീട്ടില് പോയിറ്റ് വാ... ഓളും പുള്ളറുവല്ലേ ആട ഇല്ലൂ... പോട്.....ഇന്നല രാത്രി നീ ഒറങ്ങിറ്റെയില്ല..."

അങ്ങനെ ഏട്ടിയുടെ നിർബന്ധത്തിന്ന് വഴങ്ങിയാണ് മനമില്ലാ മനസ്സോടെ വട്ടക്കൊവ്വലേക്ക് വന്നത്. ഒന്ന് കുളിച്ച് ഊണിന്നിരുന്നപ്പോഴാണ് ആ വാർത്ത എത്തിയത്. വാരിയ ചോറ് കിണ്ണത്തിൽത്തന്നെ ഇട്ട് കൈ കഴുകി നേരെ ഓടുകയായിരുന്നു. വന്നു കൂടിയ അയൽക്കാർക്കിടയിലൂടെ അകത്ത് വന്ന് ആ ശരീരം കെട്ടിപ്പിടിച്ച് ഒരു കുഞ്ഞിനെപ്പോലെ മകൻ പൊട്ടിക്കരഞ്ഞു.

"ഏയ്... ന്തായിത്... കുട്ടികളപ്പോലെ... വയസ്സായ മരിക്കും... ഇതറിയാത്തവനാ നീ..."

ഏട്ടൻ കമ്മാരൻ പിടിച്ചു മാറ്റി ആശ്വസിപ്പിച്ചു. ബലികർമ്മാദികൾ നടക്കുന്ന പന്ത്രണ്ടു ദിവസവും ആ കണ്ണുകൾ നിറഞ്ഞൊഴുകുന്നത് കണ്ടവർ പറഞ്ഞു.

"അച്ഛന്നും അമ്മക്കും പ്രിയപ്പെട്ട എളയ മോനല്ലേ? അതുമല്ല അച്ഛൻ പോയേന് ശേഷം ഇവൻ അല്ലെ താങ്ങും തണലും... പിരിഞ്ഞിരിക്കാനേ കയ്യില്ലാർന്നല്ലോ... അതൊന്ന്വല്ല സങ്കടം ... അത്രീം ദെവസം ഒറക്കൊയിച്ച് അടുത്തന്നെ ഇരുന്നിറ്റ് മരിക്കുമ്പീ അടുത്ത് ഇണ്ടായില്ലല്ലോന്നാ..."

നാടൊട്ടുക്ക് ക്ഷണിച്ച പിണ്ഡസദ്യ തന്നെ ഒരുക്കി. പിണ്ഡസദ്യ എന്ന ഏർപ്പാടിന് എതിർപ്പുണ്ടായിരുന്ന 'പുതിയതിന്റെ' ആളുകൾ പലരേയും വിലക്കി. കഴിവില്ലാത്തവർ ദുരഭിമാന സംരക്ഷണത്തിനുവേണ്ടി പലതും വിറ്റു തുലയ്ക്കും. അത് മൂലം പല ഭൂസ്വത്തും നഷ്ടപ്പെടുത്തും.

അങ്ങനെ നിസ്വരായ അനേകം തറവാടുകൾ ഉണ്ട്. പന്തൽ മംഗലം പോലെ തന്നെ മരണത്തിന് ശേഷം നടത്തുന്ന മരണസദ്യയും പാടേ ഇല്ല. ഈ പുതിയ വീക്ഷണം പലരേയും പിണ്ഡസദ്യയെ ബഹിഷ്ക്കരിക്കാൻ പ്രേരിപ്പിച്ചു. 'എന'യാനെത്തിയ വയലടിയാന്മാർക്ക് സുഭിക്ഷമായ സദ്യയാണ് നൽകിയത്. പാത്രം കൊണ്ടുവന്നവർക്ക് സദ്യ ഉണ്ട് മടങ്ങുമ്പോൾ അതിലും വിഭവങ്ങൾ വേണ്ടുവോളം വിളമ്പിയിരുന്നു. വിലക്കു ശക്തമായിരുന്നെങ്കിലും ഒട്ടേറെപ്പേർ പങ്കെടുക്കുക തന്നെ ചെയ്തു.

മാതൃമരണത്തോടെ സഹോദരങ്ങൾ തമ്മിലുള്ള ബന്ധത്തിന്റെ ഇഴയടുപ്പം കുറഞ്ഞു കുറഞ്ഞു വന്നു. പാർവ്വതിയുടെ ഏക സഹോദരൻ കുഞ്ഞിരാമൻ വിവാഹം ചെയ്തത്, ഇതേ കൊക്കരമ്പത്ത് തറവാട്ടിൽ ചിരിയ കുഞ്ഞിയുടെ രണ്ടാമത്തെ മകൾ മാണിക്കത്തെയാണ്. മൂത്ത മ

കൾ പോത്രത്തെ വിവാഹം ചെയ്തത് വി യം. ചിണ്ടപ്പൊതുവാളായിരുന്നു. പൗത്രിയായ മാണിക്കത്തിന്റെ വിവാഹം ചൂവാട്ടച്ചന്റെ ജീവൽ ദശയിൽത്തന്നെ ആയിരുന്നു നടന്നത്. ഭാര്യാ സഹോദരന്റെ ബന്ധു കൂടി ഉണ്ടായതോടെ വാത്സല്യവും സ്നേഹവും മറ്റുപെണ്ണങ്ങന്മാരെക്കാൾ അടുപ്പവുംചിരിയക്കുഞ്ഞിയേട്ടിയോടായിരുന്നു. അതുകൊണ്ടു തന്നെ കുഞ്ഞിക്കണ്ണന്നും മക്കൾക്കും ആ മനസ്സിലും വീട്ടിലും വലിയ സ്വാതന്ത്ര്യമായിരുന്നു. വടക്കെ വീടിന്ന് തൊട്ടടുത്തുള്ള അന്നൂർ സ്ക്കൂൾ അങ്കണത്തിൽ ഗംഭീരമായ റിപ്പബ്ളിക്ക് ദിനാഘോഷ പരിപാടികൾ നടക്കുന്നു.

കുഞ്ഞിക്കണ്ണൻ വരണേ... മറക്കല്ലേ... ഉറ്റചങ്ങാതി കെ.പി. കുഞ്ഞിരാമപൊതുവാൾ വിളിച്ചപ്പോൾ പോകാതിരിക്കാൻ കഴിഞ്ഞില്ല. എത്രയോ തവണ സമര പരിപാടികൾക്ക് വിളിച്ചതാണ്. പോയില്ല. ഒടുവിൽ സ്വാതന്ത്ര്യവും കിട്ടി. ഇപ്പോഴിതാ ഭാരതം പരമാധികാര ജനകീയ റിപ്പബ്ളിക്കായിരിക്കുന്നു. മഹായോഗത്തിന്റെ മുൻ വരിയിൽത്തന്നെ ഇരുന്നു. കെ പി എഴുതിയ ഭാരതരഥം എന്ന നാടകത്തെപ്പറ്റിയും അതേത്തുടർന്ന് കെ എം കുഞ്ഞമ്പുവും തുള്ളൽക്കലാകാരനായ പി കെ പൊതുവാൾ, നാടക കലാകാരന്മാർ തുടങ്ങിയവർ കോഴിക്കോട്ടു വെച്ച്അറസ്ററു ചെയ്യപ്പെട്ടതും അന്നൂർ ഗ്രാമത്തിൽ പ്രത്യക്ഷമായും പരോക്ഷമായും സ്വാതന്ത്ര്യ സമര പരിപാടികളിൽ പങ്കെടുത്ത് ജയിൽവാസം വരിച്ച നിരവധി പേരെടുത്ത് വിളിച്ചാദരിക്കുന്നതും നോക്കിയിരുന്നപ്പോൾ വല്ലാത്തൊരു കുറ്റബോധം മനസ്സിനെ കീഴടക്കിയിരുന്നു. മുൻ വരിയിലിരുന്നത് കൊണ്ടു തന്നെ എഴുന്നേറ്റ് പോകാനായില്ല. കെ പി യുടെ ഗംഭീരമായ പ്രസംഗം അക്ഷരാർത്ഥത്തിൽ വിസ്മയമായിരുന്നു. ഇത്രയൊക്കെ കഴിവുകളുടെ നിറകുടമാണ് അവൻ എന്ന് അന്നാദ്യമായാണ് കുഞ്ഞിക്കണ്ണൻ തിരിച്ചറിഞ്ഞത്. നാടകകൃത്ത്, ഉജ്ജ്വലവാഗ്മി, ഒന്നാന്തരം സംഘാടകൻ, അന്നൂരിന്റെ അക്ഷരനിധിയായ സഞ്ജയൻ ഗ്രന്ഥാലയത്തിന്റെ സ്ഥാപകൻ. അന്നൂരിലുംപയ്യന്നൂരിലും പരിസര പ്രദേശങ്ങളിലും സഹകരണ സംഘമെന്ന ആശയത്തിന് തുടക്കമിട്ട വ്യക്തി. മദ്യ വിരുദ്ധ പ്രക്ഷോഭം ഹരിജനോദ്ധാരണം ഖാദി പ്രചരണം എന്നുവേണ്ട ജീവിതത്തിന്റെ സകല മേഖലകളിലും തന്റെ കയ്യൊപ്പു പതിപ്പിക്കാൻ കഴിഞ്ഞ പ്രതിഭാശാലി. അതായിരുന്നു കെ.പി. അയാൾ തന്റെ ചങ്ങാതിയാണെന്നതിനാൽ അഭിമാനം തോന്നി..

ജീവിതം തന്ന പാഠങ്ങൾ

ക്ഷത്രിയ ക്ഷേത്രജരെന്ന് പേരു കേട്ട പൊതുവാന്മാർക്ക് അവരവരുടെ തറവാടിനോട് ചേർന്ന് തറവാട്ടു കളരിയും നാഗാരാധനയ്ക്കുള്ള നാഗക്കാവും തറവാട്ടു കുളവും ഉണ്ടായിരുന്നു. ഒരു പൊതുവാൾ തറവാട് എന്ന് കേൾക്കുമ്പോൾ ഇവയൊക്കെയാകും മനസ്സിൽ തെളിയുന്ന ചിത്രങ്ങൾ. തറവാട്ടിലെ ആൺകുട്ടികൾ അക്ഷരാഭ്യാസത്തോടൊപ്പം കളരിവിദ്യയും അഭ്യസിച്ചിരുന്നു. ഓരോ കളരിയിലും അതതു തറവാട്ടിലുള്ള പ്രഗൽഭ പ്രതിഭകളായ കളരി ഗുരുക്കന്മാർ ഉണ്ടായിരുന്നു. ഗുരു ദക്ഷിണ വെച്ച് ശിഷ്യത്വം സ്വീകരിച്ചാൽ ജീവിതശൈലി തന്നെ പാടേ മാറി മറിയും. പുലർകാലത്ത് തന്നെ ഉണർന്ന് മരുന്നുകൾ ചേർത്ത് കാച്ചിയെടുത്തു നൽകുന്ന മുക്കൂട്ട് കുഴമ്പു തേച്ചാണ് കുട്ടികൾ കളരിയിലെത്തുക. ചെറുപ്രായത്തിൽത്തന്നെ മാനസികവും ശാരീരികവുമായ കരുത്ത് കൈവരിക്കാനും അതിനുതകുന്നതരം കായിക വിദ്യയും അഭ്യാസ മുറകളും കർശനമായ ചിട്ടകളോടെയാണ് കളരിയിൽ പരിശീലിപ്പിക്കുന്നത്. പന്തീരടിക്കളരി, പതിനെട്ടടിക്കളരി, മുപ്പത്തീരടിക്കളരി, നാല്പത്തീരടിക്കളരി, അമ്പത്തീരടിക്കളരി എന്നിങ്ങനെ വലിപ്പമനുസരിച്ച് കളരി നിർമ്മിച്ചിരുന്നു. കളരി നിർമ്മാണത്തിൽ ദീക്ഷിക്കുന്ന ചില മൗലിക തത്വങ്ങൾ ഉണ്ട്. കിഴക്കു പടിഞ്ഞാറായി നീളവും തെക്കുവടക്കായി വീതിയും നിശ്ചിത അളവു തീർത്ത് അഭ്യാസത്തിന്ന് പാകത്തിൽ ഒരു ഭാഗത്ത് കുഴികുത്തി അതിൽ പൂഴി മണൽ നിരത്തിയവയായിരിക്കും കളരികൾ. കിഴക്കുവശത്തെ നെടുംതൂണിന്റെ വലതു വശത്തുകൂടിയാണ് അകത്ത് പ്രവേശിക്കേണ്ടത്. കളരിയിൽ ഗുരുത്തറ, പൂത്തറ എന്നിവയുണ്ടാക്കും. പൂത്തറ ദൈവികമായി കരുതുന്നു. മണ്ണ്കൊണ്ട് അഞ്ചോ , ഏഴോ, ഒൻപതോ തട്ടുകളുള്ള പൂത്തറയുടെ ഏറ്റവും മുകളിലേതാണ് പവിത്രമായ പൂത്തറ. ഗുരുത്തറയാകട്ടെ പടിഞ്ഞാറെ നെടുംതൂണിന്നു അടുത്തായിരിക്കും.

പ്രാചീന കേരളത്തിൽ അനേകം കളരികൾ ഉണ്ടായിരുന്നു. പഴയ

പാട്ടുകളിൽ മാടായിക്കളരി, മേലൂർക്കളരി, കടത്തനാടൻ കളരി, താവം കളരി, ചൊവ്വക്കളരി, മയ്യഴിക്കളരി തുടങ്ങിയവയെപ്പറ്റി പരാമർശങ്ങൾ കാണാം. ജാതികൾക്ക് പ്രത്യേകം പ്രത്യേകം കളരികൾ ഉണ്ടായിരുന്നു.

തീയർ കളരി, നായർ കളരി, കോലാൻകളരി, നമ്പൂരിക്കളരി എന്നിവ അന്നുനല്ല നിലയിൽ നടന്നു വന്നിരുന്നു. ഇവയ്ക്ക് അതത് നാട്ടുരാജാക്കന്മാർ വേണ്ടത്ര പ്രോത്സാഹനവും നൽകിയിരുന്നു. അടിയന്തിരഘട്ടങ്ങളിൽ ഈ ആയുധാഭ്യാസികൾ തങ്ങൾക്ക് ഉപകരിക്കുമെന്ന് അവർക്ക് അറിയാമായിരുന്നു.

പത്തു വീട്ടിൽ പൊതുവാണ്മാർ അവരുടെ തറവാട്ടു പേരിൽത്തന്നെയാണ് കളരി നടത്തി വന്നിരുന്നത്. കരിപ്പത്ത് കളരി, കല്ലിടിൽക്കളരി, ചൂവാട്ടക്കളരി, മുണ്ട്യത്ത് കളരി എന്നിവ തെയ്യാട്ടം നടക്കുന്ന ഇടം എന്ന നിലയിൽ ഇന്നുമുണ്ട്.

കളരിയിൽ അഭ്യാസമുറകളോ ആയുധപരിശീലനങ്ങളോ പാടില്ലെന്ന 1805 നവമ്പർ 30 ന്ന് ബ്രിട്ടീഷ് സർക്കാർ നിയമം മൂലം വിലക്കിയത് തൊട്ട് കളരികൾ നിത്യനിദ്രയിലായി. അവ ആണ്ടോടാണ്ടു കളരി ദൈവങ്ങളെ കെട്ടിയാടിക്കുന്ന 'കളരിക്കാവുകൾ'.

പിൽക്കാലത്ത് ജാതിക്കതീതമായി കായിക വിദ്യാ കുതുകികളായവർ കളരിസംഘം എന്ന പേരിൽ പുതു തലമുറകൾക്ക് കോൽക്കളിയും ആയുധ വിദ്യകളും മലക്കവും മറ്റും പരിശീലിപ്പിച്ച് വന്നു. അക്കൂട്ടത്തിലൊന്നായിരുന്നു സഞ്ജയൻ കളരി സംഘം. ജ്യേഷ്ഠനെ ആ കളരിയിലാണ് ചേർത്തത്. കളരിയിൽ ചേർത്തദിവസം മുതൽ നിശ്ചിത നാൾവരെ അവർക്ക് മുക്കൂട്ട് എന്ന കുഴമ്പിട്ട് ചവിട്ടിത്തടവൽ നടത്തും. ശരീരം നല്ല അയവുള്ള തരത്തിൽ ആയി കിട്ടാൻ ഈ ചികിത്സ പ്രയോജനപ്പെടും. തലമുടി കഴുത്തറ്റം വരെ നീട്ടി കഴുത്തിൽ മുപ്പിരിയൻ കറുത്ത ചരടു കെട്ടിയ കളരിക്കുട്ടികളെ കാണുന്നതു തന്നെ കൗതുകകരമാണ്. ഏട്ടനും ചങ്ങാതിമാരായ കുറുന്തിൽ കൃഷ്ണനും കൊട്ടനും അതി രാവിലെതന്നെ പോകുന്നത് കൊതിയോടെ നോക്കിനിൽക്കാറുണ്ട്. അവർ മലക്കം മറിയുന്നതും തീ വളയത്തിലൂടെ ചാടുന്നതും വടിപ്പയറ്റു നടത്തുന്നതും മറ്റും പുറംചുമരിലെ ചെറിയ ദ്വാരത്തിലൂടെ നോക്കി നിൽക്കുമ്പോൾ അദ്ഭുതവും കൗതുകവും തോന്നിയിരുന്നു. അതിനകത്ത് അരോഗദൃഢഗാത്രനായ എൻ വി കൃഷ്ണൻ ഗുരുക്കൾ വിദ്യാർത്ഥികളെ പരിശീലിപ്പിക്കുന്നതിൽ കാണിക്കുന്ന കാർക്കശ്യം തെല്ല് ഭയപ്പെടുത്തിയിരുന്നു. എന്നാൽ കോൽക്കളി പഠി

പ്പിക്കുന്നതിനിടയിൽ അദ്ദേഹം പാടുമായിരുന്ന, 'കണ്ണാ കരി മുകിൽ വർണ്ണാ നിന്നെ നണ്ണീടുന്നവൻ പാപ മൂലം ' എന്ന മധുര മനോഹരമായ ഗാനം ഇന്നു മുണ്ടെന്റെ കാതിലും മനസ്സിലും.

വട്ടക്കൊവ്വലിലെ വീട്ടിൽ അല്ലലില്ലാത്ത ജീവിതമായിരുന്നു. അതിനിടയിലാണ് വട്ടക്കൊവ്വൽ താഴെ താമസിച്ചിരുന്ന കുഞ്ഞിരാമൻ വല്യച്ചന്റെ ഭാര്യക്ക് ചിത്തഭ്രമം പിടിപെട്ടത്. അദ്ദേഹം അച്ഛനുമായി ആലോചിച്ച് വെള്ളൂരിലെ ചന്തൻ വൈദ്യരെ കൊണ്ടുവന്ന് കഷായവും തലയിൽ തളം വെപ്പും തുടങ്ങി. നാലു മാസം തുടർച്ചയായി ചികിത്സിച്ചു. ശമനത്തിന് പകരം രോഗം മൂർച്ഛിക്കുകയും ബന്ധനം അനിവാര്യമെന്ന് വിധിക്കുകയും ചെയ്തു.

ചിലപ്പോഴത്തെ അക്രമ സ്വഭാവം അസഹനീയമായിരുന്നു. എന്നാൽ പല പ്രാവശ്യം അവർ ചാടിപ്പോവുകയും അപ്പോഴൊക്കെ ബലമായി പിടികൂടി കൂട്ടിക്കൊണ്ടു വരികയും ചെയ്തു. ചിരിയും കരച്ചിലുമായി രാപ്പകൽ കഴിയുന്ന അവർ കാണുന്നവർക്ക് ഹൃദയ ഭേദകമായ നോവുണർത്തുന്ന കാഴ്ചയായിരുന്നു. നാല് ആൺ മക്കളും ഒരു മകളുമാണ് അവർക്ക് ഉണ്ടായിരുന്നത്. ഈ മക്കളെയെല്ലാം പ്രത്യേകിച്ച്, പറക്കമുറ്റാത്ത ഇളയ രണ്ടുപേരെ പരിചരിക്കാൻ അമ്മ നിത്യവും അവിടെ ചെല്ലുമായിരുന്നു. കൂടെപ്പോയിരുന്ന ഞാൻ ജനൽ വിടവിലൂടെ അവരെ ഭയത്തോടെ നോക്കിയിരുന്നത് ഇന്നു മോർക്കുന്നു.

“മോനേ... ആ വാതിലൊന്ന് തൊറന്ന് താ... നല്ല മോനല്ലേ...?

അത് കേൾക്കുമ്പോൾ ഞാൻ ഭയന്നു തിരിഞ്ഞു നോക്കാതെ ഓടുമായിരുന്നു.

മനസ്സിൽ ആ രൂപവും ദൈന്യതയും ഒളിമങ്ങാത്ത വിധം ഇന്നുമുണ്ട്. ഒടുവിൽ അവരെയും മക്കളെയും അവരുട താറോത്ത് തറവാട്ടിലാക്കി വല്യച്ചൻ ആ വീടു വിറ്റു. അവർ അകാലത്തിൽത്തന്നെയാണ് മരിച്ചത്. രണ്ടു വർഷത്തിന്റേഏകാന്തതക്കു ശേഷം അദ്ദേഹം വെള്ളൂരിൽ മറ്റൊരു തറവാട്ടിൽ നിന്ന് ഒരു രണ്ടാം വിവാഹം കഴിച്ചു.

വട്ടക്കൊവ്വൽ വീട്ടിൽ നിന്ന് രണ്ടുവട്ടമാണ് ഞങ്ങൾ കുട്ടികൾ തായിനേരി കരിപ്പത്ത് തറവാട്ടിലേക്ക് തൽക്കാല താമസത്തിന്ന് ഒന്നോ ഒന്നരയോ മാസം മാറിത്താമസിച്ചത്. അത് അനുജൻ ശ്രീധരനെയും ഏറ്റവും ഇളയവൻ പത്മനാഭനെയും പ്രസവിക്കാൻ അമ്മ തറവാട്ടിലേക്കു വന്നപ്പോഴായിരുന്നു. ഏട്ടൻ കളരിയിലും അന്നൂർ സ്കൂളിലുമുള്ള പഠനം കാരണം തറവാട്ടിലേക്ക് വന്നിരുന്നില്ല. കൊക്കരമ്പത്ത് ചിരിയ കുഞ്ഞി വല്യമ്മയുടെ ഒപ്പമാണ് താമസിച്ചിരുന്നത്.

അമ്മമ്മയെ ഞങ്ങൾ വിളിച്ചിരുന്നത് തായിനേരിയമ്മ എന്നായിരുന്നു. ആ രൂപം ഓർക്കുമ്പോഴൊക്കെ എന്നെ വാൽസല്യത്തോടെ ഒരു പ്രത്യേക ഈണത്തിൽ വിളിച്ചിരുന്ന 'ചന്നിരാ' എന്ന വിളി മനസ്സിൽ പ്രതിധ്വനിക്കും. ഉയരം കുറഞ്ഞ് നല്ല വെളുപ്പുനിറത്തിൽ അടുക്കളയിലും മുറ്റത്തും ഏതെങ്കിലും ജോലിയുമായി താനേരിയമ്മ ഉണ്ടാകും. കുളിരുകാലമായാൽ കരിയിലകൾ തൂത്തുവാരി അടുക്കളയ്ക്കിപ്പുറത്ത് തീക്കൂട്ടിത്തരും. അതിനരികത്ത് തീക്കായാനിരിക്കുന്ന എന്നെ നോക്കി അമ്മമ്മ പറയും.

"അടുക്കളയിലെ അടുപ്പ് ഞാങ്ങള് പെണ്ണുങ്ങക്കാ..."

"അതെന്താ അവിട തീക്കാഞ്ഞാല്? ചൂട് കിട്ടൂലേ...?"

അത് കൊണ്ടല്ല മോനേ... ആ പതിവ് ന്റെ... മോന് വേണ്ട... അൽപം കുനിഞ്ഞ്, നല്ല വെളുപ്പുനിറത്തിലാണ് താനേരിയമ്മ. പൃഷ്ഠത്തിൽ കരയുള്ള പുടവയാണ് ഉടുക്കുക. സദാ പ്രസന്നമായിരുന്നു ആ മുഖം. എന്നാൽ തനിക്ക് ഹിതമല്ലാത്ത രീതിയിൽ ആരു പെരുമാറിയാലും മുഖത്തു നോക്കി, 'നല്ല നാല് പറയാൻ മടിക്കാറില്ല. ഉയരം കുറവായതിനാൽ ഉടുത്ത ചുവന്ന കരയൻ പുടവയ്ക്ക് വലിയ മടിശ്ശീല 'കോന്തല'യാണ്. മടക്കിവെച്ച ആ കോന്തലയിലാണ് എനിക്ക് പ്രിയങ്കരമായ എള്ളുണ്ടയോ നാരങ്ങാമിട്ടായിയോ സൂക്ഷിച്ചിട്ടുണ്ടാവുക. പുഞ്ചിരി തൂകുന്ന ആ സ്നേഹ സ്വരൂപം ഇന്നുമുണ്ടെന്റെ മനസ്സു നിറയെ.

പശുവെ കറക്കുമ്പോൾ എന്നും കൂടെ ആലയിലേക്ക് പോകുന്ന എന്റെ ഉദ്ദേശ്യം തിരിച്ചറിയുന്ന താനേരിയമ്മ കറവ കഴിഞ്ഞാൽ അടുത്തേക്ക് വിളിക്കും. പിന്നെ എന്റെ വായിലേക്ക് ആലയിൽനിന്നുതന്നെ ഒഴിച്ചു തന്നിരുന്ന ഇളം ചൂടുള്ള പാലിൽ കടലോളം വാത്സല്യമുണ്ടായിരുന്നു. മറ്റാരും കാണാതെ 'പാക്കലത്തിൽ..' നിന്ന് ഒരുണ്ട വെണ്ണ വായിലിട്ടു തരുന്ന താനേരിയമ്മ എനിക്ക് സ്നേഹ ദേവത തന്നെയായിരുന്നു. അമ്മയുടെ അച്ഛൻ പാതിക്കാരൻ ചിണ്ടപ്പൊതുവാൾ കർണ്ണാടകത്തിൽ വൈദ്യശാലയും ചികിത്സയുമായി കഴിയുന്ന വൈദ്യരായിരുന്നു. വല്ലപ്പോഴുമേ അദ്ദേഹം നാട്ടിൽ വരാറുള്ളൂ.

അമ്മയുടെ അനുജത്തിമാരായ നാരായണി, സാവിത്രി എന്നിവരിൽ നാരായണി ഇളയമ്മ ബാംഗളൂരിൽ ഭർത്താവ് ഗോവിന്ദപ്പൊതുവാളൊപ്പമാണ് താമസം. ഏറ്റവും ഇളയവരായ സാവിത്രി എളേമയും മക്കളും അനുജനായ കുഞ്ഞിരാമനുമാണ് തറവാട്ടിൽ താനേരിയമ്മയ്ക്കൊപ്പം താമസിച്ചത്. സാവിത്രി എളേമയുടെ ഭർത്താവ് ബാലെളേപ്പന്നും കർണ്ണാടകത്തിലായിരുന്നു ജോലി. അമ്മയുടെ അനുജൻ കുഞ്ഞിരാമപൊ

തുവാളാണ് വീട്ടിലെ കാര്യങ്ങളൊക്കെ വേണ്ട വിധം കര നോക്കി നടത്തിയിരുന്നത്. അദ്ദേഹത്തിന്ന് പയ്യന്നൂരിലെ സർവ്വീസ് ബേങ്കിൽ പിഗ്മിപ്പണിയാണ്. കർക്കശ്ശക്കാരനായ പഴയ കാലകാരണവന്മാരുടെ എല്ലാ സ്വഭാവ വിശേഷങ്ങളും പുലർത്തിയ അദ്ദേഹം കുട്ടികളായ ഞങ്ങളോട് ദയാ ദാക്ഷിണ്യമില്ലാതെയാണ് മിക്കപ്പൊഴും പെരുമാറിയിരുന്നത്. എന്നാൽ വാത്സല്യം കൊണ്ട് പൊതിയുന്ന അപൂർവ നിമിഷങ്ങളും ഓർമ്മയിൽ തെളിയുന്നുമുണ്ട്. സാവിത്രി എളേമക്ക് മാതൃ നിർവിശേഷമായ വാത്സല്യമായിരുന്നു എന്നോട്.

കരിപ്പത്ത് തറവാട് പയ്യന്നൂർ വല്യകരിപ്പത്ത്, കേളോത്ത് കരിപ്പത്ത്, നമ്പിരാൾപ്പിൽ കരിപ്പത്ത്, തായിനേരി കരിപ്പത്ത് എന്നിങ്ങനെ നാലു താവഴിയാണ്. തായിനേരി കരിപ്പത്ത് മൂല ഗൃഹം വിളക്കും തൂണുമുള്ള നടുക്കെ വീടാണ്. അവിടെയായിരുന്നു താനേരിയമ്മയുടെ അമ്മ താമസിച്ചത്. കുംഭയമ്മക്ക് ചിരിയ, ലക്ഷ്മി, കോടി 'താനേരിയമ്മ' എന്നീ പെൺമക്കളും കുഞ്ഞിക്കണ്ണൻ എന്ന ഒരു മകനുമാണ് ഉണ്ടായിരുന്നത് 'കുഞ്ഞിക്കണ്ണപ്പൊതുവാളുടെ ഏക മകനാണ് സാഹിത്യകാരനും പ്രഭാഷകനുമായ പി അപ്പുക്കുട്ടൻ മാസ്റ്റർ' ഞങ്ങൾ പടിഞ്ഞാറെ വീട് എന്നാണ് തറവാട്ടു വീട്ടിനെ വിളിച്ചു വന്നിരുന്നത്. അവിടെ കൊട്ടിലകത്തിന്റെ പ്രധാന കട്ടിള മുകളിൽ കൊത്തിവെച്ചിരുന്ന ദൈവരൂപങ്ങൾ കൺകളിൽ ഇന്നും തെളിഞ്ഞുനിൽപ്പുണ്ട്. ത്രിസന്ധ്യാ നേരത്ത് അമ്മമ്മ കുളിച്ച്, അലക്കിയ പുടവ പ്രത്യേക മട്ടിൽ ഉടുത്ത്, ഭസ്മക്കൊട്ടയിൽ നിന്ന് ഭസ്മം നുള്ളി പ്രാർത്ഥനയോടെ കുറി തൊടുന്നതും ചങ്ങലവട്ടയിൽ കത്തിച്ചെടുത്ത ദീപവുമായി കൊട്ടിലകത്തെ ചിത്രത്തൂൺ കുത്തുവിളക്കിൽ തിരി കൊളുത്തുന്നതും പരിദേവനങ്ങൾ കേൾപ്പിക്കുന്നതും വാതിലിന്നിപ്പുറം നിന്ന് കൗതുകത്തോടെ ശ്രദ്ധിക്കുമായിരുന്നു. അഞ്ചോ പത്തോ മിനുട്ടിനുശേഷം പുടവത്തുമ്പുകൊണ്ട് കണ്ണ് തുടച്ചുകൊണ്ടു പുറത്തേക്കു വരുന്ന അവരുടെ മനസ്സിന്നാഴവും വ്യഥയുമറിയാൻ അന്ന് എനിക്കു കഴിഞ്ഞിരുന്നില്ല.

"ആരോടാ അമ്മമ്മ കരഞ്ഞ് പറഞ്ഞേ?"

"അതെന്റെ മാതാവോട്... പോർക്കലിദേവിയോട്.... ന്തേ..."

"ഒന്നൂല്ല... വെറുതെ"

ദേവി അതിനകത്തുണ്ടാകുമോ? ചിത്രത്തൂണിലെ വിളക്കിന് ചെവിയുണ്ടാകുമോ? സംശയങ്ങൾ ഒരുപാടുണ്ടായെങ്കിലും നിഷേധി എന്ന ദുഷ്പ്പേര് അമ്മാവന്റെ ചെവിയിലുമെത്തേണ്ടെന്ന് കരുതി മൗനം പൂണ്ടു നിൽക്കും.

പൗരാണികമായ ഒരുപാട് പ്രത്യേകതയും പവിത്രതയും ഉള്ള തറവാടാണ് കരിപ്പത്ത്. പയ്യന്നൂരിന്റെ ജ്യോതിഷ പാരമ്പര്യത്തിന്റെയും സംസ്കൃത വിദ്യാദാനത്തിന്റെയും കഥകളി സംഗീതത്തിന്റെയും ഈറ്റില്ലമാണത്.

മഹാ മനീഷിയും ജ്യോത്സ്യ മഹാപണ്ഡിതനായ ജ്യോതിസ്സദനം വി പി കെ പൊതുവാളിന്റെ ഗുരുനാഥനുമായ കമ്മാരനെഴുത്തച്ഛന്റെ തറവാട്. നാടുവാണിരുന്ന ചിറക്കൽത്തമ്പുരാൻ മഞ്ചൽ കൊടുത്തയച്ച് കൊട്ടാരത്തിലേക്കു ഇടയ്ക്കിടക്ക് ക്ഷണിക്കുമായിരുന്ന പ്രതിഭാശാലിയായിരുന്നുകമ്മാരനെഴുത്തച്ഛൻ. പയ്യന്നൂർ മൈതാനിയിൽ നെഹ്റുജി പങ്കെടുത്ത പൂർണ്ണസ്വരാജ് ആവശ്യപ്പെട്ട കോൺഗ്രസ്സ് സമ്മേളനത്തിൽ വള്ളത്തോൾ, കുട്ടമത്ത് തുടങ്ങിയ കവികൾക്കൊപ്പം വേദിപങ്കിട്ട കവികൂടിയായിരുന്നു. അദ്ദേഹത്തിന്റെ മകന്റെ മകനാണ് പ്രസിദ്ധ സാഹിത്യകാരനായ സി.വി.ബാലകൃഷ്ണൻ. തിരുവിതാംകൂർ മഹാറാണിയുടെ മകളുടെ വിവാഹത്തിന്ന് ഏറ്റവും രുചികരമായ സദ്യയൊരുക്കിയ പയ്യന്നൂർ പൊതുവാൾ സംഘത്തിന്റെ തലവനായിരുന്നുവത്രെ എഴുത്തച്ഛൻ. അദ്ദേഹത്തിന്റെ താവഴിയാണ് തായിനേരി കരിപ്പത്ത്. താഴത്തുകൂടി തെക്ക് നാരങ്ങാത്തോടുവരെ എത്തുന്ന കൊഴുവയൽ 'കൊവ്വലിൽ' തറവാടിനു താഴെയാണ് തറവാട്ടുകുളം. അതിന്റ മേൽഭാഗത്ത് നിര നിരയായി പടർന്നു പന്തലിച്ച ആൽമരങ്ങളുണ്ട്. ഇതിന്റെ ശാഖ മുറിച്ചുകൊണ്ടാണ് കുറിഞ്ഞിക്കാവിലെ 'മകരത്തിലെ' തെയ്യത്തിന്ന് മേലേരി ഒരുക്കുവാൻ തുടക്കമിടുന്നത്. ഇതിന്ന് നല്ല നാൾ നോക്കിയാണ് കാവിലെ ചെറുപ്പക്കാർ 'നാൾ മരം' മുറിക്കുന്നത്.

തറവാട്ടു കുളത്തിന്ന് തൊട്ടു മുകളിലെ പറമ്പിലാണ് ഒരേയൊരു അരയാൽമരം കുളിർത്തണൽ ഒരുക്കുന്നത്. ഈ അരയാലിനെ പരമ പവിത്രമായാണ് കരുതിപ്പോരുന്നത്. കാരണം വൃശ്ചിക മാസത്തിലെ പാട്ടുത്സവത്തിന്റെ നാലാംനാൾ പാതിരാത്രിയിൽ പൂമാല ദേവിയുടെ 'പോതി' 'ഭഗവതിയുടെ പ്രതിപുരുഷൻ' വിജനപാതയിലൂടെ കാൽച്ചിലമ്പൊച്ചയോടെ നാലഞ്ചു നാഴിക ദൂരമുള്ള പയ്യന്നൂരമ്പലത്തിൽ വന്ന് അവിടെ വെച്ച പവിത്രമായ തുളസിമാലയുമെടുത്ത് തിരിച്ച് കാവിലേക്കും ഓടിയെത്തന്നു. പോകുന്ന പോക്കിൽ ഈ തറവാട്ടു കുളത്തിൽ കാൽ നനച്ച് മേലെ അരയാൽത്തറയിൽ വാൽക്കിണ്ടിയിൽ വെച്ച പാൽ കുടിച്ച് വിശ്രമിക്കുമെന്നാണ് വിശ്വാസം. അതിനാൽ മൂന്നുദിവസം മുമ്പു തന്നെ അരയാലും പരിസരവും തൂത്തുവാരി, മൺതറ കമനീയമായി തീർത്തു വെക്കുക പതിവാണ്. പോതി വരുന്ന വഴിയിൽ ഉള്ള പുളി

ക്കോത്ത് അറയും മറ്റൊരു വിശ്രമ സങ്കേതമാണ്.

തലയന്നേരിക്കാവിലെ പൂമാല ഭഗവതി വെളിച്ചപ്പാടും തായിനേരി മുച്ചിലോട്ടു കാവിലെ കോമരങ്ങളും അരിയും മഞ്ഞൾപ്പൊടിയുംനുള്ളിയെറിയുന്ന പവിത്രമായ കൊട്ടിലകമുള്ള തറവാടാണ് ഇത്. വൃശ്ചികമാസത്തിൽ ദേവീപ്രസാദത്തിന്നുള്ള പ്രധാന ഉത്സവമാണ് പാട്ടുൽസവം. പൂമാല ദേവിക്ക് മറ്റു ദേവതമാർക്കുള്ളതുപോലെ കോലം കെട്ടിയാട്ടമില്ല. ദേവിയുടെ ഉൽപ്പത്തി ചരിത്രവും മലനാട്ടിലേക്ക് മരക്കല 'കപ്പൽ' ത്തിലേറി ഏഴിമല താഴ്വരയിൽ ശങ്കരനാരായണീയ തട്ടകമായ രാമന്തളിയിലെ കടലോരത്ത് വന്ന് ചേർന്നതും അവിടെ കുറുവന്തട്ടക്കാവിൽ വിശ്രമിച്ച് അവിടെ നിന്ന് ശ്രീരാമവില്യം, നെല്ലിക്കാംത്തുരുത്തി, പാലക്കുന്ന് എന്നീ കഴകങ്ങളിൽസാന്നിധ്യമറിയിച്ചു എന്നുമാണ് ഐതിഹ്യം. ഇക്കഥകളെല്ലാം കാവിലെ അവകാശികളായ ഗണകന്മാർ (കണിയാന്മാർ) വൃശ്ചികം 26 മുതൽ ധനു ആറു വരെ 'കളത്തിലരിയും പാട്ടും' എന്ന പേരിൽ കാവിന്മുറ്റത്ത് ഇലത്താളത്തിന്റെ ധന്യ താളമേളത്തോടെ വിശദമായി പാടി അവതരിപ്പിക്കും. ഭഗവതിക്കാവുകളിൽ വിപുലമായ കലാപരിപാടികൾ ഇതോടനുബന്ധിച്ച് നടത്തുക പതിവാണ്. തലയന്നേരിക്കാവിലും ഈ ഭഗവതിയാണ് പ്രധാനദേവത.

അകലെയുള്ള അന്നൂർ ഗ്രാമത്തിലെ തലയന്നേരിക്കാവിന്റെ ആചാര മര്യാദകൾ പിൻതുടരേണ്ട പ്രദേശമാണ് തായിനേരി. തായിനേരി ദേശത്ത് കുറിഞ്ഞിക്കാവ് എന്ന ഒരു തെയ്യാട്ടക്കാവുണ്ട്. അവിടത്തെയും അന്നൂരേയും വാല്യക്കാരും കാരണോന്മാരും ഒത്ത് ചേർന്നാണ് കാവിലടിയന്തിരങ്ങളും കളിയാട്ടം തുടങ്ങിയവയും നടത്തി വരുന്നത്.

പറഞ്ഞു വന്നത് തലയന്നേരിക്കാവിന്റെ കീഴ്ക്കാവാണ് തായിനേരിക്കാവ്. പഴയതമിഴ് ബന്ധ സൂചന പ്രകാരം തലൈ (മുഖ്യമായ) തലയന്നേരി കാവും അതിന് താഴെ കീഴ്പ്പെട്ട അമ്മ ദേവിക്കാവുമാണ് തായിനേരിയിലുള്ളത്. തായ് (അമ്മ ദേവി) എന്നും താഴെ (തായേ) ഉള്ള എന്നും അർത്ഥം വരുന്നു. പ്രാചീന കാലത്ത് ഇപ്പോഴത്തെ മുഹമ്മദ് അബ്ദുറഹ്മാൻ സ്മാരക വായനശാലയുടെ തൊട്ട് തെക്കു വശത്ത് കാരമുൾ മൂടിയ ചെറുകാടുണ്ടായിരുന്നു. ആ മുൾക്കാടിന്റെ തൊട്ടു മുന്നിൽവെച്ചാണ് കുഞ്ഞിത്തെയ്യങ്ങളെ കെട്ടിയൊരുക്കി ആദ്യത്തെ ആട്ടം നടത്തിയിരുന്നത്. 'ചെറിയ കുട്ടികളെ ഈതിബാധകൾ അകറ്റുന്ന കുഞ്ഞിത്തെയ്യങ്ങളാക്കി കർക്കിടകം, ചിങ്ങം മാസങ്ങളിൽ വീടുകൾതോറും ചെണ്ട താളത്തിൽ നൃത്തമാടിക്കുന്ന പതിവുണ്ട്'

വിദൂര ഭൂതകാലത്തിന്റെ വാതായനം തുറന്നിട്ടാൽ അവിടെ പുരാണ

പ്രസിദ്ധമായതായി 'അമ്മ' ദേവിക്കാവ് ഉണ്ടായിരുന്നിരിക്കണം. കാവ് നിലംപരിശായി കാടുകേറിയിട്ടും ആ പവിത്ര സങ്കല്പത്തെ മലയരും മറ്റു തെയ്യക്കാരും ആരാധിക്കുന്ന കാഴ്ചയാകാം അത്. ഞങ്ങൾ കുട്ടികൾ തെയ്യത്തെ ഒരുക്കുന്നതും ആട്ടം നടത്തുന്നതും കൗതുകത്തോടെ നോക്കി നിന്നിട്ടുണ്ട്. ആട്ടം ആദ്യം നടത്തുന്നത് കരിപ്പത്ത് തറവാട്ടു മുറ്റത്താണ് . പിന്നെയാണ് മറ്റു തറവാടുകൾ. തെയ്യക്കാരൻ കൂട്ടുകാരനാകയാൽ ഞങ്ങളും ഒരു പാട് വീടുകളിലേക്ക് കൂടെപ്പോകുമായിരുന്നു.

പ്രധാന തറവാട്ടുവീടായ പടിഞ്ഞാറെ വീട് ആണ് ഏതു കാര്യത്തിലും തീരുമാനമെടുക്കുക. അവിടെയാണ് വലിയമ്മാവൻ താമസിക്കുന്നത്. വലിയമ്മാവൻ അന്നൂരിലെ കേളികേട്ട പാതിക്കാരൻ വീട്ടിലാണ് വിവാഹം കഴിച്ചതെന്ന് പറഞ്ഞു കേട്ടിട്ടുണ്ട്. ആ ബന്ധം പണ്ടേ മുറിഞ്ഞു പോയിരുന്നു. കാലമേറെ കഴിഞ്ഞ ശേഷമാണ് പ്രസിദ്ധ വാഗ്മിയും എഴുത്തുകാരനും അധ്യാപകനുമായ പി. അപ്പുക്കുട്ടൻ മാസ്റ്റർ അമ്മാവന്റെ മകനായിരുന്നുവെന്നറിയുന്നത്. വല്യമ്മാവൻ അധികം ആരോടും മിണ്ടാറില്ല. വെളുത്ത ഷർട്ടിന്റെ ഇരു ഭാഗത്തുമുള്ള നീളൻകീശ നിറയെയുള്ളചില്ലറ നാണയങ്ങൾ നടക്കുമ്പോൾ കുലുങ്ങുന്നത് കേൾക്കാം.

അമ്മാവന്ന് ഐക്യനാണയ സംഘത്തിന്റ പിഗ്മി പിരിവാണ് ജോലി. രാവിലെ കുളിക്കാൻ തറവാട്ട് കുളത്തിലേക്ക് അമ്മാവൻ പോകുന്ന തക്കം നോക്കി കൊട്ടിലകത്തെ അയയിൽ തൂക്കിയിട്ട ഷർട്ടിന്റെ കീശയിൽ നിന്ന് രണ്ടണ, ഒരണ കൂടി വന്നാൽ കാലുരൂപ്യ എന്നിങ്ങനെ കയ്യിൽ കിട്ടുന്നത് ആരുമാരും കാണാതെ എടുക്കുമായിരുന്നു. ചില്ലറയായതിനാൽ ആയിരിക്കും പണക്കുറവ് ചർച്ചാ വിഷയമേ ആയിരുന്നില്ല. വീട്ടിനപ്പുറം ഒരു പലചരക്കു കടയുണ്ട്. നാല് പറമ്പിനപ്പുറമുള്ള ഖാദറിച്ചയുടെ പീടികയിലെ ചില്ലു ഭരണിയിൽ വെച്ച കടലമിഠായി (ലണ്ടൻ കേക്ക്)യുടെ രുചി എങ്ങനെയെങ്കിലും കാശ് സംഘടിപ്പിക്കാൻ പ്രേരിപ്പിച്ചിരുന്നു. അതിനാൽ തെറ്റാണ് എന്ന് മനസ്സ് പലവട്ടം വിലക്കിയിട്ടും ഈ മോഷണം ഒരു പതിവായി മാറി.

എന്നാൽ ഒരുനാൾ കൊട്ടിലകത്തെ വെളിച്ചെണ്ണ എടുക്കാൻ അമ്മ അപ്രതീക്ഷിതമായാണ് കേറി വന്നത്. അമ്മ എന്റെ കള്ളം കയ്യോടെ പിടികൂടി. വല്യമ്മയും ലക്ഷ്മി വല്യമ്മയും വല്യമ്മയുടെ എന്റെ പ്രായക്കാരായ മക്കളുമറിഞ്ഞാൽ വലിയ നാണക്കേടാവില്ല...? അതുകൊണ്ടു ആകാം അമ്മ എന്റെ കൈ മുറുകെപ്പിടിച്ച് ഒന്നും മിണ്ടാതെ സങ്കടവും

കോപവും മൂലം എന്നെ വലിച്ചിഴച്ചാണ് താമസിക്കുന്ന കിഴക്കെ വീട്ടിലേക്ക് കൊണ്ടുവന്നത്. പടിഞ്ഞാറ്റായുടെ വാതിൽ അടച്ച്, ദീപം തെളിച്ച്, അമ്മ തേങ്ങിത്തേങ്ങിക്കരഞ്ഞു. പത്തും തികഞ്ഞ അമ്മയുടെ തേങ്ങൽ വല്ലാത്ത ഒരു നോവുണർത്തിയപ്പോൾ അന്നേ വരെ ചെയ്ത മോഷണമെല്ലാം ഏറ്റുപറഞ്ഞ് പൊട്ടി പൊട്ടിക്കരഞ്ഞു. അമ്മയുടെ നീണ്ട രണ്ടു വിരൽനഖങ്ങൾ എന്റെ തുടകളിൽ ചോരച്ചാലൊഴുക്കുകയായിരുന്നു. പക്ഷെ തുടയിലെ ആ നീറ്റലിനപ്പുറം എന്റെ അകമാകെ വേദന കൊണ്ട് പുളഞ്ഞത് അമ്മയുടെ തേങ്ങിക്കരച്ചിലും സ്വയം പീഡനമെന്ന പോലുള്ള തലയ്ക്കു തല്ലലുമായിരുന്നു. എന്തു ചെയ്യണം എന്നറിയാതെ ഞാൻ ആ കാലിൽ കെട്ടിപ്പിടിച്ച് കരഞ്ഞു

"ഇല്ല എനി ഒരിക്കലും ഞാൻ അത് ചെയ്യില്ല. അമ്മേ... മാപ്പ്.."

കവിളിലൂടെ ഒഴുകിയ കണ്ണീരുപ്പ് ചുണ്ടുകളിൽ തങ്ങി. അമ്മ വാരിയെടുത്ത് ആശ്വസിപ്പിച്ചു.

"കരയണ്ട... നല്ല പേര് കേൾപ്പിക്കാനാണ് മോനേ... പണി. ഒറ്റ പുത്തിക്കേട് മതി... ആ പേര് പിന്ന മാറൂല... മോൻ എനി ഒരാളുടേയും..." അതും പറഞ്ഞ് കരയുന്നത് കേട്ടാണ് സ്നേഹമയിയായ താനേരിയമ്മ അകത്തേക്ക് കേറി വന്നത്. അമ്മ സ്വരം താഴ്ത്തി നടന്നതെല്ലാം പറഞ്ഞുകേൾപ്പിച്ചപ്പോൾ ഞാൻ നിന്നു നീറുകയായിരുന്നു. കുറ്റബോധത്താൽ ഉരുകിത്തീരുകയായിരുന്നു. അതെന്റെ ജീവിതത്തെത്തന്നെ ആകെ മാറ്റിമറിച്ചു. സത്യം ദൈവമാണെന്ന് ആ വിളക്ക് തൊട്ടു ചെയ്ത ശപഥം മറവിയുടെ മാറാല പുരളാതെ ഇന്നും മനസ്സിൽ തെളിഞ്ഞു നിൽക്കുന്നുണ്ട്.

തായിനേരി മുച്ചിലോട്ട് കാവ്, കുറിഞ്ഞിക്കാവ്, പയ്യന്നൂർ മഠത്തും പടിക്കാവ് (പിന്നീട് ഇവിടെ തെയ്യാട്ടമില്ലാതായി) തുടങ്ങിയ ദേവതാസങ്കേതങ്ങളിൽ തറവാട്ടിന്ന് 'കോയ്മ' സ്ഥാനമുണ്ട്. കാവുകളിലെ പ്രധാന അടിയന്തിര ദിവസങ്ങളിൽ കാവിനു മുന്നിലെ പടിപ്പുരയിൽ പ്രത്യേകമായ ഇരിപ്പിടത്തിൽ കോയ്മ വന്നിരുന്ന് സാന്നിധ്യമറിയിക്കും. കളിയാട്ടത്തിന് മുന്നോടിയായി ഒറ്റക്കോലം തെയ്യത്തിന് മേലേരി (കനൽക്കൂമ്പാരം) ഒരുക്കാനുള്ള മരം ആദ്യം മുറിച്ചെടുക്കുന്നത് അതിന്നായി കൊവ്വലിൽ വളർത്തുന്ന ആൽമരശാഖയാണ്. കളിയാട്ടം രണ്ടാമത്തെ ദിവസം രാവിലെ ഒരു പൂവൻ പഴക്കുലയും നിശ്ചിത അളവ് ഉണക്കലരിയും ഒരു കോഴിയെയും കാവുകാർ തറവാട്ടിലെത്തിക്കും. തറവാട്ടിൽ പ്രസാദമായി തയ്യാറാക്കുന്ന കോഴിക്കറിയുടെ സ്വാദ് അനിർവചനീയമായിരുന്നു. വീണ്ടും വേണമെന്ന് കൊതിച്ചാൽത്തന്നെ അത് അ

സാദ്ധ്യമാണ്. എല്ലാവർക്കും പ്രസാദം എത്തിക്കണമല്ലോ.

പഴയ തായിനേരി ഇന്ന് പാടേ മാറി മറിഞ്ഞിരിക്കുന്നു. ഓർമ്മയിൽ ആ പഴമ തെളിയുന്നത് കൊവ്വലിലെ അരയാൽത്തറയും തൊട്ടരികിലെ കൽപ്പടുതി കെട്ടിയ തറവാട്ടു കുളവുമാണ്. തായിനേരിക്കൊവ്വൽ തുടങ്ങുന്നത് ചന്ദ്രാക്കൊവ്വൽ മുതൽ കാര തുടങ്ങുന്ന ചുമടുതാങ്ങി വരെയാണ്. അവിടെനിന്ന് വിശാലമായ വയൽപ്പരപ്പിനു നടുവിലെ 'തണ്ടു വരമ്പി'ലൂടെ അന്നൂരിലെത്താം. ചന്ദ്രാക്കൊവ്വൽ തുടങ്ങുന്നിടത്ത് പടർന്നു പന്തലിച്ച വലിയൊരാൽ മരമാണ്. തൊട്ടടുത്ത പറമ്പിലാണ് കാളകാട് നമ്പൂതിരിയുടെ ഇല്ലം. നാട്ടുകാർ ബഹുമാനപൂർവ്വം 'കാളാട്ടോറ്' എന്നാണ് വിളിച്ചിരുന്നത്.

ഉയരം കുറഞ്ഞ് സാമാന്യം നല്ല തടിയുള്ള കാളാട്ടോർക്ക് ഇറുകിയ കഴുത്താണ്. ആ കഴുത്തിൽ രുദ്രാക്ഷ മണിപോലെ സ്വർണ്ണ ഗോളികളുള്ള വലിയ ഒരു മാല കുടവയറിന്മേൽ വിശ്രമിക്കുന്നത് കൗതുകത്തോടെ നോക്കി നിൽക്കാറുണ്ട്. കാരണം അത്രയും തൂക്കവും വലിപ്പവുമുള്ള ഒരു സ്വർണ്ണ മാല ഇതിന്നു മുമ്പോ പിമ്പോ ഞാൻ കണ്ടിട്ടില്ല. അച്ഛൻ കൃഷി ചെയ്യുന്ന കൊരവയലിൽ രണ്ടൊടി ഒരു പറ വിത്തു കണ്ടത്തിന്റെ ജന്മി അദ്ദേഹമായിരുന്നു. ഓരോ വിളവെടുത്താലും അച്ഛൻ നെല്ല് പാറ്റി തൂറ്റി വലിയ ചാക്കുകളിലാക്കി പാട്ടം ഇല്ലത്ത് എത്തിക്കുമായിരുന്നു. തകഴിയുടെ കൃഷിക്കാരൻ എന്ന കഥയിലെ കേശവൻ നായരെപ്പോലെ വിളവ് നഷ്ടമായാലും നെല്ല് കടം വാങ്ങിയാണ് ചിലപ്പോൾ പാട്ടം തികച്ചിരുന്നത് ഓർക്കുന്നു.

ഒരു കർക്കടകമാസവറുതി നേരിടാൻ അച്ഛൻ ഏട്ടിയുടെ ചെറിയ സ്വർണ്ണ മാല, വെള്ളോട്ട് ഉരുളി, കിണ്ടി തുടങ്ങിയവ ഇല്ലത്ത് പണയം വെച്ച് ചെറിയ തുക വാങ്ങിയിരുന്നു. അങ്ങനെ പണയം വെക്കുന്നവർക്ക് പലിശ ഈടാക്കി പണം കൊടുക്കുന്ന പതിവ് അദ്ദേഹത്തിന് ഉണ്ടായിരുന്നു. അച്ഛന്, പക്ഷെ അതൊന്നും തിരിച്ചെടുക്കാൻ കഴിയാറില്ല.

നഷ്ടമായ തന്റെ സ്വർണ്ണ മാലയെച്ചൊല്ലി ദേവേട്ടി (മൂത്ത ചേച്ചി) തേങ്ങിക്കരയുന്നത് ഇന്നലെ എന്ന പോലെ മനസ്സിൽ വന്നുനിറയുന്നു. ആ ഇല്ലവും കുറിയ നമ്പൂതിരിയും എന്നും മനസ്സിൽ ഒരു പോറലായിരുന്നു. എന്തിനെന്നറിയാത്ത ഒരു വിദ്വേഷം കുഞ്ഞു മനസ്സിൽ അന്നേ നിറഞ്ഞ് നിന്നിരുന്നു.

എന്തിനേറെ, രണ്ടു വട്ടം പാട്ടം മുടങ്ങിയപ്പോൾ നമ്പൂതിരി കാര്യസ്ഥനെ പറഞ്ഞുവിട്ടു, ഭൂമി വിട്ടു കൊടുക്കാൻ. (അപ്പോഴേക്കും കാർഷിക ബന്ധ ബിൽ) പത്ത് വർഷമെങ്കിലും കൃഷി ചെയ്യുന്ന കുടിയാന്ന് കൃ

ഷി ഭൂമി സ്വന്തമായി കിട്ടുമെന്ന നിയമം വരാൻ ആഴ്ചകൾ ബാക്കി നിൽക്കെയാണ് നമ്പൂതിരിയുടെ നിർബന്ധവും ഭീഷണിയും. അച്ഛൻ ആരോടും ഒന്നും ആലോചിക്കാതെ കൃഷിഭൂമി നിരുപാധികം വിട്ടു കൊടുക്കുകയായിരുന്നു. നിയമം പ്രാബല്യത്തിൽ വരുന്ന കാര്യം അദ്ദേഹം അറിഞ്ഞിരുന്നു. വയൽ കൊടുത്തതറിഞ്ഞവർ പലരും ആ വിഡ്ഢിത്തത്തെ പഴിച്ചപ്പോൾ അച്ഛൻ നിസ്സഹായനായി ചിരിക്കും.

“ഓറെ വയല് ഓറെടുത്തു... അന്യന്റേത് കൊതിക്കുന്നതല്ലേ തെറ്റ്.”

പക്ഷേ ആ ഇല്ലവും ഇല്ലപ്പേരും കേൾക്കുമ്പോൾ വല്ലാത്ത ഒരു നിഗൂഢതയും ചതിച്ചൂരുമാണ് മനസ്സിലുണരുക. തറവാട്ടുകാവായ കേളോത്ത് പേർക്കലിക്കളരിയിൽപോയി വരുന്ന വഴിയിലാണ് ആ ഇല്ലം. ചെമ്പക മരങ്ങൾ പൂവിട്ടു നിൽക്കുന്ന നീളൻ കയ്യാലയ്ക്കപ്പുറത്തേക്ക് ഒന്നുനോക്കാൻ പോലും ഭയമായിരുന്നു. കാരണം കാളകാട് മന്ത്രവാദികളുടെയും മന്ത്രമൂർത്തികളുടെയും സങ്കേതമാണ് എന്ന ബോധം മനസ്സിൽ ഇരുട്ടു പരത്തിയിരുന്നു.

ഉത്തരായനം

അന്നൂർ യു.പി. സ്കൂളിലാണ് പ്രാഥമിക വിദ്യാഭ്യാസം. അവിടെ അച്ഛൻപെങ്ങളുടെ മകൻ കുഞ്ഞിക്കണ്ണൻ അധ്യാപകനാണ്. അതു മാത്രമല്ല, അച്ഛന്റെ തറവാടായ കൊക്കരമ്മത്ത് വീട്ടിന്റെ തൊട്ടടുത്ത പറമ്പിലാണ് വിദ്യാലയം. എന്തെങ്കിലും ആവശ്യം പെട്ടെന്ന് നേരിട്ടാൽ അറിയിക്കുവാൻ പ്രയാസമേയില്ല.

ഇന്നും ആ ദിനം മനസ്സിലുണ്ട്. കാറ്റും മഴയും തണുത്ത കാറ്റുമുള്ള ഒരു ജൂൺ മാസമായിരുന്നു അത്. വാങ്ങിത്തന്നിരുന്ന പുതിയ ഷർട്ടിലും ട്രൗസറിലും നിന്ന് വെള്ളത്തുള്ളികൾ ആ ഓഫീസ് മുറിയിൽ വീണുകൊണ്ടിരുന്നു. അത് പിഴിഞ്ഞ് തരുവാൻ അച്ഛൻ ഇടയ്ക്കു ശ്രമിക്കുന്നുണ്ടായിരുന്നു. പുതുവസ്ത്രം നനഞ്ഞുപോയ സങ്കടം കണ്ണിൽ നിറഞ്ഞ് ഒഴിഞ്ഞ് നെഞ്ചിൽ നിറയുന്നേരമാണ് തൊട്ടടുത്ത ക്ലാസിൽ നിന്ന് നവാഗതരുടെ നിർത്താത്ത നിലവിളി ഉയർന്നത്. എനിക്കും കരച്ചിൽ വന്നു. മഴക്കോളും ഇരുട്ടും ശീതക്കാറ്റും കൊണ്ട് ആകെ മനം മുഷിഞ്ഞിരുന്നു. വെളുത്തു തടിച്ച, കാഴ്ചയിൽ ഗൗരവക്കാരനായ ഹെഡ്മാസ്റ്റർ ഏതോ കടലാസ് പൂരിപ്പിക്കുന്നു. (കാനാ കുഞ്ഞിരാമൻ മാഷാണ് ഹെഡ്മാസ്റ്ററെന്ന് അമ്മ പറഞ്ഞത് ഓർത്തു.) ഗൗരവ പ്രകൃതക്കാരനായ അദ്ദേഹത്തിന്റെ ഓരോ ചോദ്യത്തിനും അച്ഛൻ ഭവ്യതയോടെ തന്നെ ഉത്തരം പറഞ്ഞുകൊണ്ടിരിക്കുന്നു.

കുട്ടിയുടെ പേര്: രാമചന്ദ്രൻ

വയസ്സ്: (അച്ഛൻ അത് കേട്ട് ഒന്ന് ശങ്കിച്ചു) അഞ്ചരയാകുന്നതേയുള്ളൂ.

ഹെഡ്മാസ്റ്റർ പതുക്കെ തലയുയർത്തി തടിച്ച കണ്ണടച്ചില്ലിലൂടെ എന്നെ ഒന്ന് അടിമുടി നോക്കി. പിന്നെ പറഞ്ഞു.

"നമുക്ക് അത് ആറാക്കാം.. ന്തേ?"

ഉത്തരം കിട്ടുംമുമ്പേ അദ്ദേഹം കുറിച്ചു.

ജനനത്തീയതി: 15.05.1951

മതം, ജാതി, രക്ഷിതാവിന്റെ പേര് തുടങ്ങിയവയെല്ലാം തിടുക്കത്തിൽ എഴുതിക്കഴിഞ്ഞ് അദ്ദേഹം ഒന്നോടിച്ചു വായിച്ച്, തൃപ്തി വന്ന നിലയിൽ സ്വയം തല കുലുക്കി. അദ്ദേഹം നീട്ടിയ ആ കടലാസ്സിന്നടിയിൽ അച്ഛൻ നീട്ടി വലിച്ച് ഒരു ഇംഗ്ലീഷ് ഒപ്പിട്ടു. അതുകണ്ട് അദ്ദേഹം ചോദിച്ചു...

"കണ്ണപ്പൊതുവാൾക്ക് ഇംഗ്ലീഷ് എങ്ങനെ കിട്ടി.. ഒപ്പ് അങ്ങനെയാണല്ലോ?"

അച്ഛൻ ഒന്ന് ചിരിച്ചു.

"അത് പേരെഴുതാൻ മാത്രം ശീലിച്ചതാ. പിന്നെ ഒപ്പും."

ഹെഡ്മാസ്റ്റർ തൊട്ടടുത്ത ക്ലാസ് കാണിച്ചുകൊണ്ട് പറഞ്ഞു.

"കൃഷ്ണനൻ മാഷെ ക്ലാസ്സാ. പോയ്ക്കോളൂ. മാഷ് വേണ്ടപോലെ ശ്രദ്ധിക്കും."

പിന്നെ കരച്ചിലും ബഹളവും നിറഞ്ഞ ആ ഒന്നാംക്ലാസിലേക്ക് എന്നെ കൈപിടിച്ച് വലിച്ചാണ് അച്ഛൻ നടന്നത്. ഞാൻ അച്ഛന്റെ കൈ കുടഞ്ഞ് പുറത്തേക്ക് ഓടാൻ രണ്ടുവട്ടം ശ്രമിച്ചതാണ്. അത് കൊണ്ടാകാം ആ കൈകൾ കൂടുതൽ ശക്തിയായി എന്നെ അമർത്തിപ്പിടിച്ചത്.

''അച്ഛാ.. നമ്മക്ക് നാളെവരാം. ഇന്നു വേണ്ടച്ഛാ. അച്ഛാ..."

കൈ വിടുവിപ്പിക്കാൻ അപ്പോഴും വിഫലശ്രമം തുടരുന്നുണ്ടായിരുന്നു, ഞാൻ.. കരയുന്ന കുഞ്ഞുങ്ങളെ വല്ല പാടും സാന്ത്വനിപ്പിച്ച് അരികിൽ വന്ന മാഷ് എന്നെ ചേർത്തുപിടിച്ചു. പുഞ്ചിരിച്ചു.

"മോൻ കരയണ്ട.. നീ നല്ല കുട്ടിയല്ലേ.. മോന്റെ അച്ഛൻ അതാ അപ്പറം തന്നെ ഇണ്ടാവും. എനിയത്തെ മണിയടിക്കുമ്പം നിന്നെയും കൂട്ടീറ്റേ അച്ഛൻ പോവൂ.. അതാ.. മോൻ അവിടെ ഇരിക്ക്. ഇവനെ കൂട്ടീറ്റേ നിങ്ങ പോകാവൂ.. ട്ടാ..."

അച്ഛനും അത് ശരിവെക്കുംപോലെ തലയാട്ടി. ഞാൻ ആ ബഹളപ്രപഞ്ചത്തിൽ ഒരു ബഞ്ചിൻമൂലയിൽ നനഞ്ഞ ട്രൗസറിന്റെ തണുപ്പും സഹിച്ച് കേൾക്കാൻ പോകുന്ന മണിയൊച്ചക്ക് കാതോർത്തിരുന്നു.

രണ്ടുവട്ടം മണി മുഴങ്ങിയിട്ടും എഴുന്നേറ്റ എന്നെ മാഷ് മൂന്നാമത്തെ മണി കേൾക്കുമ്പോൾ പുറത്തുവിടാമെന്ന് ഉറപ്പിച്ചു പറഞ്ഞു. ഇടക്കിടെ പുറത്തെ ബഞ്ചിൽ അച്ഛൻ കാത്തിരിപ്പുണ്ടെന്ന് ഞാൻ പിറകിലേക്ക് നോക്കി ഉറപ്പാക്കിയുമിരുന്നു. മൂന്നാമത്തെ മണിയടി കേട്ട് വേഗം എണീറ്റ് തിരിച്ചറിഞ്ഞതും ഉറക്കെ കരയാൻ തുടങ്ങിയതും.. അച്ഛൻ എപ്പോഴോ സ്ഥലം വിട്ടിരിക്കുന്നു. കരച്ചിൽ മാറ്റാൻ മാഷ് തന്ന നാല് കളർ ചോക്കുകളും ഒരു ആനച്ചിത്രവും വർണ്ണക്കടലാസ്സുമൊന്നും എന്റെ

കരച്ചിലടക്കുവാൻ ഉതകിയതേയില്ല. പാർട്ടീഷൻ ഇല്ലാത്ത ആറു ക്ലാസു കളിലെയും ശ്രദ്ധ എണീറ്റ് നിന്നുള്ള എന്റെ കരച്ചിലിൽ വന്നുനിന്നു. ഉറക്കെയുള്ള എന്റെ നിലവിളി നിർത്തില്ല എന്ന് നല്ല ബോധ്യമായപ്പോൾ അതീവസ്നേഹശീലനും വാത്സല്യനിധിയുമായ കൃഷ്ണൻ മാഷ് (ച മ്മഞ്ചേരി കൃഷ്ണൻ മാഷ് എന്നാണ് മുഴുവൻ പേര്) അഞ്ച് ബിയിലെ എന്റെ രണ്ടാമത്തെ ഏട്ടി (ഏച്ചി) ജാനകിയെ വിളിച്ചുകൊണ്ടുവന്ന് എന്നെ കൂടെ കൊണ്ടുപോകാൻ ഏല്പിച്ചു. മാഷ് ചുമലിൽ തട്ടി സ്നേഹ ത്തോടെ പറഞ്ഞു.

"മോൻ ഇന്ന് പോയ്ക്കോ... ആകെ നനഞ്ഞതല്ലേ.. തണുക്കുന്നു ണ്ടല്ലേ..!"

"നാള വരണേ.. ഞാൻ കാത്തുനിക്കും.."

അതൊന്നും കേൾക്കാൻ നിൽക്കാതെ എങ്ങനെയെങ്കിലും പുറ ത്തേക്ക് ചാടി അവിടെനിന്ന് രക്ഷപ്പെടുകയായിരുന്നു എന്റെ ലക്ഷ്യം. അത്രയ്ക്കു മനം മുഷിഞ്ഞ ദിവസമായിരുന്നു അത്.

പക്ഷേ, പതുക്കെപ്പതുക്കെ കൃഷ്ണൻ മാഷ് എനിക്ക് ഏറ്റവും പ്രിയ ങ്കരനായ അധ്യാപകനായി മാറി. രണ്ടിലും മൂന്നിലുമെത്തിയിട്ടും കൃഷ്ണൻ മാഷ് എന്നെ കാണുമ്പോഴൊക്കെ അടുത്തു വിളിച്ച് മുതു കിൽ തട്ടി പ്രോത്സാഹിപ്പിക്കും. നല്ലോണം പഠിക്കുന്നില്ലേ?

കണ്ടു നിൽക്കുന്ന ടീച്ചറോട് പറയും...

"ലക്ഷ്മിടീച്ചറേ.. ഇവൻ പഠിക്കാൻ മിടുക്കനാ.. തോന്നീറ്റ്ലേ?"

ടീച്ചർ പുഞ്ചിരിക്കും.

"പഠിക്കലു മാത്രല്ല, കളിക്കളത്തിൽ ഇനെ ഓട്ടത്തിൽ ജയിക്കാൻ ഇവിടെ മറ്റാരുമില്ല സർ.. ഒരു കുഴപ്പമേയുള്ളൂ. മിണ്ടാട്ടം കുറവാ. ചോദി ച്ചാലേ മറുപടി കിട്ടൂ.. ഇന്റ്റോവർട്ടാ.."

അതിനർത്ഥമൊന്നുമറിയില്ല. എങ്കിലും എന്റെ മിണ്ടായ്മയാണ് വിഷ യമെന്ന് ഏതാണ്ട് ഊഹിച്ചിരുന്നു. അധ്യാപകർക്കെല്ലാം പ്രിയപ്പെട്ടവ നാകാൻ കഴിഞ്ഞ ഭാഗ്യം ഓർത്ത് അകമേ പലവട്ടം ഞാൻ അഭിമാനി ച്ചിരുന്നു. രണ്ടിലും മൂന്നിലും ഏറ്റവും മിടുക്കനായ വിദ്യാർത്ഥിയായി തെരഞ്ഞെടുത്തത് എന്നെയായിരുന്നു. രാവിലത്തെ അസംബ്ലിയിൽ എന്നെ കുട്ടികളുടെ ഇടയിൽ നിന്ന് വിളിച്ച് അഭിനന്ദിച്ചിരുന്നു. ആഹ്ലാ ദകരമായിരുന്നു ആ വർഷങ്ങളെല്ലാം.

അമ്മയുമച്ഛനും ആറു മക്കളുമടങ്ങിയ ഞങ്ങളുടെ കുടുംബം അല്ല ലേതുമില്ലാതെ ശാന്തമായൊരു നദിപോലെയാണ് ഒഴുകിയത്. പക്ഷേ, അച്ഛന്റെ മനസ്സിന്നാഴങ്ങളിൽ അലയടിക്കുന്ന മലരികളും ചുഴികളും അമ്മപോലും പലപ്പോഴുമറിഞ്ഞിരുന്നില്ല. കാണാച്ചെലവുകളും കൃഷി

ച്ചെലവുകളും നിത്യച്ചെലവുകളും ഇളയവനൊഴികെ ബാക്കി അഞ്ചു പേർക്കുള്ള ഓരോ വിധ വിദ്യാഭ്യാസച്ചെലവ്, അവർക്ക് വേണ്ട വസ്ത്ര ങ്ങൾ ഇതെല്ലാം നിർവഹിക്കാൻ നിത്യവരുമാനമൊന്നുമില്ലല്ലോ. കൃഷി ചെയ്താൽ കിട്ടുന്ന നെല്ലിന് പലരോടും മുൻകൂർ പണം വാങ്ങുമായി രുന്നു. ഭൂമി പണയപ്പെടുത്തിയും വീട്ടിലെ വെള്ളോട്ടുപാത്രങ്ങൾ വിറ്റും സഹകരണ ബാങ്കുകളിൽനിന്ന് കടംവാങ്ങിയും ആണ് കാര്യങ്ങൾ നട ത്തിയത്. താമസിക്കുന്ന വീടും പറമ്പും ഈടുവെച്ചുവരെ കടം വാങ്ങി യിട്ടുണ്ടെന്നറിഞ്ഞ് ഒരുനാൾ അമ്മ തേങ്ങിക്കരയുന്നത് കണ്ട് ഞാനും കരഞ്ഞുപോയിരുന്നു. അപ്പോഴൊക്കെ അച്ഛൻ സാന്ത്വനിപ്പിക്കും.

"എടോ... അയിനെന്തിന് വേജാറാവുന്ന്.. എല്ലാരുമിങ്ങനെ യൊക്കെത്തന്നെ മിന്നോട്ടു പോവുന്നേ.. ഒക്കെ നേരെയാകും. നീ സമാ ധാനിക്ക്.."

അതും പറഞ്ഞ് തന്റെ ഏറ്റവും പ്രിയപ്പെട്ട ഓടക്കുഴൽ എടുത്ത് ആ സന്ധ്യയെ അച്ഛൻ മധുരമധുര പൂർണ്ണമാക്കും. ഓടക്കുഴൽ വാദനം പോലെ തന്നെ അച്ഛൻ ശ്രുതിപ്പെട്ടി മീട്ടി മനോഹരമായി അഷ്ടപദി പാടുമായിരുന്നു.

മണ്ണ് മൂടിക്കിടന്ന പഴക്കം ചെന്ന ഒരു അമ്പലമായിരുന്നു അന്നൂർ അമ്പലം. 'അൻ' മഹാവിഷ്ണുവാണത്രേ. അതിനാലാണത്രെ അൻ- ഊര്=അന്നൂര് എന്ന പേരുവന്നത്. അന്നം വിളയുന്ന വിശാലമായ വയ ലേലകൾക്ക് പേരുകേട്ടതിനാലാണ് വയലേലകൾക്ക് പേരുകേട്ടതിനാ ലാണ് അന്നൂർ നാമം വന്നതെന്നും മറ്റൊരു വാദമുണ്ട്. പഴയ നാടൻപാ ട്ടിലും തോറ്റംപാട്ടിലുമൊക്കെ വേലകത്ത് നമ്പി എന്ന ഇടപ്രഭുവിന്റെ വാഴ്ചയുണ്ടായിരുന്ന നാട് ആയിരുന്നുവത്രെ ഇത്. ഈഗ്രാമത്തിലെ മുഖ്യമായ തെയ്യക്കാവായ 'തലൈന്നേരി'യുടെ ഉല്പത്തിപ്പാട്ടിൽ പൂമാല ദേവിയുടെ ദൃഷ്ടാന്തഫലം കിട്ടിയതിനാൽ തന്റെ വാഴ്ചക്കൊ ട്ടാരവും തറവാടും ദേവിക്ക് ഇരിപ്പിടമായി വിട്ടുകൊടുത്തുവെന്ന് പറ യപ്പെടുന്നു. ഇന്നും വേലകത്ത് തറവാടിലെ ഒരു അംഗം ഇവിടെ എത്തി കാര്യങ്ങൾക്ക് മേൽനോട്ട നടത്തണമെന്നുണ്ട്. ഈ കാവിന്റെ തൊട്ട ടുത്ത ക്ഷേത്രമാണ് അന്നൂർ മഹാവിഷ്ണു ക്ഷേത്രം. മണ്ണിൽ പുത ഞ്ഞുകിടന്നിരുന്ന ഈ അമ്പലം പുനരുദ്ധരിക്കാൻ അച്ഛനും വലിയ കാമ്പ്രത്ത് രാമപ്പൊതുവാളും കൊക്കരമ്മത്ത് ചിണ്ടൻ സ്വാമിയും ആണ് ആദ്യമായി മുന്നിട്ടിറങ്ങിയത്. ഒരാഴ്ച പിന്നിട്ടപ്പോൾ അഴി കൂടവും മണിക്കിണറും ദൃശ്യമായി. അതോടെ ബഹുജനങ്ങളുടെ ശ്രമദാനം ആ യത്നത്തെ വൻ വിജയമാക്കിത്തീർത്തു. നാലരമാസത്തെ നിര ന്തര അധ്വാനത്തിന്റെ ഫലമായി ചുറ്റുമതിലിനു പകരം ചുറ്റും ഒരാൾ

പൊക്കത്തിൽ മൺകയ്യാല ഉയർന്നു. പുതുക്കിപ്പണിയാൻ ആവശ്യമായ മരങ്ങളും ധനവും ശേഖരിക്കാൻ മേൽശാന്തി തമ്പാൻ നമ്പൂതിരിയുടെ പിതാവ് കൃഷ്ണനൻ നമ്പൂതിരിയും അച്ഛനും നടത്തിയ തീവ്രമായ പരിശ്രമം ക്ലേശപൂർണ്ണമായിരുന്നു. വടക്കൻ പ്രദേശത്തെ സാമാന്യം ധനസ്ഥിതിയുള്ള ഏച്ചിക്കാനം, കുമ്പള കൂലോം തുടങ്ങിയ തറവാടുകളിലും മറ്റും കാൽനടയായി നടന്നുപോയതും കിട്ടിയ തുക സുരക്ഷിതമായി തിരിച്ചെത്തിക്കാൻ പാടുപെട്ടതുമെല്ലാം അവിസ്മരണീയമായിരുന്നു. ഭഗവൽകടാക്ഷം പോലെ താൽക്കാലികമായി ഒരു ആരാധനാലയം അങ്ങനെ ഗ്രാമഹൃദയത്തിൽ ഉയർന്നുവന്നു.

നാലമ്പലവും ശ്രീകോവിലും തിടപ്പള്ളിയുമെല്ലാം ഒരുങ്ങി. വിഷ്ണു ഭഗവാന്റെ ഒരു കൈ ഒടിഞ്ഞ നിലയിലായിരുന്നു. കടുശർക്കരയും വജ്രപ്പശയും ചേർത്ത് അത് ഒട്ടിച്ചുവച്ചു. എന്നാൽ പ്രതിഷ്ഠ നിശ്ചയിച്ച കടുംവേനലിൽ നിവേദ്യമൊരുക്കാൻ ഒരു തുള്ളിവെള്ളം ഉണ്ടായിരുന്നില്ല, മണിക്കിണറിൽ. പുറത്തെ തിടമ്പ്നൃത്തത്തിന് അംഗവൈകല്യമില്ലാത്ത ഒരു തിടമ്പ് അത്യാവശ്യമായിരുന്നു. കാറമേൽ ഗ്രാമത്തിൽ അന്ന് താമസിച്ചിരുന്ന രാമൻ മൂശാരി സംഗതി ഏറ്റു. നല്ല ഉറപ്പുള്ള കളിമണ്ണ് ചുട്ടെടുത്ത മൂശയിലെ വിഷ്ണുഭഗവാന്റെ അർദ്ധകായ പ്രതിമയാണ് തിടമ്പിന് പകരമായി സമർപ്പിച്ചത്. എല്ലാ ശുഭലക്ഷണങ്ങളും തികഞ്ഞു. നവീകരണകലശ മഹോത്സവപുലരിയിൽ എങ്ങുനിന്നറിയാത്തവിധം പേമാരി കോരിച്ചൊരിഞ്ഞു. ആകാശം കറുത്തിരുണ്ടത് തെളിഞ്ഞതേയില്ല. എന്നാൽ ഏർപ്പാടാക്കിയ തായമ്പക തുടങ്ങിയതോടെ മഴനിന്നു. മാനം തെളിഞ്ഞു. ഗ്രാമമൊന്നടങ്കം തിങ്ങിനിറഞ്ഞ മഹോത്സവമായിരുന്നു അത്. സോപാനമുറ്റത്ത് ശ്രുതിപ്പെട്ടി മീട്ടി അച്ഛൻ അഷ്ടപദി പാടിപ്പാടി കണ്ണീർധാര ചൊരിഞ്ഞത്, കുചേലദുസ്ഥിതിയറിഞ്ഞ് പരിഹരിച്ച പഴങ്കഥയോർത്തോ ക്ഷേത്രദേവനെ പ്രതിഷ്ഠിക്കാൻ നിമിത്തമായ തന്റെ എളിയ പരിശ്രമസ്മരണ കൊണ്ടോ ഏതെന്ന് ആരുമറിഞ്ഞില്ല. അന്നുമുതൽ തന്റെ ജീവൽദശയിൽ മുഴുവൻ ആ ക്ഷേത്രവുമായി അഭേദ്യബന്ധമായിരുന്നു, അച്ഛന്റേത്. കയ്യിലില്ലെങ്കിലല്ല കയ്യാൽ വായ്പ വാങ്ങിയും കൃഷിഭൂമി വിറ്റും വിചാരിച്ച കാര്യം സാധിക്കുന്ന ഉറച്ച തീരുമാനം കുടുംബജീവിതം തന്നെ താറുമാറാകാനിടയായി. അന്നൂരിലെ പുരാണപ്രസിദ്ധവും തോറ്റംപാട്ടുകളിൽ പ്രകീർത്തിക്കപ്പെടുന്ന 'കുന്നോത്ത് വീരചാമുണ്ഡി' എന്ന ഉഗ്രദേവതയുടെ കാവ് പുനരുദ്ധരിക്കാൻ സഹിച്ച ത്യാഗവും ഒടുവിൽ ഭീകരമായ വസൂരി രോഗം വന്ന് ഒന്നരമാസം കിടപ്പിലായതും ഭയപ്പാടെ അമ്മ ഓർമ്മിക്കാറുണ്ട്. എന്തിനേറെ, ഉത്തരേന്ത്യയിൽ വലിയ വൈദ്യുതി ടവറും മറ്റും കോൺട്രാക്റ്റ്

എടുത്ത് വലിയ ധനികനായ കോരൻ സ്രാങ്ക് പല പ്രാവശ്യമായി നൽകിയ കൈവായ്പ 2500 രൂപ കവിഞ്ഞപ്പോൾ അദ്ദേഹം ഈടുവേണമെന്നു നിർബന്ധം പിടിച്ചു. അന്നുരാത്രി അച്ഛൻ ഉറങ്ങിയതേയില്ല. അമ്മ കരഞ്ഞുതളർന്നു. അതിരാവിലെ തന്നെ അന്നൂർ ദേവനെ കുളിച്ചുതൊഴുത് തേങ്ങിത്തളർന്നുകൊണ്ടാണ് അച്ഛൻ തിരിച്ചെത്തിയത്. പയ്യന്നൂർ ഹൈസ്കൂളിൽ എട്ടാംക്ലാസിൽ പഠിക്കുന്ന ഏട്ടനെയും ഒരുവിധം പറഞ്ഞാൽ മനസ്സിലാകുന്ന ദേവകി, ജാനകി എന്നിവരെയും എന്നെയും വിളിച്ചിരുത്തിയാണ് അച്ഛൻ പ്രാതൽ കഴിക്കാനിരുന്നത്. സാധാരണ അങ്ങനെ ഒരു പതിവ് അത്യപൂർവ്വമായിരുന്നു. അച്ഛൻ ഭക്ഷണം കഴിക്കാതെ മക്കൾ കഴിക്കുന്നത് ഏറെനേരം നോക്കിയിരുന്നു. അതുകണ്ട് അമ്മ നിറയുന്ന കണ്ണീർ പുടവക്കോന്തലകൊണ്ട് ഇടക്കിടെ ഒപ്പുന്നുണ്ടായിരുന്നു. ഒടുവിൽ അച്ഛൻ പറഞ്ഞു, "മക്കളേ! ഈ വീട്ടിലെ ഒന്നിച്ചുള്ള നമ്മളെ ഭക്ഷണം ഇന്നോടെ കഴിഞ്ഞു. ഇത്... കോരൻ സ്രാങ്കിന് വിറ്റു. മറ്റന്നാൾ നമ്മൾ വീടൊഴിയണം.."

"അച്ഛാ, അന്നേരം നമ്മളോ?"

"മക്കള് തൽക്കാലം തായിനേരി തറവാട്ടിൽ കഴിയണം. അച്ഛൻ അതിനിടയിൽ ഒരു വീടുണ്ടാക്കാം"

അത് മുഴുമിപ്പിക്കുംമുമ്പേ അമ്മയുടെ കരച്ചിലിനൊപ്പം ഞങ്ങളുടെ കൂട്ടക്കരച്ചിലായി. അച്ഛൻ ആ നിമിഷത്തെ എങ്ങനെ കൈകാര്യം ചെയ്യണമെന്നറിയാതെ ഒരു നിമിഷം തരിച്ചുനിന്നു. പിന്നെ പതുക്കെ മക്കളെ കെട്ടിപ്പിടിച്ച് സമാധാനിപ്പിച്ചു. കരയണ്ട. ഒരുവഴി ഭഗവാൻ കാണിച്ചുതരും.

അമ്മ എങ്ങുനിന്നോ കിട്ടിയ ആത്മനിയന്ത്രണത്തോടെ അത് ശരിവെച്ചു.

അതെ. അച്ഛനെ കൂടുതൽ സങ്കടത്തിലാക്കണ്ട. നമ്മക്ക് തായിനേരില് കഴിയാലോ. തലേന്ന് രാത്രി തന്നെ വീട് വിൽപനയെപ്പറ്റിയും തറവാട്ടിലേക്ക് മാറുന്നതിനെപ്പറ്റിയും അച്ഛനുമമ്മയും സംസാരിച്ചിരുന്നിരിക്കണം. ഓടിക്കളിച്ചു സ്വന്തമെന്ന് കരുതി താലോലിച്ച എത്രയോ വർണ്ണസ്വപ്നങ്ങൾ വിട്ടും അമ്മയോടും ഏട്ടിമാരും അനിയന്മാരുമൊപ്പം വീടുവിട്ടിറങ്ങിയ ആ അപരാഹ്നം ഇന്നുമുണ്ടെന്റെ മനസ്സിൽ. ഉച്ചതിരിഞ്ഞ നേരമാകയാൽ ആളുകൾ അധികമറിയാതെ തറവാട്ടിലെത്താം. രാവിലെയോ വൈകുന്നേരമോ ആയാൽ കണ്ടുനിൽക്കുന്നവരേറും. അവരുടെ വാഗ്‌വിലാസവും കേൾക്കേണ്ടിവരും. ഒരർത്ഥത്തിൽ ഒരു പ്രഭുകുമാരന്റെ പരിദീനപരിതസ്ഥിതിയല്ലേ? നാടിന്റെയും സമുദായത്തിന്റെയും രക്ഷകനായി കാരുണ്യത്തിന് പേരുകേട്ട വലിയൊരാളുടെ മകന്റെ കേമദ്രുമ

യോഗം. അച്ഛൻ ഭാര്യാപിതാവിന്റെയും അളിയന്റെയും മറ്റും കുത്തുവാക്കുകൾ ഒരാഴ്ചയേ പൊറുത്തുള്ളൂ.. ഭാഗവതോത്തമൻ കുഞ്ഞമ്പുമൂസ്സിനോട് അച്ഛൻ അന്ന് നെഞ്ചുറഞ്ഞു പറഞ്ഞു. ഇങ്ങനെയൊക്കെ വന്നുകൂടി. പക്ഷേ ഒന്നുറപ്പിച്ചു.

"വരം വനം വ്യാഘ്രഗജാദം സംകുലം
ദ്രുമാലയം പത്ര ഫലലാംബു ഭോജനം
തൃണേഷു ശയ്യ ശത ജീർണ്ണവൽക്കലം
ന ബന്ധു മധ്യേ ധനഹീന ജീവിതം."

ആ സംസ്കൃത ശ്ലോകത്തിന്റെ അർത്ഥമൊന്നും അറിയില്ലെങ്കിലും അമ്മാവനും തൊണ്ടച്ഛനും നടത്തുന്ന ഹീനമായ പെരുമാറ്റമാണ് അച്ഛന്റെ സങ്കടവിഷയമെന്ന് കുഞ്ഞമ്പു മൂസിന്റെ ഉത്തരത്തിൽനിന്ന് മനസ്സിലാക്കാൻ കഴിഞ്ഞിരുന്നു.

"കുഞ്ഞിക്കണ്ണാ! ഇവർ പയേതെല്ലം മറന്നില്ലേ? കിട്ടിയതെല്ലം മറന്നു. ഇപ്പം നന്ദികേടും.. ഏടെങ്കിലും ഒരു ചാപ്പകെട്ടി കൂടണം. എത്ര കാലാ.. ഇങ്ങനെ.."

ധനഹീനനായി ബന്ധുമധ്യത്തിൽ കഴിയുന്നതിനേക്കാൾ നല്ലത് കാട്ടിൽ കായ്കനികൾ കഴിച്ച് മരവുരി ഉടുത്ത് പുൽത്തകിടിയിൽ കിടക്കുന്നതാണ് എന്ന ചാണക്യവചനം പിന്നീട് ഞാൻ ഹൃദിസ്ഥമാക്കിയതാണ്. അത് എത്രയോവട്ടം ഓർമ്മയിലെത്തും. ഒരിക്കലും ഞാൻ മറന്നിട്ടില്ല. മറക്കാൻ എനിക്കുവയ്യ. അപമാനിതനാവുന്ന അച്ഛനെ ഒരുപാടുവട്ടം കാണുകയും കേൾക്കുകയും ചെയ്തിട്ടുണ്ട് ഞാൻ. ഭാര്യാഗൃഹത്തിൽ നിസ്വനായി കഴിയേണ്ടിവരുന്ന ഒരാളിന്റെ നനയുന്ന മനസ്സിന്എന്തുപേരിട്ടു വിളിക്കും..? അതും എന്റെ പ്രിയപ്പെട്ട അച്ഛൻ. ഉള്ളകാലത്ത് പല വിഭവങ്ങളും ചാക്കിലാക്കി ചുമടുകളാക്കി തായിനേരിയിൽ എത്തിച്ച എന്റെ അച്ഛൻ. കൊട്ടിലകത്തിന്റെ തൊട്ടുപിറകിലായി ഒരു നീളൻ ചായ്പ് മുറിയുണ്ട്. അതിനകത്താണ് അച്ഛൻ കിടക്കുന്നത്. ഒരുപക്ഷേ അച്ഛൻ ഏറ്റവുമധികം സംസാരിക്കുകയും ചില കാര്യങ്ങൾ പറഞ്ഞേൽപ്പിക്കുകയും ചെയ്തത് എന്നോടായിരിക്കണം. അതിനോടകം തായിനേരി യു.പി. സ്കൂളിലെ നാലാംതരം വിദ്യാർത്ഥിയായി ഞാൻ മാറി.

ഇരുൾ വീണ ഇടനാഴികൾ

തറവാട്ടിലേക്ക് താമസം മാറുന്ന വിവരമറിഞ്ഞ് അയൽപക്കത്തുള്ളവരും വയൽപ്പണിക്ക് വരാറുള്ള വട്ടക്കൊവ്വൽ അമ്പുവും എനിക്ക് അമ്മയെപ്പോലെ സ്നേഹവും (അമ്മ പനി പിടിച്ചു കിടന്ന പത്ത് നാൾ) മുലപ്പാലും നൽകിയ പാറുവേട്ടിയും കണ്ണീർ തുടച്ച് കൊണ്ടു യാത്രയാക്കിയത് അവിസ്മരണീയ രംഗമായിരുന്നു. കട്ടിലും പാത്രങ്ങളും മറ്റു സാമഗ്രികളും മൂന്ന് സ്ത്രീകളാണ് ചുമന്ന് മുന്നിൽ നടന്നത്. ഓടിച്ചാടി നടന്ന മുറ്റവും ഏറ്റവും പ്രിയപ്പെട്ട് താലോലിച്ച് വളർത്തിയ പൂച്ചെടികളും പടിയിറങ്ങുന്ന ഞങ്ങളെ നോക്കി മൗനമായി കരഞ്ഞുവോ? അച്ചമ്മ സമ്മാനിച്ച വെള്ളച്ചിപ്പശുവും നാലു മക്കളും ആലയിൽ നിന്ന് തലനീട്ടി ഞങ്ങളെ നോക്കി രണ്ടു മൂന്നു വട്ടം കരഞ്ഞു. അത് കണ്ട് അമ്മ വേഗം ചെന്ന് കൊട്ടയിൽ കരുതിയ പുല്ല് അവർക്ക് വീതം വെച്ച് നൽകി. അത് കിട്ടിയിട്ടും അവർ ഞങ്ങൾ മൂന്ന് നാലു പേർ പടിയിറങ്ങുന്നത് വേദനയോടെ നോക്കി നിന്നു.

പശുക്കൾ അഞ്ചു പേരെയും ഒരാഴ്ചകഴിഞ്ഞ് കൊണ്ടു വരാൻ അച്ഛൻ ഏർപ്പാട് ചെയ്തിരുന്നു. അച്ഛൻ ഒരാഴ്ച കൂടി അവിടെ താമസിക്കാൻ സമ്മതം മേടിച്ചിട്ടുണ്ടായിരുന്നു. വല്ലാത്തൊരു വേദനയായിരുന്നു ആ വീടൊഴിയൽ. അത് ഏറ്റവും പ്രിയപ്പെട്ടതായിരുന്നു. അത് വിട്ടു വന്ന സങ്കടം ഒരുപാടു കാലം മനസ്സിൽ ഒരു നീറ്റലായി നിറഞ്ഞു നിന്നിരുന്നു.

മുതിർന്നിട്ടും വർഷമേറെക്കഴിഞ്ഞിട്ടും അതു വഴി പോകുമ്പോഴൊക്കെ നേരിയ നോവോടെ മാത്രമേ ആ വീടും തൊടിയും നോക്കാൻ കഴിഞ്ഞിരുന്നുള്ളൂ. താമസം മാറിയ നാലാം ദിവസമാണ് അച്ഛൻ അന്നൂർ സ്കൂളിൽ നിന്ന് വിടുതൽ സർട്ടിഫിക്കറ്റുമായി വന്ന് എന്നെ പുതിയ സ്കൂളിൽ ചേർത്തത്. പുതിയ അന്തരീക്ഷം. പുതിയ കൂട്ടുകാർ. തൊട്ടപ്പുറത്തെ മദ്രസയിലെ മണി മുഴങ്ങിയാൽ തലയിൽ വെള്ളത്തൊപ്പിയിട്ട ഒരുപാട്പേർ ക്ലാസ്സിലേക്ക് പാഞ്ഞെത്തും. മാപ്പിളക്കുട്ടികൾ എ

ളുപ്പത്തിൽ എന്റെ കൂട്ടുകാരായി. കൂടുതൽ പേരും അവരായിരുന്നു. അന്നൂരിൽ നിന്നും തികച്ചും വ്യത്യസ്തമായിരുന്നു പഠനാന്തരീക്ഷം.

തായിനേരി യു.പി സ്കൂളിൽ നാലാം ക്ലാസ്സിൽ കുഞ്ഞിരാമൻ മാസ്റ്റർ ആയിരുന്നു ക്ലാസ് മാസ്റ്റർ. എന്റെ പഠനാഭിമുഖ്യം തൊട്ടുണർത്തിയത് അന്നൂർ യു.പിയിലെ ചമ്മഞ്ചേരി കൃഷ്ണൻ മാഷായിരുന്നുവല്ലോ.

എത്ര രസകരവും മധുരതരവുമായിരുന്നു ഒരോ ക്ലാസ്സും! പാട്ടെഴുതി വന്ന് പഞ്ചതന്ത്രം കഥകളിലെ കഥാപാത്രങ്ങളെ ഏകാഭിനയത്തിലൂടെ അവതരിപ്പിച്ച് എന്നും ആ വന്ദ്യഗുരുനാഥൻ ഞങ്ങളിൽ വിസ്മയം വിതച്ചിരുന്നു. ആ രൂപവും പുഞ്ചിരിയും ഒരിക്കലെങ്കിലും കണ്ടവർ മറക്കില്ല.

കുട്ടിക്കവിതകളും പാട്ടു കഥകളും ആംഗ്യപ്പാട്ടുകളും കൊണ്ടു വരാറുള്ള ചിത്രകഥയും അവിസ്മരണീയങ്ങൾ തന്നെ. അതേ താത്പര്യവും സ്നേഹ ബഹുമാനങ്ങളും കൊണ്ട് ഹൃദയത്തിൽ സ്ഥാനം നേടിയ ഗുരുനാഥനായിരുന്നു പുതിയ സ്കൂളിലെ കുഞ്ഞിരാമൻ മാഷ്. കറുപ്പു നിറമെങ്കിലും നല്ല ഉയരമുള്ള മാഷ് പരിശുദ്ധിയുടെ പര്യായമായിരുന്നു. ഒരു പൊടിപോലും പുരളാത്ത തൂവെള്ള ഷർട്ടും മുണ്ടുമാണ് വേഷം. മിക്ക അധ്യാപകരും ചൂരലും കൊണ്ടേ ക്ലാസ്സിൽ വരു. എന്നാൽ ആ ചുണ്ടിലെ ആകർഷകമായ ചിരിയിൽ ആരും ആകൃഷ്ടരാകും. കൈവിരലുകളുടേയും ആ കൈ വള്ളകളുടെയും നഖങ്ങളുടെയും ശുഭ്രതയും ശുചിത്വവും മറക്കാനാവില്ല. ഞങ്ങൾ കുട്ടികൾ ഏറെ കൗതുകത്തോടെയാണവ കാണാറുള്ളത്. അതു പോലെ തന്നെയാകാൻ എന്നും ശ്രദ്ധിക്കുമായിരുന്നു. സാധാരണ പാഠഭാഗത്തിനപ്പുറത്ത് ബാലരാമായണം, ബാലഭാരതം എന്നിവയിലെ കഥകൾ പറഞ്ഞു തരാറുള്ള മാസ്റ്റർ കുമാരനാശാന്റെ ചിന്താവിഷ്ടയായ സീത, വൈലോപ്പിള്ളിയുടെ മാമ്പഴം തുടങ്ങിയ കവിതകളും അവതരിപ്പിക്കുമായിരുന്നു. എന്നിലെ അധ്യാപകനെ രൂപപ്പെടുത്തിയത് തീർച്ചയായും എല്ലാ തരത്തിലും അധ്യാപകന്ന് ഉത്തമമാതൃകയായ പ്രിയപ്പെട്ട കുഞ്ഞിരാമൻ മാഷാണെന്ന് പറയാം. അത്രമാത്രം മനസ്സിൽ മഹനീയവും ആകർഷകവുമായ മഹനീയ പദവിയിൽ വിരാജിച്ച മഹാഗുരു തന്നെയായിരുന്നു അദ്ദേഹം. മാമ്പഴം കൊണ്ടു കരയിച്ച, പിതാവിന്റെ മടിയിലിരിക്കാൻ കൊതിച്ച ധ്രുവരാജകുമാരന്റെ മനോദുഃഖം കുട്ടികളായ ഞങ്ങളുടെ മുഴുവൻ നോവാക്കി മാറ്റിയ, വീട്ടുമുറ്റത്ത് വെള്ളവും വളവും നൽകി വളർത്തിയ വാഴ കുലച്ചപ്പോഴുണ്ടായ ആഹ്ളാദത്തിമർപ്പിനപ്പുറം അത് മൂ

ത്ത് പഴുത്താൽ വായിലൂറുന്ന തിരുമധുരം നുണഞ്ഞ് ഒരു പാട് സ്വപ്നങ്ങൾ കണ്ട ആ കരുമാടിക്കുട്ടന്മാർ., പഴുക്കാറായ കുല അവരുടെ അപ്പൻ വെട്ടുന്നത് കുതൂഹലത്തോടെ കാണുന്നതും ഒരു പ്രതിമക്ക് തുല്യം ഒന്നും മിണ്ടാതെ വിതുമ്പിനിന്ന് പിന്നെ മെല്ലെ ആ കുലയും തോളിലിട്ട് പടിയിറങ്ങുമ്പോൾ അലമുറയിട്ട് കരയുന്ന മക്കളെ ചേർത്ത് പിടിച്ച് : 'കരയാതെ മക്കളെ... കൽപിച്ചു തമ്പുരാൻ ഒരു വാഴ നമ്മൾക്കു വേറെ വെക്കാം' എന്ന് പാടി കണ്ണീർ തുടക്കുന്ന കുഞ്ഞിരാമൻ മാഷ് ഞങ്ങൾക്കു മാത്രമല്ല സ്കൂളിന് മുഴുവൻ പ്രിയങ്കരനായിരുന്നു. പിൽക്കാലത്ത് ഒന്നാം ക്ലാസ്സു മുതൽ ഡിഗ്രി ക്ലാസ്സുവരെ പഠിപ്പിക്കാൻ ഭാഗ്യമുണ്ടായ എന്നിൽ എന്നും ആ ഗുരുനാഥൻ ഉണരുമായിരുന്നു.' ആ ഭാഷാശുദ്ധിയും മധുരഭാഷണവും കാവ്യാലാപനമാധുര്യവും ഉത്തമമായ മാതൃകാജീവിതവും അനുകരണീയമെന്നേ പറയാവൂ.

കുട്ടികൾ പേരു കേട്ടാൽ നടുങ്ങുന്ന ഹെഡ്മാസ്റ്റർ ആയിരുന്നു നാരായണൻ അടിയോടി മാസ്റ്റർ. എന്നും എപ്പോഴും കുസൃതികൾ കാട്ടുന്ന കുട്ടികളെ ചൂരൽകൊണ്ട് അടിക്കുന്നതും അവരുടെ ഉച്ചത്തിലുള്ള നിലവിളിയും മറക്കാനാകില്ല. കണക്ക് ക്ലാസ്സ് അദ്ദേഹത്തേിന്റതാണ്.

ഭയപ്പാട് കൊണ്ട് കാണാതെ പഠിച്ച പെരുക്കപ്പട്ടിക വഴിക്കു വഴി ചൊല്ലാൻ പറ്റാറില്ല. ഒരു നാൾ എട്ടിന്റെ പെരുക്കപ്പട്ടിക ചൊല്ലുവാൻ കിട്ടാതെ വന്നപ്പോൾ നാല് ചൂരലടിയും പിന്നെ ക്ലാസ്സു തീരുവോളം ബഞ്ചിൽ കയറി നിൽക്കലും ശിക്ഷ കിട്ടി. ക്ലാസ്സുകൾക്ക് വേർതിരിവു മറയില്ലാത്തതിനാൽ ഹാളിലെ അഞ്ചു ക്ലാസ്സുകാരും എന്നെ നോക്കുന്നത് ചൂരലടിയെക്കാളും വേദനിപ്പിക്കുന്നതായിരുന്നു. ഉററ ചങ്ങാതിമാരായ മൂസ്സയും അബ്ദുല്ലയും അയൽപക്കത്തെ അസീസും സ്കൂൾവിട്ട നേരം ഒരുപാട് സാന്ത്വനിപ്പിച്ചു. വൈകീട്ട് വഴിയിൽ കണ്ടപ്പൊഴാണ് എനിക്ക് അടി കിട്ടിയ കാര്യം അവൻ അമ്മയോട് പറഞ്ഞത്. കാൽത്തുടയിൽ ചുവന്ന് തുടുത്ത നാലു ചൂരൽപ്പാട് കണ്ടപ്പോൾ അമ്മയ്ക്കാണ് നൊന്തത്. പിറ്റേന്ന് രാവിലെ അടിയോടി മാഷ് സ്കൂളിലേക്ക് വരുന്നതും നോക്കി അമ്മ അരയാൽത്തണലിൽ അരിഞ്ഞു കൊണ്ടുവന്ന പുഴപ്പുല്ല് 'കീച്ചി, പോട്ട' താഴെയിട്ട് കാത്തു നിന്നു. മാഷ് അടുത്തെത്തിയപ്പോൾ അമ്മ പറഞ്ഞു.

“എന്റെ മോന മാഷ് ഇന്നല വല്ലാതെ തച്ചു... ചൂരലോണ്ട് ഇങ്ങന തച്ചാലോ?'

മാഷ് ഒന്ന് നിന്നു. പിന്നെ ചോദിച്ചു.

“നിങ്ങള് ഏട പോയതാ...?”

"ഞാൻ കൈപ്പാടില് കീച്ചി അരിയാൻ പോയതാ..."

"എന്നാല് ഓനീംപുല്ലരിയാൻ കൂട്ടിക്കോ..."

"എന്തേ?"

"നല്ലോണം പഠിക്കണെങ്കില് ചെലപ്പോ നല്ല ശിക്ഷ കിട്ടും... തല്ല് കിട്ടാത്ത സ്കൂളില് വേണങ്കില് ചേർത്തോ... ന്തേ...?

അമ്മ ഒന്നു മയപ്പെട്ടു.

"എന്നിട്ടല്ല മാഷേ! അടിരെ അടയാളം കണ്ടപ്പോ വല്ലാത്ത സങ്കടം തോന്നി... അതുകൊണ്ടാ... പറഞ്ഞത്..."

പിന്നെ മാഷ് തുണിക്കുടയും തുറന്ന് വേഗം നടന്നു പോയി. അച്ഛൻ വന്നതറിഞ്ഞ സന്തോഷത്തോടെയാണ് സ്കൂൾ വിട്ട് വേഗം ഓടി വന്നത്. അനിയനെ മടിയിലിരുത്തി കയ്യിൽ നേന്ത്രപ്പഴം നൽകി അച്ഛൻ വരാന്തയിൽത്തന്നെ ഉണ്ടായിരുന്നു. കണ്ട ഉടനെ സഞ്ചിയിൽ നിന്ന് ഒന്നെനിക്കും തന്നു. അമ്മ ഏതോ മനോവിഷമം സഹിക്കുന്ന വിധമാണ് പെരുമാറിയത്. ഞാൻ എത്തുംമുമ്പ് അവർ എന്തൊക്കെയോ സംസാരിച്ചിരുന്നു എന്ന് വ്യക്തം. അച്ഛൻ പതുക്കെ എണീറ്റ് എന്നെ വിളിച്ചു....

"രാമചന്ദ്രാ... വാ... നമുക്കു ഒരിടം വരെ പോകാം..."

കേട്ടപാതി കേൾക്കാപ്പാതി ചായ കുടിച്ചെന്നു വരുത്തി ഞാൻ അച്ഛന്നൊപ്പം നടന്നു. ചെന്നെത്തിയത് മീത്തലെ മമ്മദിന്റെ പലചരക്കു കടയിൽ... അച്ഛനെ കണ്ട ഉടനെ ആകർഷകമായ ചിരിയോടെ അയാൾ ചോദിച്ചു.

"ഇപ്പൊന്നും ഇങ്ങോട്ട് കാണലേ ഇല്ലല്ലാ.. എന്തൊക്കെയാണ് വിശേഷങ്ങള്.."

"എന്ത് വിശേഷം!" അതും പറഞ്ഞ് സാധനങ്ങളുടെ വലിയൊരു ലിസ്റ്റ് അയാൾക്ക് വച്ചു നീട്ടി.

വലിയ ഉത്സാഹത്തോടെ സാധനങ്ങൾ എടുത്തു വെക്കുമ്പോൾ അയാൾ വീണ്ടും ചോദിച്ചു

"പൊതാളേ... വീട്ടില് വിശേഷം വല്ലതുമുണ്ടോ?"

"ഹേയ്... ഇല്ല... ഞാൻ ഒരു യാത്ര പോവ്വ... അപ്പഴ് കൊറച്ച് സാധനങ്ങള് കരുതിവെക്കട്ടെന്ന് കരുതി... അത്രന്നെ..."

സാധനങ്ങളുടെ വില കൊടുത്ത് ചാക്കിൽകെട്ടി അവ ചുമലിൽ വെച്ച് അച്ഛൻ യാത്ര പറയുമ്പോൾ ഒരുകാര്യം ഓർമ്മിപ്പിച്ചു മാസാമാസം തരുന്ന വിധം ഒരു പറ്റുപുസ്തകം തരണം. വേണ്ട സാധനങ്ങൾ ഇവർക്ക് കൊടുക്കണം... കൃത്യമായി പണം അയച്ചുതരും.... പറ്റൂലേ ?

"അയ്യയ്യേ! കരിപ്പത്തെ വീട്ടുകാര് ഞമ്മക്ക് പുതുമക്കാരാ!? എത്ര കാലംകൊണ്ട് അവര അറിയാം... ചോയിക്കട്ടെ.... ദൂരയാത്ര കൊറച്ചു നാള് പിടിക്കും മടങ്ങാൻ...ല്ലേ..."

"അതെ ബംഗാളിലാ... ഒരു പവർ ടവർ പണി... അവിടെ ജോലി കിട്ടി..."

'അത് നന്നായി... ധൈര്യായി പോയ്ക്കോ. സാധനങ്ങള് എപ്പം വന്നാലും ഇവിട റഡി..."

സന്ധ്യ മയങ്ങുന്ന നേരം... ചുമലിൽ ചാക്ക് ചുമന്ന് മുന്നിൽ നടക്കുന്ന അച്ഛൻ പറഞ്ഞു.

"മോനെ... മറ്റന്നാള് ഞാൻ പോവും. ഒരു വരുമാനവുമില്ലാതെ എത്ര കാലം കഴിയും... പിന്നെ അമ്മയെ അനുസരിച്ച് നല്ല കുട്ടിയായി നന്നായി പഠിക്കണം. അനിയമ്മാറ് ശ്രീധരനനെയും പപ്പനെയും നല്ലോണം നോക്കണം.. നീ എന്തേ ഒന്നും മിണ്ടാത്തേ?"

അത് കേൾക്കെ അടക്കിപ്പിടിച്ച തേങ്ങൽ ഉച്ചത്തിലുള്ള കരച്ചിലായി. സാന്ത്വനിപ്പിക്കാൻ അച്ഛൻ പലതും പറഞ്ഞു.

"ഒരു കൊല്ലമെന്ന് പറഞ്ഞാ... എത്ര വേഗം കഴിയും... നീ അപ്പളേക്കും വളർന്ന് വളർന്ന് മിടുക്കനായിട്ടുണ്ടാകും... മോൻ... നന്നായി... പഠിക്കണം."

അച്ഛനും തൊണ്ടയിടറിയോ?... അച്ഛനെ കാണാതെ കഴിയുക എന്നത് സങ്കല്പിക്കാൻ പോലുമാകാത്ത ഒരവസ്ഥയാണെനിക്ക്. അമ്മയെക്കാളേറേ അച്ഛനുമായിട്ടാണ് എന്നുമെപ്പോഴും സഹചാരിത്തവും ഹൃദയപരമായ അടുപ്പവും...

അന്നു രാത്രി ഏറെ വൈകിയാണ് ഉറങ്ങിയത്. നാളത്തെ ഒരു നാൾ കൂടിയേ അച്ഛൻ കൂടെയുണ്ടാവൂ. വട്ടക്കൊവ്വൽ വീട് വിലക്കെടുത്ത കോരൻ സ്രാങ്ക് കൊത്തകൊടം എന്ന സ്ഥലത്ത് ഒരു പവർ ടവർ പണിയുന്ന കോൺട്രാക്ട് എടുത്തിട്ടുണ്ടെന്നും ഇവിടെ നിന്ന് മുപ്പതോളം പേര് പോകുന്നുണ്ടെന്നും അക്കൂട്ടത്തിലാണ് അച്ഛൻ പോകുന്നതെന്നുമറിഞ്ഞു. അമ്മാവൻ കാര്യമറിഞ്ഞപ്പോൾ പ്രതികരിച്ചത് പെട്ടെന്നായിരുന്നു.

"പിന്ന ഈട നിന്നിറ്റ് എന്താക്കാൻ..."

അതിനുത്തരമൊന്നും പറഞ്ഞില്ല, അച്ഛൻ. എന്നും തരം കിട്ടുമ്പോഴൊക്കെ തന്റെ നിസ്വാവസ്ഥയെ കുത്തി നോവിക്കുന്നത് പുതുമയൊന്നുമല്ലല്ലോ. ചായപ്പിലെ മങ്ങിയ ഇരുട്ടിൽ എത്രയോ വട്ടം ഒച്ചയില്ലാതെ കരയുന്ന അമ്മയുടെ രൂപം എന്നാണ് മറക്കാനാവുക.

അച്ഛനെ പയ്യന്നൂർ തീവണ്ടിയാപ്പീസുവരെ അനുഗമിക്കാൻ കരഞ്ഞു

പറഞ്ഞതാണ്: ഏട്ടൻ ട്രങ്ക് പെട്ടിയുമെടുത്ത് മുമ്പിൽ നടന്നു. കാരണവർ ഒച്ച ഉയർത്തി.

"എത്ര നടക്കണംന്നാ വിചാരം... ഓ... ഒരു യാത്രയയപ്പുകാരൻ. പോ... അപ്പറത്തേക്ക്."

"നന്നായി..." തൊണ്ടച്ചൻ എല്ലാരും കേൾക്കെ പറഞ്ഞു

"ഞാനെന്തിന് ഈ വയസ്സ് കാലത്ത് ഒരു ആയുർവേദ മരുന്നു ഷാപ്പും തൊറന്ന് ഇരിക്ക്ന്ന്... ഒരു പണി നല്ലതന്നെ."

അമ്മയും പെങ്ങന്മാരും അനുജന്മാരും കണ്ണീരണിഞ്ഞു നിൽക്കുന്നത് കണ്ട് അച്ഛൻ അവരെ ആശ്വസിപ്പിച്ചു.

"വേണ്ട.... കരയണ്ട... ല്ലാരും നന്നായി പഠിക്കണം..."

അമ്മ വിതുമ്പുന്നു.

തൽക്കാലാവശ്യത്തിന്ന് അറുപത് ഉറുപ്യ തന്നതിണ്ടല്ലാ... പത്ത് ഇൻലണ്ട് ബാലന്റെ കയ്യില് കൊടുത്തിറ്റുണ്ട്. കത്തയക്കണം.

എന്റെ കവിൾക്കണ്ണീർ തുടച്ച് അച്ഛൻ എന്നെ ചേർത്തുപിടിച്ചു.. ആ നിശ്വാസത്തിന് ഒരുപാടർത്ഥ മുണ്ടായിരുന്നു. അച്ഛൻ പിന്നെ എല്ലാവരോടുമായി പറഞ്ഞു.

"ന്നാ... ഞാൻ ഇറങ്ങുന്നു..."

ട്രങ്ക്പെട്ടിയും ചുമലിൽ വെച്ച് മുന്നിൽ നടക്കുന്ന ഏട്ടന്റെ പിന്നാലെ ഒന്ന് തിരിഞ്ഞുപോലും നോക്കാതെ പതുക്കെ നടന്നകലുന്ന, എന്റെ പ്രിയപ്പെട്ട അച്ഛനെ കണ്ണിൽനിന്ന് മറയുന്നതുവരെ ഞാൻ നോക്കി നിന്നു. അന്നോളമില്ലാത്തൊരു നഷ്ടബോധവും സങ്കടവും മനസ്സിൽ നിറഞ്ഞു.

സുരക്ഷിതത്വത്തിലെ അനാഥത്വം

അച്ഛന്റെ സ്നേഹവാത്സല്യപരിരക്ഷണയിൽ അല്ലലേതുമറിയാത വളർന്ന കുട്ടികളായ ഞങ്ങൾക്ക് വല്ലാത്ത ഒരു അരക്ഷിതബോധം ആയിരുന്നു. കാരണവർ ചെറിയ തെറ്റുകൾക്കുപോലും കഠിനമായി ശിക്ഷിക്കുമായിരുന്നു. തടയാൻ വരുന്ന അമ്മയെ അമ്മാവൻ രൂക്ഷമാ യൊന്നു നോക്കി. "കണ്ടില്ലേ അമിതസ്നേഹഫലം? ചോദിക്കുന്ന തൊക്കെ ഉടനെ വാങ്ങിക്കൊടുത്ത് ഇല്ലം തന്നെ ആരാന്റേതാക്കീലേ?" അച്ഛന്റെ ധൂർത്തിന്റെ പെരുപ്പിച്ച ചിത്രവിശദീകരണവും നാടുവിടേ ണ്ടിവന്ന അവസ്ഥയെ നിശിതമായ പരിഹാസവും അതിരുവിട്ട അധി ക്ഷേപമായി മാറും. അപ്പോഴൊക്കെ സ്വന്തം വിധിയെ പഴിച്ച് തെക്കി നിയുടെ ഇരുട്ടിൽ പുടവത്തുമ്പുകൊണ്ട് കണ്ണീർ ഒപ്പിക്കൊണ്ട് തേങ്ങി ക്കരയും. അമ്മയുടെ ആ സഹതാപാർദ്ര രൂപം മറക്കാനാവില്ല. താനേ രിയമ്മ അടുക്കളയിൽ നിന്ന് മകന്റെ നിഷ്ക്കരുണവും അകാരണവു മായ ശിക്ഷയെപ്പറ്റിയും "ഈ വീട് അവളുടേതുകൂടിയാ.. ഓളേം പുള്ള റേയും ചെലവിന്റേത് ഓൻ അയക്കുന്ന്ണ്ടല്ലോ. പിന്നെ എന്ത്ന്നാ പോകുമ്പോ കേറി വന്നതൊന്നുമല്ലല്ലോ." എന്ന് പരിഭവപ്പെടുമ്പോൾ "മിണ്ടാതിരുന്നോളാൻ' ആജ്ഞാപിക്കും. തൊണ്ടച്ചനും പറയാൻ ഒരു പാട് പരിമിതികളുണ്ടായിരുന്നു. ഒരർത്ഥത്തിൽ 'തിരുവായ്ക്കെതിർവാ യില്ലാത്ത' നിലയായിരുന്നു. അമ്മ കരഞ്ഞുകൊണ്ടാണെങ്കിലും "ഈ ആങ്ങളേരെ ഓളും മക്കളും ഓളെ വീട്ടിലല്ലെ നിക്കല്. അതെന്താലോ യ്ക്കാത്തത്?" മൂന്ന് വയലിലെ നെല്ല് മൂർന്നതെല്ലം ഇങ്ങോട്ടല്ലേ കൊണ്ട ര്ല്.. മാസാമാസം 150 ഉറുപ്യ അയക്കുന്നത് ഒപ്പിട്ട് വാങ്ങുന്നേയില്ലു ഞാൻ. അന്നന്ന് അതും കാരണവർ പിടിച്ചുമണിക്കും.. എന്തെങ്കിലും ചെറിയൊരാവശ്യത്തിന് ആരോടാ ചോദിക്കേണ്ടത്?'' പാതി കേൾക്കാനും മറുപാതി സ്വയം സാന്ത്വനത്തിനും അമ്മ തേങ്ങിക്കൊണ്ട് വിളിച്ചുപറയും. അദ്ദേഹം ഉത്തരം മുട്ടിയാൽ പിന്നെ സ്വയം പിറുപിറ

ക്കും. പിന്നെപ്പിന്നെ കോപംകൂടും. നാലുനാൾ പിന്നെ മിണ്ടാട്ടമുണ്ടാകില്ല. ഇത് അമ്മയുടെ മാത്രം അനുഭവമല്ല. സാവിത്രി എളേമയും മക്കളും ഒരുപാട് കേട്ടിട്ടുണ്ട്. വല്ലപ്പോഴുമേ ബാലെളേപ്പൻ ബാംഗ്ലൂർനിന്ന് വരാറുള്ളൂ. അവർക്ക് ജീവിക്കാനുള്ള വക അദ്ദേഹവും അയക്കാറുണ്ട്. എന്നാൽ എല്ലാറ്റിനേയും പരിരക്ഷിക്കുന്ന സാക്ഷാൽ കാരണവരായാണ് അദ്ദേഹം പെരുമാറുക. നാട്ടിൽ വന്നാൽ ബാലെളേപ്പനെ ചുറ്റിപ്പറ്റിയാണ് ഞാനുണ്ടാവുക. കാരണം മധുരമനോഹരമായി സിനിമാഗാനങ്ങൾ പാടാൻ അദ്ദേഹത്തിന് പ്രത്യേക സിദ്ധിയുണ്ടായിരുന്നു. മെലിഞ്ഞ് വളഞ്ഞ, ആരെയും ആകർഷിക്കുന്ന രൂപമായിരുന്നു ബാലെളേപ്പന്റേത്. തേച്ച് വടിവൊത്ത പൊടി പുരളാത്ത ഷർട്ടുമിട്ടു വരുന്ന ആ രൂപം അതീവ ആകർഷകമായിരുന്നു. അദ്ദേഹത്തോടും കാരണവരുടെ പെരുമാറ്റം നന്മ നിറഞ്ഞതല്ലായിരുന്നു. ബാംഗ്ലൂരിൽ ആയുർവേദ മരുന്നുകട നടത്തുകയായിരുന്ന അദ്ദേഹം ഒന്നും കാര്യമായെടുക്കാറില്ല. എന്തുകേട്ടാലും ഒരു മൂളിപ്പാട്ടിലൂടെ അതെല്ലാം അവഗണിക്കുമായിരുന്നു.

അച്ഛന്റെ ഇൻലന്റിലെഴുതിയ കത്ത് വന്ന ദിവസം ഞങ്ങൾ കുട്ടികൾക്ക് വലിയ ആഹ്ലാദമാണ്. കത്തിൽ ഞങ്ങളുടെ പേര് എഴുതിയത് വായിക്കുമ്പോൾതന്നെ സന്തോഷമാണ്. ഏട്ടൻ (ജ്യേഷ്ഠൻ) പയ്യന്നൂർ ഗവ. ഹൈസ്കൂളിൽ ഒമ്പതാം ക്ലാസിലാണ്. ദേവകി ഏട്ടി (ചേച്ചി) ഇടക്കിടെ അപസ്മാരബാധ ഉണ്ടാകുന്നതിനാൽ നാലാംതരത്തിൽത്തന്നെ പഠനം നിർത്തി. ജാനകി ഏട്ടി ഏഴാംതരത്തിലും ഞാൻ അഞ്ചാം ക്ലാസിലേക്കും പാസ്സായി. തൊട്ടുതാഴെയുള്ള അനുജൻ ശ്രീധരൻ നാലാം ക്ലാസിലാണ്. ഏറ്റവും ഇളയ അനുജൻ പത്മനാഭൻ സ്കൂളിൽ പോകാൻ തുടങ്ങിയിട്ടില്ലായിരുന്നു. ഇളയവനായതിനാൽ നടുക്കെ വീട്ടിലെ കണ്ണമ്മാവന്റെയും കുഞ്ഞമ്പു മാമന്റെയും മറ്റും സ്നേഹവാത്സല്യങ്ങൾ വേണ്ടുവോളം കിട്ടിയിരുന്നു; പത്മനാഭന്ന്.

ഓരോ ഓണക്കാലവും അമ്മയ്ക്ക് കണ്ണീർക്കാലമായിരുന്നു. ആറു മക്കൾക്കും ഷർട്ടും ട്രൗസറും പാവാടയും ബ്ലൗസും ആരു വാങ്ങിക്കൊടുക്കും? നേർകാരണവർ ഓണത്തിനു തലേന്നുവരെ അക്ഷരം മിണ്ടില്ല. ഞങ്ങൾ മറ്റുള്ളവർക്ക് കിട്ടിയ ഓണക്കോടികളുടെ മനോഹാരിതയും എണ്ണവും ഇഷ്ടപ്പെട്ടവ വാങ്ങിക്കൊടുത്ത വാത്സല്യങ്ങളെപ്പറ്റിയും അവർക്ക് കിട്ടിയ ഓണപ്പുടവകളുടെ എണ്ണവും നിരത്തി കരയും. അച്ഛൻ മാസംതോറും അയക്കുന്നതിന് പുറമെ ഓണത്തിനയച്ച മണിയോർഡർ തുക കയ്യോടെ വാങ്ങിച്ച കാരണവരോട് ഓണക്കോടിക്കണക്ക് പറയാൻ ആർക്കും ധൈര്യമില്ലായിരുന്നു. പലപ്പോഴും

ആഴ്ചച്ചന്തയിൽ, തുച്ഛവിലയുള്ള തുണി വിൽക്കാൻ പോകാറുള്ള "ചെട്ടിരാൾപ്പിലെ കൃഷ്ണാട്ടൻ ആണ് ദൈവദൂതനായി അവതരിക്കാറുള്ളത്." ഒരു നന നനച്ചാൽ കുളം കലങ്ങുന്ന നിറമായിരുന്നു ആറ്റുനോറ്റു വാങ്ങിയ "റെഡിമെയ്ഡ് ഷർട്ടിനും ട്രൗസറിനും. അതുകൊണ്ടുതന്നെ അലക്കുവാൻ ഒരുപാടു നാളത്തെ അമാന്തമെടുക്കാറുണ്ട് ഞങ്ങൾ.

ചിലപ്പോൾ ഞങ്ങളെ ആശ്ചര്യപ്പെടുത്തിക്കൊണ്ട് ചുവന്ന കരയുള്ള ആറ് ചെറിയ ഓണക്കോടിയുമായി ഉത്രാടസന്ധ്യയിൽ അമ്മാവൻ കയറിവരും. അവ ഓരോരുത്തർക്കും വീതംവെച്ച് അമ്മാവൻ പറയും.

"എനി ഇത് കിട്ടീലാന്ന് വേണ്ട."

ഓണസദ്യ ഗംഭീരമായിത്തന്നെ ഉണ്ടാകുമായിരുന്നു. അക്കാര്യത്തിൽ കാരണവർക്ക് വലിയ ഉത്സാഹമായിരുന്നു. വിഷു, നിറ, മകം, പത്താമുദയം തുടങ്ങിയ നല്ല നാളുകൾക്ക് അദ്ദേഹം വലിയ പ്രാധാന്യവും പരിഗണനയും നൽകാറുണ്ട്. ചില നേരങ്ങളിൽ കാരണവർ കാണിക്കുന്ന സ്നേഹം അപാരമായിരിക്കും. പിടികിട്ടാത്ത ഒരു മനസ്സാണത്. ഭാര്യയും മക്കളും ഏറെ നിർബന്ധിച്ചാൽ ഒരിക്കൽ വന്നെങ്കിൽ ആയി. അന്ന് അദ്ദേഹത്തെ അതീവ സന്തോഷവാനായി കാണാം. അറിയില്ല; അദ്ദേഹത്തിന്റെ മനോവ്യാപാരം ആർക്കും.

ഒന്നോ രണ്ടോ നാൾ കഴിഞ്ഞ് അവർ തിരിച്ചുപോകാറുള്ളതും പെട്ടെന്നാകും. ആരോടുമധികം സംസാരിക്കാറില്ല. മകൾ ചന്ദ്രമതിയെ തന്റെ കളിക്കൂട്ടുകാരിയായി ഒരുപാടിഷ്ടമായിരുന്നു എനിക്ക്. അമ്മായി തിരിച്ചുപോകുമ്പോൾ ഒപ്പം പോകുന്ന ചന്ദ്രമതിയുടെ വേർപാടിന്റെ വേദന പിന്നെ ഒന്നുരണ്ടു ദിവസം മനസ്സിൽ മായാതെ നിൽക്കുമായിരുന്നു. സന്തോഷത്തോടെ പെരുമാറുന്ന അമ്മാവനെ കാണുവാൻ അമ്മായി വേഗം തിരികെപ്പോകാതിരിക്കാൻ പ്രാർത്ഥിച്ചിട്ടുണ്ട് പലപ്പോഴും. പക്ഷേ ഫലം നേർ വിപരീതമാകും. വീട്ടിൽ ചെലവിനു തരുന്ന കാരണവരുടെ ഭാവവും പെരുമാറ്റവും പലപ്പോഴും ഭയാനകമായിരിക്കും. പലവ്യഞ്ജനങ്ങൾ കഴിഞ്ഞെന്നു കേട്ടാൽ കലികയറും. എന്തിനാ പഞ്ചാര? എനി വെല്ലം മതി. ചായ കുടിക്കാൻ അടയ്ക്കാക്കത്തികൊണ്ട് വെല്ലം ഒരേ വലിപ്പത്തിൽ അദ്ദേഹം മുറിച്ചു എണ്ണിവെക്കും.

സുഭിക്ഷമായി കഴിയാനുള്ള തുക അച്ഛൻ അയച്ചാലും അതിൽ ഒരഞ്ചുരൂപ എന്തെങ്കിലുമാവശ്യത്തിന് എടുക്കാൻ അമ്മയ്ക്കാകാറില്ല. മൂന്ന് വയലുകളിൽ നിന്ന് മൂർന്ന് കൊണ്ടുവന്ന, പാറ്റിതൂറ്റി വെടിപ്പാക്കിയ നെല്ല് മുഴുവൻ അമ്മാവൻ കൊട്ടിലകത്ത് "തനക്കൂട്ടും". ഒരാഴ്ചക്ക് ആളെണ്ണമനുസരിച്ച് നിശ്ചിത അളവ് നെല്ലുമാത്രമേ അളന്നു കൊടു

ക്കൂ. പലപ്പോഴുമത് മതിയാകാറില്ല. ഇടവേളകളിൽ ഒരു പുന്നെൽപ്പായ സമാക്കാനോ അവിൽ വാങ്ങാനോ സ്കൂൾവിട്ട വൈകുന്നേരം തളർന്നെത്തുന്ന മക്കൾക്ക് 'അരി പൊങ്ങിച്ച്' തേങ്ങയും ചിരകിയിട്ട് കൊടുക്കാനോ അരിയുണ്ടാകാറില്ല.

ഒരുനാൾ സ്കൂൾവിട്ട് ഞാൻ വീട്ടിലെത്തുമ്പോൾ കാണുന്ന കാഴ്ച വല്ലാതെ വേദനിപ്പിക്കുന്നതായിരുന്നു. അമ്മ കൊട്ടിലകത്തിന്റെ ഒന്നരപ്പാളി ജനലിന് കീഴെ മുറം വെച്ച് 'അരിപ്പക്കയിൽ കൊണ്ട് ജനലഴികൾക്കിടയിലൂടെ നെല്ല് കോരി എടുക്കുന്നു. കാരണവർ ഭദ്രമായി പൂട്ടി താക്കോലും കീശയിലിട്ടാണ് പോവുക. അഥവാ കൂടുതൽ ചോദിച്ചാൽ ഉത്തരം ഉടനെ വരും.

"ജീവിക്കാൻ തിന്നാ മതി, തിന്നാനായി ജീവിക്കണ്ട.. തിരിഞ്ഞ്വാ.."

പിന്നെ ആരും മിണ്ടുകയില്ല. അമ്മയുടെ ഈ സാഹസം മനസ്സിൽ വലിയൊരു നോവായി ഇന്നും നുരഞ്ഞുവരാറുണ്ട്. സ്വന്തം നെല്ല് ആരും കാണാതെ എടുക്കേണ്ടി വരിക. എത്ര ദയനീയമാണത്. എന്നെക്കണ്ടതും അമ്മ വല്ലാതായി. "മോഷണം പാപമാണെന്ന് ചൊല്ലിച്ച് ഏത്തമിടുവിച്ച അമ്മയുടെ പൊടുന്നനെ നിറഞ്ഞ കണ്ണീരിന് ഒരുപാടർത്ഥമുണ്ടായിരിക്കാം."

നാളുകൾ കൊഴിഞ്ഞുവീണുകൊണ്ടിരുന്നു. നീണ്ട രണ്ടുവർഷം അച്ഛനില്ലാത്ത വിഷമവും പേറിയാണ് വളർന്നത്. കത്തുകൾ മുറയ്ക്ക് വന്നുകൊണ്ടിരുന്നു. അതിനിടയിൽ ഓണം, വിഷു നാളുകളിൽ കിട്ടിയ ശമ്പളവും ചില മാസങ്ങളിലെ അധിക ജോലിക്കൂലിയും കൂട്ടിവെച്ച തുക 200 രൂപ അച്ഛൻ അയച്ചു. മണിയോർഡർ ഫോറത്തിനിടയിൽ അച്ഛന്റെ വടിവാർന്ന മൂന്നുവരിയും 'കുഞ്ഞിരാമനോട് അന്നൂർ സ്കൂൾതൊട്ടരികെ കാമ്പ്രത്തേ പറമ്പ് വിൽക്കുന്നതിനെപ്പറ്റി പറഞ്ഞിരുന്നു. അത് ഒന്നു പറഞ്ഞുവെക്കാൻ പറയണം. ഈ പണവും കോരൻസ്രാങ്ക് നാട്ടിൽ വന്നാൽ തരാമെന്ന് സമ്മതിച്ച 1500 കയും വാങ്ങിവെക്കണം. ഇവിടെ പണി കഴിയാറായി. രണ്ടാഴ്ച കഴിഞ്ഞാൽ ഞാനെത്തും. നാട്ടിൽ വന്നാൽ ഒരു ചെറിയ വീടുവെക്കണം. രണ്ടു തുകയും ബാങ്കിലിടാൻ പ്രത്യേകം പറയണം."

സ്വന്തമായൊരു വീടെന്ന സന്തോഷത്തോടൊപ്പം അച്ഛന്റെ വരവ് അതീവ ആഹ്ലാദകരമായിരുന്നു. ഏറെക്കാലത്തിനുശേഷമുള്ള വരവല്ലേ? ഞങ്ങൾ കുട്ടികൾ അച്ഛൻ പറഞ്ഞ നാളിന് വേണ്ടി ഓരോ സായാഹ്നവും എണ്ണിക്കഴിച്ചുകൊണ്ടിരുന്നു. കൂട്ടുകാരോടും മറ്റും ആ സന്തോഷം പങ്കുവെച്ചു. പറഞ്ഞപ്രകാരം 2000 രൂപ അമ്മ ആങ്ങളയുടെ കൈയിൽ കൊടു

ത്തു. ബാങ്കിലിടാൻ ഏല്പിച്ചു.

“അതിണ്ടാ രണ്ടായിരത്തിന് കിട്ടല്?”

പോവുന്നേരനി മുമ്പിലേ പറഞ്ഞ് ഏൽപ്പിച്ചിനിയോലും.. നീ ഓറെ മരുവോൻ കണ്ണമ്മാഷോട് ചോദിച്ചാ മതി. ബാക്കി പയിസ വന്നിറ്റ് വേണ്ടപോലെ ചെയ്യൂത്രെ..”

പണവും കീശയിലിട്ട് അദ്ദേഹം പടിയിറങ്ങി. പോകുമ്പോൾ പിറുപിറുത്തതെന്തെന്ന് ആർക്കും മനസ്സിലായില്ല. ചോദിച്ചുമില്ല. നാലുനാൾ പിന്നെയും കഴിഞ്ഞു. ഒരു ബുധനാഴ്ച രാവിലെ സ്കൂളിലേക്ക് ഇറങ്ങുന്ന ഏട്ടനെ അമ്മാവൻ വിളിക്കുന്നു! ആ വിളിയിൽ കടുത്ത കോപവും പ്രത്യേക ഭാവവുമുണ്ടായിരുന്നു. ഏട്ടൻ വിനീതനായി അമ്മാവന്റെ മുന്നിൽ വന്നുനിന്നു.

“എടാ.. നീ ഇന്നലെ ക്ലാസ്സില് ഇരുന്നിനാ.. അതോ സമരത്തിന് പോയിനാ..”

സത്യം പറഞ്ഞാൽ എറയിൽ ഇറുക്കിയ ചൂരൽ മൂളുമെന്നറിയുന്ന ഏട്ടൻ സധൈര്യം പറഞ്ഞു... ഞാൻ ക്ലാസ്സിലുണ്ടായിനി.

അതു പറഞ്ഞുതീർന്നതും ചൂരൽ മൂളിപ്പറന്നു. ഏട്ടന്റെ ഉച്ചത്തിലുള്ള നിലവിളിയും അമ്മയുടെ കരച്ചിലും കേട്ട് നടുക്കെ വീട്ടിലുള്ളവരും കണ്ണമ്മാവനും ഓടിയെത്തി.

“എന്തിന്നിനാ. അയിന തച്ചുവെലിക്ക്ന്ന്? പിള്ളറ ഇങ്ങനെ തച്ചാലോ?”

“എന്നാ.. കേക്കണോ ഇവന്റെ കേമത്തം? ഇന്നല മുഴുവൻ ഇവൻ വിമോചന സമരക്കാരനാ.. പച്ചവെള്ളം കൊടുത്തൂട ഈ കഴുതക്കയ്യന്”

“പിള്ളറ് എന്തെങ്കിലും കാടു കാണിച്ചേനി നീ ഇങ്ങനെ തൊടങ്ങ്യാലോ.. മോനേ.. ബാലാ.. നീ സ്കൂള് പോവാൻ നോക്ക്.. ങ്ങും... പോ...”

കണ്ണമ്മാവൻ ഏട്ടനെ വിടുവിച്ചു. രണ്ടു തുടയിലും വീങ്ങിച്ചുവന്ന് തുടുത്ത വടിപ്പാടുകൾ. അമ്മ വിളക്കിലെ വെളിച്ചെണ്ണയിട്ടു ഉഴിഞ്ഞു കൊടുത്തുകൊണ്ടിരുന്നു.

“പടിക്കാൻ പോയാ തോന്ന്യാസത്തിന് പോണാ.. നിറ്റല്ലേ.. നല്ലോണം കിട്ട്യത്.”

കരയുന്നതിനിടയിൽ അമ്മ പലതും പറഞ്ഞുകൊണ്ടിരുന്നു. താനേരിയമ്മയും വന്ന് സാന്ത്വനിപ്പിച്ചു. സ്വതേതന്നെ വെളുത്ത നിറമുള്ള ഏട്ടന്റെ തുടകളിൽ ആ പാടുകൾ ആഴ്ചയോളം അടയാളപ്പെട്ടുകിട

ന്നു, ആ ഭീകര ശിക്ഷാമുദ്രകൾ.

അച്ഛൻ എത്തുമെന്ന് എഴുതിയ തീയ്യതി പുലർന്നു. എന്തെന്നില്ലാത്ത ഉത്സാഹമായിരുന്നു ഞങ്ങൾക്ക്. വന്നുകേറുമ്പോൾ ഞാനുണ്ടാകണം വീട്ടിലെന്ന് മോഹിച്ച് അന്ന് സ്കൂളിൽ പോകാതിരിക്കാൻ പല കാരണങ്ങളും പറഞ്ഞുനോക്കി. പക്ഷേ അതെല്ലാം വിഫലമായി. ക്ലാസിലാണ് ഇരിക്കുന്നതെങ്കിലും മനസ്സുമുഴുവൻ വീടായിരുന്നു. അച്ഛൻ വന്ന് കയറുന്നതും പെട്ടിയും മറ്റും തുറക്കുന്നതും ഭാവനയിൽ കാണുകയായിരുന്നു ഞാൻ. എന്തായാലും ഉച്ചയ്ക്ക് മുമ്പുള്ള മെയിൽ വണ്ടിക്ക് വരുമെന്നല്ലേ പറഞ്ഞത്. കഞ്ഞി കുടിക്കാൻ വിട്ടാൽ ഞാൻ സ്കൂളിലേക്ക് എന്തായാലും തിരിച്ചുപോകില്ല. ആ ഉറച്ച തീരുമാനം നടപ്പിലാക്കുവാൻ പുസ്തകങ്ങൾ ഇട്ടിരുന്ന ഷർട്ടിന്നടിയിൽ ഒളിപ്പിച്ചാണ് വീട്ടിലേക്ക് ഓടിയെത്തിയത്. അച്ഛൻ, പക്ഷെ അവിടെയെങ്ങുമില്ലായിരുന്നു. മെയിൽ വണ്ടി നേരത്തെ തന്നെ പോയി. അതിന് വന്നില്ല.

അമ്മയുടെ വാക്കുകളിലും കടുത്ത നിരാശയും തെല്ലു സങ്കടവും നിഴലിച്ചിരുന്നു.

ഒപ്പം പയ്യന്നൂരേക്ക് വണ്ടിയിൽ വന്ന കണ്ടോത്തെ ടി.വി. വാസുവിനെ കണ്ട് കാര്യം തിരക്കാൻ അമ്മ ഏട്ടനെ ശട്ടം കേട്ടി.

അദ്ദേഹം കാര്യങ്ങൾ എല്ലാം വിശദമായി പറഞ്ഞുവത്രെ. ഹുബ്ലി വരെ തന്റെ കമ്പാർട്ടുമെന്റിലുണ്ടായിരുന്നു. അവിടെ പെട്ടിയുമായി ഇറങ്ങുമ്പോൾ പയ്യന്നൂർക്ക് ഇല്ലേ എന്ന് ചോദിച്ചപ്പോൾ ഇൻഡോറിൽ ഒരു വർക്ക് തുടങ്ങിയിട്ടുണ്ട്. അവിടെ നല്ല കൂലിയുണ്ടത്രെ. ഒരു മൂന്നു മാസം കൂടെ കഴിഞ്ഞേ നാട്ടിലേക്കുള്ളൂ. ഇതായിരുന്നു മറുപടി.

മൂന്നല്ല ആറുമാസം കഴിഞ്ഞു. ഞങ്ങളടെ പ്രതീക്ഷകൾ മങ്ങിത്തുടങ്ങി.

നാൾ ഒരുച്ചനേരത്ത് പടിഞ്ഞാറെ പുഴയുടെ തീരത്തുകൂടി കാവി വസ്ത്രധാരിയായ, നീട്ടിവളർത്തിയ താടിയുള്ള കറുത്ത ഒരാൾ മുടന്തിമുടന്തിക്കൊണ്ട് കൈതക്കാടുകൾക്കിടയിലൂടെ നടന്നുവരുന്നു. പുഴപ്പുല്ല(കീച്ചി, പോട്ട)രിയുന്ന പെണ്ണുങ്ങൾ ആ അപരിചിതനെ ദൂരെ നിന്നേ കണ്ടു. പുല്ലരിയുന്നതിനിടയിൽ അമ്മ ഒന്ന് സൂക്ഷിച്ചുനോക്കി. അതെ! അത് തന്റെ മക്കളുടെ അച്ഛൻ തന്നെ. ആ വേഷവും തോളിൽ തൂക്കിയ സഞ്ചിയും മുടന്തിക്കൊണ്ടുള്ള നടത്തവും മനസ്സിനെ വല്ലാതെ ഉലച്ചു. എന്തുവേണമെന്നറിയാതെ ഒരു നിമിഷം ശങ്കിച്ചുനിന്നെങ്കിലും പിന്നെ വേഗം അരികിലേക്ക് ഓടിച്ചെന്നു.

“ഇതെന്തുവേഷം! എന്തിന് പുഴേരെ ഇടക്കേക്കൂടെ വന്നേ? ഇതെന്തുന്ന്

കാക്ക് പറ്റ്യേത്.. നല്ലോണം വീങ്ങിനല്ലോ?"

അച്ഛൻ ദീർഘമായൊന്നു നിശ്വസിച്ചു. പിന്നെ ഒന്നു ചിരിച്ചു..

"എടോ! ഒന്ന് ശ്വാസം കയിക്കാൻ വിട്... ഒറ്റയടിക്ക് എങ്ങനെയാ പറയ്യാ.."

"നീ പതുക്കെ വാ.. ഞാൻ വീട്ടിലേക്ക് നടക്കാം.."

തന്റെ ഭർത്താവിന്റെ അപ്രതീക്ഷിതമായ വരവും ഭാവവും വേഷവും മറ്റുള്ളവരുടെ പരിഹാസ വിഷയമാകുന്നതോർത്തായിരിക്കാം അമ്മയുടെ കണ്ണുകൾ നിറഞ്ഞുതുളുമ്പി.

അരിഞ്ഞ പുല്ലും കൊട്ടയിൽ വാരിനിറച്ച് അമ്മ വേഗം വീട്ടിലേക്ക് മടങ്ങി. താനേരി അമ്മയ്ക്കും മറ്റും ആദ്യം ഉണ്ടായ അപരിചിതത്വം മാറാൻ ഇത്തിരി കഴിയേണ്ടിവന്നു.

"വേഗം കുളിച്ചിട്ട് വാ, കഞ്ഞി വിളമ്പാം."

"പാർതി പുല്ലരിയാൻ കൈപ്പാട്ടില് പോയിനി..."

"ഞാൻ കണ്ടിനി..."

അച്ഛൻ പതുക്കെ കിണറ്റിൻകരയിലെത്തി. പതുക്കെ പറഞ്ഞു.

"കാലു വേദനയാ.. കൊളത്തിലേക്ക് നടക്കാൻ പറ്റൂല.."

അപ്പോഴേക്കും വന്നെത്തിയ പുല്ല് ആലയിൽ ഇട്ട് വേഗം വന്നു.

"ആ കാലുംകൊണ്ട് നിങ്ങ കോരണ്ട.."

അമ്മതന്ന രണ്ടു മൺകുടം വെള്ളം കോരി നിറച്ചുകൊടുത്തു. കോരിക്കുളിക്കുന്നതിനിടയിൽ അമ്മ പറഞ്ഞു.

"ഈ താടിയും തണാറും കളഞ്ഞ് വരണം. മനിശനകൊണ്ട് പറയിക്കരുത്."

അതുകേട്ട് അച്ഛൻ ചിരിച്ചു..

വീണ്ടും തളിർക്കുന്ന ജീവിതം

അച്ഛൻ തിരിച്ചെത്തിയതിന്റെ സന്തോഷത്തിന് അതിരില്ലായിരുന്നു. കാലിന്റെ അപകടത്തെപ്പറ്റി ചോദിച്ചപ്പോൾ ആ ദുർദ്ദിനം അച്ഛൻ വിവരിച്ചു. വരാനുള്ളത് വഴിയിൽ തങ്ങുലല്ലോ? താഴെ സ്വസ്ഥമായി ഇരുന്ന് വലിയ നെട്ടും ബോൾട്ടും ചെറുകപ്പിവഴി മേലോട്ട് 4000 മീറ്റർ ഉയരത്തിലേക്ക് വിടുന്ന ചുമതലയായിരുന്നു എനിക്ക്. അഞ്ചുവട്ടം അത് ചെയ്തു. പെട്ടന്നാണ് അത്രയും ഉയരത്തിൽ നിന്ന് ഒരു വലിയ ബോൾട്ട് ശരവേഗത്തിൽ ഒരു മൂളിച്ചയോടെ ഊക്കോടെ വന്നു വീണത്.

കണ്ണിൽ നിന്ന് തീ പാറുന്ന നോവ്. എന്താണ് സംഭവിച്ചതെന്ന് നോക്കിയപ്പോൾ പെരുവിരലിന്റെ അറ്റം മുറിഞ്ഞ് കടും ചോര കുടു കുടെ ഒഴുകുന്നു.

'തലയിലാവാത്തത് ഭാഗ്യം. ആയിരുന്നെങ്കിൽ പിന്നെ പറയാനേയില്ല..'

ഓടിക്കൂടിയവർ വേഗം വാഹനം കൊണ്ടുവന്ന് ഉടനെ ആശുപത്രിയിലെത്തിച്ചു. ബാൻഡേജ് ഇട്ടു. രണ്ടാഴ്ചത്തെ വിശ്രമമാണ് വിധിച്ചത്. ജോലി ചെയ്യാതെ വെറുതെ ഇരിക്കാൻ തോന്നിയില്ല.

എന്നാൽ താൻ നാട്ടിലേക്ക് പോയ്ക്കൊള്ളാമെന്ന അപേക്ഷ കോൺട്രാക്ടർ സമ്മതിച്ചു. ചികിത്സക്കുള്ള തുകയും അതുവരെയുള്ള ശമ്പളവും തന്ന് വിട്ടതാണ്. അച്ഛൻ പിന്നെയെന്തേ മൂന്നാഴ്ച വൈകി ഇങ്ങോട്ടെത്താൻ.

അച്ഛൻ ആ ദുരിത കഥ പറഞ്ഞു.

ഹുബ്ളി വരെ മാത്രമേ ടിക്കറ്റ് എടുത്തുള്ളൂ. കാവി വേഷവും നീട്ടിയ താടിയും ഭഗവത് ഗീതാദി പുരാണങ്ങൾ ഹൃദിസ്ഥമാക്കിയതിനാൽ ടിക്കറ്റ് ചെക്കറോട് കൈ മലർത്താമെന്നാണത്രെ കരുതിയത്. പക്ഷെ മദിരാശി എത്താറായപ്പോൾ ഒരുതരത്തിലും ദയാദാക്ഷിണ്യമില്ലാത്ത, വന്നുകേറിയ ചെക്കർ താനടക്കം നാലുപേരെ പിടികൂടി റെയിൽവേ മജിസ്ട്രേറ്റ് മുമ്പാകെ ഹാജരാക്കി. കൽക്കത്ത മുതൽ കൊ

ണ്ടനല്ലൂർ വരെയുള്ള ടിക്കറ്റ് ചാർജും പിഴയുമായി നൂറ്ററുപത് രൂപ പിഴ യാക്കുകയോ രണ്ടാഴ്ച തടവോ അനുഭവിക്കാൻ വിധിയായി.

അടിക്കുപ്പായക്കീശയിൽ സുരക്ഷിതമായിവെച്ച 650 രൂപ ആ സ്വപ്ന ഭൂമി സ്വന്തമാക്കാനുള്ളതാണ്. അതെടുക്കാതെ രണ്ടാഴ്ച തടവനുഭ വിക്കാൻ തന്നെയാണ് തയ്യാറായത്. നല്ലൊരു വീടും പറമ്പും നഷ്ടപ്പെടു ത്തിയതിന് പകരം മറ്റൊരു വളക്കൂറുള്ള വളപ്പ് (പറമ്പ്) വാങ്ങുവാൻ എന്തു സാഹസവും സഹനവും സ്വയം ഏറ്റുവാങ്ങാൻ ആ മനസ്സ് വെ മ്പുകയായിരുന്നു.

പിറ്റേന്ന് ഒരു ഞായറാഴ്ച. അച്ഛൻ പറമ്പിന്റെ കാര്യം അളിയൻ കു ഞ്ഞിരാമനോട് ചോദിച്ചു.

"അത് ആ തുകയ്ക്ക് ഒന്നും കിട്ടൂല... ഞാൻ ചോദിച്ചതാ... മരു മോൻ അന്നൂർ സ്കൂൾമാഷ് കുഞ്ഞിക്കണ്ണൻ എനിക്കെഴുതിയതാണ ല്ലോ.... 2800ന് സമ്മതിച്ചിട്ടുണ്ടെന്ന്...! ഒക്കെ ഞാൻ പറഞ്ഞു ശരി യാക്കാം... നീ ബേങ്കിലിട്ട ആ പണം നാളത്തന്നെ എടുത്ത് തന്നേ..."

"നാളെയാവട്ടെ... തരാം..."

പക്ഷേ, ആ നാളെ പുലർന്നതേയില്ല. പിന്നെയും നാലു നാൾ കഴി ഞ്ഞു. അച്ഛന്റെ സകല പ്രതീക്ഷകളും ഉത്കണ്ഠ നിറഞ്ഞതായി. അ ഞ്ചാംനാൾ വെള്ളിയാഴ്ച രണ്ടും കൽപ്പിച്ച് ഏട്ടനെയും കൂട്ടി പയ്യന്നൂർ ബാങ്കിലെത്തി.

മുമ്പേ തന്നെ നല്ല പരിചയമുണ്ടായിരുന്ന ബാങ്കു മാനേജർ കുഞ്ഞ മ്പു പൊതുവാൾ പറഞ്ഞു.

"മൂന്നു മാസം മുമ്പു വരെ അയാൾ ഒരു രണ്ടായിരം ഡിപ്പോസിറ്റ് ചെയ്തതുണ്ടായിരുന്നു. പിന്നത് അയാൾ തന്നെ പിൻവലിച്ചിട്ടുണ്ട്. പിൻ വലിച്ച തീയതി വേണോ?"

വേണമെന്നോ വേണ്ടെന്നോ പറഞ്ഞില്ല. വായ് വരളുന്ന പോലെ. ക ണ്ണിൽ ഇരുട്ട്. കാൽകൾ നഷ്ടപ്പെട്ട പോലെ. അച്ഛൻ ഒന്ന് മേശപ്പടിയിൽ ബലമായി പിടിച്ചുനിന്നു. തല കറങ്ങുന്നു. അവിടെ കണ്ട ബെഞ്ചിൽ പ തുക്കെ ഇരുന്നു. ഏട്ടൻ അവിടെ കൂജയിൽ നിന്ന് തണുത്തു വെള്ളം കുടിക്കാൻ കൊടുത്തു. ആ ചുണ്ടുകൾ വിതുമ്പി.

"ദൈവമേ! അത് അയാൾ എനിക്കു തരാൻ വീട്ടിൽക്കൊണ്ടു വെച്ച താകാം. അല്ലേ ?.."

മേലാസകലം വിയർപ്പിൽ കുളിച്ചു. പിന്നെ പതുക്കെ പടിയിറങ്ങി. വ ല്ല വിധേനയും മുടന്തിക്കൊണ്ട് ഒരുവിധത്തിൽ വീട്ടിലെത്തി. അച്ഛന്റെ പരവേശം കണ്ട് അമ്മ വേഗം വന്നു.

"എന്തായി... കിട്ടീലേ...?"

"ഇല്ലെടോ... അത്... ആട ഇല്ല..."

അമ്മ ആശ്വസിപ്പിച്ചു.

"അത്.. ഓൻ ഈട കൊണ്ടച്ചിറ്റുണ്ടാവും. ഓനോട് കാര്യല്ലാം പറഞ്ഞതല്ലേ...?"

"അതേടോ... അത് ഓൻ മൂന്ന് മാസം മുമ്പേ എട്ത്തിട്ടുണ്ട്..."

എന്റെ പെരുമാളേ..! എന്റെ മൂന്നു കൊല്ലത്തെ അധ്വാനാ അത്... അത്.."

അച്ഛന്റെ ശബ്ദത്തിന്റെ വിറയലും സങ്കടവും തിരിച്ചറിഞ്ഞ് അമ്മ ആശ്വസിപ്പിച്ചു..

"യേ... ആ പയിസ പറ്റ അങ്ങന ഓൻ എടുക്കാ..."

"നമ്മക്ക് പ്രാർത്ഥിക്കാം... അങ്ങനെ ആവല്ലേന്ന്"

അന്ന് വൈകീട്ട് തിരിച്ചെത്തിയ കുഞ്ഞിരാമനോട് പണം ആവശ്യപ്പെട്ടപ്പോൾ ഒരു വലിയ ചെലവ് ലിസ്റ്റാണ് നൽകിയത്.

അത് നോക്കാതെ 'ബാങ്കിലിടാൻ തന്ന പണമാണ് വേണ്ടത്... ലിസ്റ്റല്ല. ചെലവിന് മാസാമാസം ഞാൻ അയച്ചിട്ടുണ്ട്. എന്റെ പണമെടുക്ക്."

'അധികം പറഞ്ഞാല് ഇങ്ങോട്ട് തരാനേ ഉണ്ടാവൂ.... ആറ് പുള്ളറയും ഈടയാക്കീറ്റ് പോയിറ്റ് മാസം നൂറ്റയിമ്പത് ഉലുവ അയച്ചാ മതിയാ... ആറെണ്ണത്തിന്റെ പുസ്തകീ... കുപ്പായം... പിന്ന മൂക്ക് മുട്ടെ തിന്നാൻ... എന്നക്കൊണ്ട് പറഞ്ഞു പറയിക്കണ്ട..."

ചാറ്റൽ മഴ പോലെ അയാൾ പെയ്യുന്നത് അച്ഛൻ കേട്ടതേയില്ല. നെഞ്ചിലാരോ കനൽ കോരി എറിയുമ്പോലെ. ഉറക്കെ കരയുന്ന അമ്മയും ചേച്ചിമാരും. എല്ലാ പ്രതീക്ഷകളും വീണടിഞ്ഞ രാവായിരുന്നു അത്. ആ രാത്രി അവിടെ ഞങ്ങളാരും ഉണ്ടില്ല. ഉറങ്ങിയില്ല.

പിന്നയും മൂന്ന് നാൾ കഴിഞ്ഞു. നിസ്വനായി നിരാധാരനായി വിഷാദമൂകനായി കഴിഞ്ഞ അച്ഛനെ അമ്മാവനും തൊണ്ടച്ഛനും നിസ്സരിക്കുന്നത് പല കുറി കേട്ടുനിൽക്കേണ്ടി വന്നിട്ടുണ്ട്. അതിനുത്തരമൊക്കെ പറയാനറിയാമായിരുന്നു. പക്ഷേ അവിടെ കഴിയേണ്ടതല്ലേ? അതറിഞ്ഞാൽ എങ്ങോട്ടെങ്കിലും ഇറങ്ങിപ്പോയെങ്കിലോ ? അവഗണനയും നീചമായ അപമാനവും സഹിച്ചു വന്ന അച്ഛൻ ഒരുനാൾ എന്നെ വിളിച്ചു..

"മോനേ... നമുക്ക് ഒന്ന് അന്നൂർ വരെ പോകാം.."

വെയിൽ കത്തുന്ന ഏപ്രിൽ മാസമായിരുന്നു. എന്നിട്ടും ഞാൻ സമ്മതിച്ചു. ഞങ്ങൾ ഇളവെയിൽ പരക്കുന്ന നാട്ടുവഴിയിലൂടെ പതുക്കെ നടക്കാൻ തുടങ്ങി. ഒടുവിൽ അച്ഛനും ഞാനും കണിയാൻ തീയറവയ

ലെന്ന വിശാലമായ നെൽവയലിന്റെ വടക്കെയറ്റത്ത് നടന്നെത്തി. അന്നൂർ പ്രദേശമാണത്. ഇത്ര ദൂരവും നടക്കുവാൻ പാടുപെട്ട അച്ഛന്റെ കൂടെ ഞാനെങ്ങനെ നടന്നെത്തി എന്ന് ആശ്ചര്യം തോന്നി.

കൊയ്ത്തു കഴിഞ്ഞ് നെൽച്ചെടിക്കുറ്റികൾ എഴുന്നു നിൽക്കുന്ന 20 സെന്റ് പാടം അച്ഛന്റെ ഭാവനയിൽ ഒരു കുതിര് (മൺതിട്ട) ആയി മാറുന്നു. അതിൽ ചെറിയൊരു ഓലപ്പുര ചററും പരമ്പുകൊണ്ട് ചുമരുകൾ...

മൂന്നര ആഴ്ച കൊണ്ട് ആ സ്വപ്നം യാഥാർത്ഥ്യമായി. കയറിക്കിടക്കാൻ ഒരു കൂര. ആ മൂന്നാഴ്ചയും അച്ഛൻ സഹോദരി കോടിയുടെ വീട്ടിലാണ് കഴിഞ്ഞത്. ഞാനും അമ്മയും ചായ, പലഹാരം, ചോറ് എന്നിവ എടുത്ത് അങ്ങോട്ടെത്തും. ചിലപ്പോൾ സഹോദരിമാരും കൂടെ വരും. തൊട്ടരികിലാണ് എടിച്ചാനിടിൽ കോമപ്പൊതുവാൾ താമസിച്ചത്. നിറയെ തെങ്ങും കമുകും ആലയിൽ നാല് കറവയുള്ള എരുമയും കാലിയാചെറുക്കനും പുറം പണിക്കാരുമുള്ള അദ്ദേഹം ദയാലുവായിരുന്നു. ഉച്ച നേരത്തെ ആഹാരം ലോപമില്ലാതെ ഞങ്ങൾക്ക് നൽകുമായിരുന്നു.

പുതിയ താമസക്കാരെ കണ്ട് പരിചയക്കാരായ ചിലർ മൂക്കത്ത് വിരൽ വെച്ചു...

“പ്രഭു കുമാരനായിരുന്നു... പറഞ്ഞിട്ടെന്താ... തലവര മായ്ക്കാനാവൂലല്ലോ?”

അമ്മ ഉത്തരമൊന്നും പറയാതെ വെറുതെ ഒന്ന് ചിരിക്കും. മരുമകൻ കണ്ണൻ മാഷ് കഥയെല്ലാമറിഞ്ഞ് ഒരു ചെറിയ തുക നൽകിയതു കൊണ്ടാണ് അത്യാവശ്യമായ സാധന സാമഗ്രികൾ വാങ്ങിയത്. പത്താം ക്ലാസ്സുകാരനായ ഏട്ടൻ പയ്യന്നൂർ ഹൈസ്കൂളിൽ പോകാനുള്ള സൗകര്യം കരുതി ഇങ്ങോട്ടു വന്നില്ല. അച്ഛനുമമ്മയും ഞങ്ങൾ അഞ്ചു മക്കളും ആ ചെറു കൂരയിൽ മറ്റുള്ളവർ കൂരയെ ചാപ്പ എന്നാണ് വിളിച്ചു വന്നത്. ഞങ്ങൾ പനമ്പിന്ന് കരി ചേർത്ത ചാണകം തേച്ച് അത് ആറിക്കഴിഞ്ഞാൽ ഭംഗിയായി വെള്ള വീശുമായിരുന്നു. അകലെ നിന്ന് നോക്കിയാൽ വെള്ളച്ചായമടിച്ച ചുമർ എന്നേ തോന്നുകയുള്ളൂ.

വീട്ടിലെ സമ്പന്നമായ ദാരിദ്ര്യം ആരെയുമറിയിക്കാതെയാണ് ഞങ്ങൾ കഴിഞ്ഞത്. അച്ഛൻ കൃഷിപ്പണി എടുക്കാൻ (കൂലിക്ക്) തയ്യാറായപ്പോൾ ആവശ്യക്കാർ നിരന്നു. കാൽ വിരൽ നന്നായി പൊതിഞ്ഞ്കെട്ടി ഏഴര വെളുപ്പിനേ അച്ഛൻ കൈക്കോട്ടും തോളിലേറ്റി ഇറങ്ങിപ്പോകും. ഇരുട്ടു മാഞ്ഞിട്ടില്ലാത്ത ആ നേരത്ത് അമ്മ ഉണ്ടാക്കിത്തരുന്ന ചായയും പച്ച വാഴയിലയിൽ പൊതിഞ്ഞ ദോശയും എടുത്ത് വയൽ വരമ്പി

ലൂടെ തെല്ലു ഭയത്തോടെ നടക്കും. കൈക്കോട്ടു മണ്ണിൽ ആഞ്ഞു വീഴുന്ന ശബ്ദം ലക്ഷ്യമാക്കിയാണ് ആ ഇരുട്ടിൽ ലക്ഷ്യസ്ഥാനമെത്താറുള്ളത്. ചായ കുടിക്കുമ്പോൾ അച്ഛൻ ഒരു ദോശ എന്നെക്കൊണ്ട് തീറ്റിക്കും. പച്ചിലയിൽ പുരണ്ട വെളിച്ചെണ്ണമണമുള്ള ആ ദോശയുടെ രുചി മറക്കാവതല്ല. ചായകുടി കഴിഞ്ഞ് രണ്ടാമത്തെ ആൾപ്പണിയാണ്. ഒരു ദിവസം തന്നെ രണ്ടാളുടെ പണിയെടുക്കും. ആഴ്ച തികയുമ്പോൾ ഏഴു രണ്ടു പതിനാല് പേരുടെ കൂലി വടക്കെക്കര വീട്ടിൽ നിന്നും മാണിയാടന്റെ വീട്ടിൽ നിന്നും കണക്കുകൂട്ടി വാങ്ങിക്കൊണ്ടു വരുന്ന ചുമതല എന്റേതാണ്.

ഒരു വിധം സൗഖ്യമായി കഴിഞ്ഞ് വരവേ മഴക്കാലമായി. തൊഴിലില്ലാതായി. നിലയ്ക്കാത്തമഴ കൊണ്ട് പുറത്തിറങ്ങാൻ പറ്റാതായി. എവിടെ നിന്നോ കിട്ടിയ ഇല്ലി പൊട്ടിയ ഒരു ശീലക്കുട മാത്രമുണ്ട്. മഴ ശക്തി കുറഞ്ഞ് ചാറുന്ന നേരം നോക്കി എന്നെയും അനുജൻ പത്മനാഭനെയും അന്നൂർ യു പി സ്കൂളിൽ വീണ്ടും ചേർത്തു. ഞാൻ ഏഴാം തരത്തിൽ അനിയൻ രണ്ടിലും.

പുതിയ കുപ്പായമില്ലാതെ, കുടയില്ലാതെ, വേണ്ട പുസ്തകങ്ങൾ മുഴുവൻ ഇല്ലാതെയാണ് സ്കൂളിൽ പോയത്. ഉച്ചനേരത്ത് അച്ഛൻ പെങ്ങൾ ചിരിയക്കുഞ്ഞി വല്യമ്മ കഞ്ഞിയും കറിയും വേണ്ടത്ര തരും

മഴ കനത്തു. തുള്ളിക്കായിരം കുടം. കാണക്കാണെ ചുറ്റോടു ചുറ്റിലും വെള്ളം പൊങ്ങിപ്പൊങ്ങി വന്നു. കൂരയുടെ അകം ചവിട്ടുമ്പോൾ വെള്ളം കിനിഞ്ഞു വരുന്നു. രംഗം കണ്ട് കോമപ്പൊതുവാൾ ഈർന്നു വെച്ച മാവിൻ പലകകൾ തന്നു. അവ അകത്ത് ഒരു പോലെ പാകി. ആ മനസ്സിന്റെ നന്മയെ ഇന്നും ഓർമ്മിക്കുന്നു. മാസങ്ങൾ കഴിഞ്ഞ് ചിങ്ങം പിറന്നപ്പോൾ, ആ പലകകൾ മാറ്റിയപ്പോൾ, അതിനടിയിൽ എലി പെറ്റ് പെരുകിയിരിക്കുന്നു. എലിക്കുഞ്ഞുങ്ങൾ തലങ്ങും വിലങ്ങും പായുന്നു.

അച്ഛൻ കണ്ണടച്ചു പ്രാർത്ഥിച്ചു.

'എന്റെ പെരുമാള്... കാത്തു."

പ്രതീക്ഷകളുടെ സൂര്യോദയങ്ങൾ

പത്താം ക്ലാസ്സിൽ ജയിച്ച ജ്യേഷ്ഠൻ ഒരു ജോലിക്കു വേണ്ടി ശ്രമം തുടങ്ങി. ബാംഗളൂരിലെ ഗോവിന്ദൻ ഇളയച്ഛൻ അങ്ങോട്ട് വിളിപ്പിക്കുകയും കരസേനയിൽ EME വിഭാഗത്തിൽ തെരഞ്ഞെടുക്കപ്പെടുകയും ചെയ്തു. വീട്ടിൽ ആ വാർത്ത വലിയ ആഹ്ളാദാന്തരീക്ഷമുണർത്തി. മാസവരുമാനമുള്ള ഒരു പട്ടാള ഉദ്യോഗസ്ഥൻ. ഞങ്ങൾക്കു വലിയ അഭിമാനമായി. കർഷകത്തൊഴിലാളിയായ അച്ഛന് അതൊരു വലിയ ആശ്വാസമായി.

ആദ്യ ശമ്പളം മണിയോർഡർ ഒപ്പിട്ട് വാങ്ങുമ്പോൾ ആ കണ്ണുകളിൽ അഭിമാനത്തിളക്കം. അമ്മ പറഞ്ഞതു പോലെ നല്ലൊരു പശുവിനെ വാങ്ങാൻ അച്ഛനും സമ്മതിച്ചു. നേരത്തെ ഉണ്ടായിരുന്ന വെള്ളച്ചിപ്പശുവിന്റ പാൽ പയ്യന്നൂർ ഉപേന്ദ്ര ഷേണായിക്കും സുരേന്ദ്ര ഷേണായിക്കും അതിരാവിലെ അവരുടെ വീട്ടിലെത്തിക്കുമായിരുന്നു. അവരുടെ ആയുർവേദ മരുന്നുൽപ്പാദനത്തിനാണ് ഓരോ ലിറ്റർ പാൽ. അത് സ്കൂളിൽ പോകും മുമ്പേ രാവിലെ എത്തിക്കേണ്ട ചുമതല എനിക്കായിരുന്നു. അതിൽ നിന്നുള്ള വരുമാനം ഒരു പശു കൂടി ഉണ്ടെങ്കിൽ ഇരട്ടിപ്പിക്കാമെന്ന അമ്മയുടെ ചിന്ത സഫലമായി. അവയ്ക്കു നൽകാൻ ഇഷ്ടം പോലെ പച്ചപ്പുല്ല് ചുറ്റോടു ചുറ്റിലുമുണ്ട്. നെല്ല് കൊയ്താൽ കിട്ടുന്ന വൈക്കോൽ വലിയ ഉയരത്തിൽ കൂട്ടിയിട്ടിട്ടുമുണ്ടായിരുന്നു. അങ്ങനെ വലിയ അല്ലലില്ലാത്ത ഒരു പുതുജീവിതമുണർന്നു.

പയ്യന്നൂർ ഗവ: ഹൈസ്കൂളിൽ എട്ടാംതരത്തിൽ ചേർന്നപ്പോൾ ആറര ഉറുപ്പ്യ മാസത്തിൽ ഫീസ് കൊടുക്കണം. എന്തുചെയ്യും? അപ്പോഴാണ് പട്ടാളക്കാരന്റെ സഹോദര വിദ്യാർത്ഥികൾക്കു ഫീസ് ആനുകൂല്യമുണ്ടെന്ന് അറിയുന്നത്. അതുകൊണ്ടു തന്നെ ഹൈസ്കൂൾ ക്ലാസ്സുകളിലൊന്നും ഫീസു കൊടുക്കേണ്ടി വന്നില്ല.

പുതിയ സ്കൂൾ അന്തരീക്ഷം ഉൽക്കണ്ഠ നിറഞ്ഞതായിരുന്നു. ക

ണക്ക് വിഷയത്തോടുള്ള ഭയമാണ് മുഖ്യ കാരണം. പിന്നെ കുട്ടികളുടെ ബാഹുല്യം. 8 ഇ ക്ലാസ്സ് കണ്ടുപിടിച്ച് കയറിയപ്പോൾ ക്ലാസ് മാസ്റ്റർ കമലഹാസൻ സാറാണ്. ആദ്യ പീരിയഡു തന്നെ ഭയാനകമായ കണക്ക് വിഷയമാണ്. സാർ ക്ലാസ്സ് തുടങ്ങി. ബീജഗണിതം., ക്ഷേത്രഗണിതം, അങ്കഗണിതം എന്നിങ്ങനെ ഭയത്തോടെ കേട്ടിരുന്നു. എനിക്കാകട്ടെ ഒരു തരത്തിലും ഇവ മനസ്സിലാകുന്നേ ഇല്ല. അതുകൊണ്ടു തന്നെ ഞാൻ കണക്കു ക്ലാസിലെ ബഫൂൺ ആയിരുന്നു. ആ ക്ലാസ്സവസാനിച്ചാൽ ഇംഗ്ലീഷ് അധ്യാപകനായ സൗമ്യൻ പൈ മാഷ് വരും. മുറുക്കാൻ ചണ്ടി ജനലിലൂടെ തുപ്പി 'മിറാണ്ട വെൻറ് ഹോം. വേർ?'

ആദ്യ ചോദ്യം തന്നെ മുൻവരിയിലെ ട്രൗസറുകാരൻ ആയ എന്നെ ചൂണ്ടിയാണ്.

ഞാൻ ഉത്തരമറിയാതെ വിയർത്തു. അദ്ദേഹം ചോദ്യം ഉച്ചത്തിൽ ആവർത്തിച്ചു. പിന്നെ നന്നായി കളിയാക്കി കുട്ടികൾ ആ കുറ്റപ്പേര് വിളിക്കാൻ തുടങ്ങി. 'മണ്ണൻ' ആ പിരിയഡു കഴിഞ്ഞാൽ ഇന്റർവെൽ ആണ്. ഞാൻ പതുക്കെ എണീറ്റ് പോയി താഴെവീണ് കിടക്കുന്ന ചോക്ക് കഷണം കൊണ്ട് സാർ ബോർഡിലെഴുതിയ Miranda തിരുത്തി. Murandan... എന്നാക്കി. ദൈവമേ! പതിവില്ലാത്തവിധം അതാ ഇംഗ്ളീഷ് സാർ തന്നെ കയറി വരുന്നു. ബോർഡിലെ വികട സരസ്വതി അദ്ദേഹം തുറിച്ചു നോക്കി....? ഞാൻ ആകെ വിയർത്തു... സർ ബോർഡിൽ ചൂണ്ടി അലറി

"ആരെടാ ഇത് മാറ്റിയത്? ഉടനെ സത്യം പറഞ്ഞോ..."

ഞാൻ മിണ്ടിയില്ല. ഓരോ മുൻബെഞ്ചുകാരനെയും ചോദ്യം ചെയ്തു... ഒടുവിൽ എന്റെ ഭാവവും പാരവശ്യവുംകണ്ട് സാറിന് കുറ്റവാളിയാരെന്ന്... ബോധ്യമായി...

എന്നെ ക്ലാസ്സിന് നടുവിൽ കൊണ്ടുനിർത്തി... തെറ്റ് ഉറക്കെ ഏറ്റുപറയാൻ ഒരു വാക്യം പറഞ്ഞു തന്നു.

TRUTH IS GOD...Gandhiji

അത് ഞാൻ ഉറക്കെപ്പറഞ്ഞു. പത്ത്വട്ടം. നൂറുവട്ടം അത് ഇംപോസിഷൻ. എഴുതാനും ശിക്ഷ വന്നു. സത്യം പറയട്ടെ. അത് പിന്നൊരിക്കലും ഞാൻ മറന്നിട്ടില്ല.

ഒമ്പതാം ക്ലാസ്സിലെ സാമൂഹ്യപാഠം അടിയോടി സാർ ആണ് എടുത്തത്. ക്ലാസ്സിൽ ശ്രദ്ധിക്കാത്തതിന് പലവട്ടം താക്കീത് കിട്ടിയതാണ്. ഒരിക്കൽ ബഹളക്കാരണക്കാരനായ എന്നെ വരാന്തയിലേക്ക് വിളിച്ച് മാഷ് പറഞ്ഞു.

"നീ ഒരു മാഷായി മാറിയാലേ ഈ പ്രയാസം മനസ്സിലാവൂ..."

കണ്ടങ്കാളിയിലെ കരുണാകരൻ അടിയോടി മാഷുടെ വാക്കുകൾ പിൽക്കാലത്ത് എത്രയോവട്ടം ഓർക്കാറുണ്ട്. ഒമ്പതിലും പത്തിലും പ്രസിദ്ധനായ മലയാള അധ്യാപകൻ ഏ. കെ. കഷ്ണനൻ മാസ്റ്റർ ആണ് മലയാളത്തോടുള്ള അഭിനിവേശം വളർത്തിയത്. മലയാളത്തിന്ന് പത്താം ക്ലാസ് പരീക്ഷയിൽ 89 മാർക്കുവാങ്ങിയ പയ്യന്നൂർ ഹൈസ്കൂളിലെ ടോപ്പ് സ്കോറർ ആകാൻ കഴിഞ്ഞ അഭിമാനം ഏറെക്കാലം പലരുമായി പങ്കുവെച്ചിരുന്നു. മലയാളത്തിന് അത്രയും മാർക്ക് അന്ന് (1964)ൽ ലഭിക്കുക പതിവില്ല. കണക്ക് പതിവു പോലെ കഷ്ടിച്ചു കടന്നു കൂടിയപ്പോൾ മറ്റെല്ലാവിഷയങ്ങളിലും അറുപതു ശതമാനം നേടാൻ കഴിഞ്ഞു.

അതിനിടയിൽ രണ്ടു സഹോദരിമാരുടെ വിവാഹം കഴിഞ്ഞു. അതിന് ഈ ചെറിയ കുടിലിൽ സൗകര്യം ഇല്ലാത്തതിനാൽ തായിനേരി തറവാട്ടിൽ നിന്നാണ് നടത്തിയത്. പിന്നീട് മൂന്ന് കൊല്ലത്തിന് ശേഷമാണ് ചെറുതെങ്കിലും സൗകര്യപരിമിതികളുള്ള ഓടിട്ട ഒരു വീട് പണിതത്.

അവിടെ വെച്ചാണ് പട്ടാളക്കാരനായ ജ്യേഷ്ഠന്റെ വിവാഹം നടത്തിയത്. അനുജൻ ശ്രീധരൻ ഏഴാം തരത്തിൽവെച്ച് തന്നെ പഠിത്തം നിർത്തി, പൂനയിൽ ടയർ റീ സോളിംഗ് പണിക്ക് ഒരു ബന്ധു കൂടെക്കൊണ്ടു പോയി. ഏറ്റവും ഇളയ അനുജൻ പത്മനാഭൻ എട്ടാം ക്ലാസ്സിലായി. എന്തെങ്കിലും ഒരു ജോലി നേടുവാൻ പരിശ്രമങ്ങൾ തുടർന്നു.

ഒടുവിൽ ആന്നൂർ ബ്രാഞ്ച് പോസ്റ്റാഫീസിലെ പോസ്റ്റ്മാൻ 'ശിപായി ഏട്ടൻ' എന്ന് നാടു മുഴുവൻ സ്നേഹപൂർവ്വം വിളിക്കുന്ന ആനീടിൽ കൃഷ്ണനൻ രോഗബാധിതനായി ഒരു മാസം അവധിയായി. അപ്പോൾ അച്ഛന്റെ അടുത്തബന്ധു സി.കെ. കണ്ണൻമാസ്റ്റർ വിളിപ്പിച്ച് പോസ്റ്റുമാനാകാമോ എന്ന് ചോദിച്ചു. അത് ഉളവാക്കിയ ആഹ്ളാദത്തിന് അതിരില്ലായിരുന്നു. ഒരു മാസമെങ്കിൽ ഒരു മാസം. എന്റെ ആദ്യ ഉദ്യോഗം അങ്ങനെ ആരംഭിച്ചു. സാമാന്യം വിശാലമായ മൂന്ന് ഗ്രാമങ്ങൾ ആ പോസ്റ്റാഫീസിന്റെ പരിധിയിൽ പെടും.

കത്തുന്ന പൊരി വെയിലിൽ കാര, കാറമേൽ, കണ്ടോത്ത് പടിഞ്ഞാറ് തുടങ്ങിയ സ്ഥലങ്ങളിലൊക്കെ പോകണം. വിലാസക്കാരനെ കണ്ടുപിടിക്കുക പലപ്പൊഴും വെല്ലുവിളിയായിരുന്നു. അങ്ങനെ മൂന്നാഴ്ച കഴിഞ്ഞു. ഒരുനാൾ കടുത്ത പനി തുടങ്ങി. അച്ഛൻ പോസ്റ്റുമാസ്റ്ററെക്കണ്ടു വിവരം പറഞ്ഞു. പകരം ഏർപ്പാടു ചെയ്തു. രണ്ടാം നാൾ മേലാസകലം കുരുക്കൾ പൊങ്ങി. വസൂരി. ചുട്ടുപൊള്ളുന്ന ശരീരം. ആ

ഹാരമേ വേണ്ട. വസൂരി ശുശ്രൂഷക്ക് പേരുകേട്ട കുഞ്ഞമ്പു പൊതുവാൾ എത്തി എന്നെവേറെ തന്നെ കുടിലിൽ (വിറകുപുര) വൃത്തിയാക്കി അതിലേക്ക് മാറ്റി. പകരാതിരിക്കാൻ നാട്ടുവൈദ്യ മൂലികൾ ചെയ്തു. ആദ്യ ഉദ്യോഗം അങ്ങനെ മഹാവ്യാധി മൂലം പാതിയിൽ പതിച്ചു. മൂന്നാഴ്ചത്തെ ശമ്പളമായ186 രൂപ ഒപ്പിട്ടു വാങ്ങുമ്പോൾ കണ്ണുനിറഞ്ഞിരുന്നു. അത് അങ്ങനെ തന്നെ അച്ഛന് കൊടുക്കുമ്പോൾ സ്നേഹവത്സലനായ ആ പിതാവ് പറഞ്ഞു.

"ഇവിടെ ആവശ്യങ്ങൾ ഏറെയുണ്ട്. എന്നാല്... ഇത് നീ വെച്ചോ.." ആദ്യ ശമ്പളത്തിലെ 20 ക എനിക്കുതന്നെ നൽകി.

ഏ.കെ. കൃഷ്ണൻ മാസ്റ്റർ ചാണത്ത് തറവാട്ടിന്റെ പൂമുഖത്ത് പത്ത് പന്ത്രണ്ടുപേർക്ക് മലയാളം വിദ്വാൻ പരീക്ഷക്കുള്ള ക്ലാസ്സെടുക്കുന്നുണ്ട്.

"നിനക്കും പോയ്ക്കൂടെ? ഞാൻ പോയി ചോദിച്ചു വരാം."

അങ്ങനെ പതിമൂന്നാമനായി ഞാനും ആ ഞായറാഴ്ച ക്ലാസ്സുകാരനായി. മലയാളം അധ്യാപകനാകാനുള്ള പരീക്ഷയാണ് വിദ്വാൻ പരീക്ഷ. ആദ്യ വർഷം പ്രിലിമിനറി രണ്ടാംവർഷം ഫൈനൽ പരീക്ഷ. സംസ്കൃതം അതിൽ ഒരു വിഷയമാണ്. യാതൊരു അടിത്തറയുമില്ലാതെയാണ് അത് എഴുതുന്നത്. കുറേ ഭാഗങ്ങൾ ഹൃദിസ്ഥമാക്കിയാണ് കോഴിക്കോട് സെന്ററിൽ ഫൈനൽ പരീക്ഷ അഞ്ചു ദിവസം എഴുതിയത്. പതിമൂന്ന് പേരിൽ ഞങ്ങൾ 8 പേർ ജയിച്ചു കയറി. മുപ്പതും മുപ്പത്തഞ്ചും പേജുകൾ എഴുതി നിറയ്ക്കുക എന്ന ഏകെപി യുടെ വാക്കുകൾ അക്ഷരംപ്രതി പാലിച്ചതിന്റെ ഫലമാണ് ആ വിജയം.

അങ്ങനെ മലയാളം അധ്യാപന യോഗ്യതനേടി. പ്രൈമറി ക്ലാസ്സിൽ ടി.ടി.സിക്കു പകരമായി ഈ യോഗ്യത മതിയായിരുന്നു. പല വിദ്യാലയങ്ങളിലും തൊഴിൽ തേടി നടന്നു. ചില സ്കൂൾമാനേജർമാർ ആവശ്യപ്പെടുന്ന തുക കേട്ടാൽ നടുങ്ങിപ്പോകും. പിലാത്തറ യുപി സ്കൂൾ മാനേജർ അവിടെ ഹെഡ്മാസ്റ്റർ കൂടിയാണ്. അദ്ദേഹം പുഞ്ചിരിയോടെ സ്വീകരിച്ചിരുത്തി.

"ഞാൻ ആരോടും കാശ് വാങ്ങാറില്ല. ആവശ്യപ്പെടുന്നത് ഒന്നു മാത്രം.

അത് കേട്ടു മനം കുളിർത്തു...

"ഞാൻ നന്നായി ജോലി ചെയ്യാം സാർ, അതായിരിക്കില്ലേ വേണ്ടത്?"

അദ്ദേഹം എഴുന്നേറ്റ് ചിരിച്ചുകൊണ്ട് പറഞ്ഞു.

"അത് നിശ്ചയമായും വേണം... കേൾക്കൂ.. രണ്ടു ഡിവിഷന്റെ കുട്ടികൾ ഒരു ക്ലാസ്സിൽ കുത്തി നിറച്ചത് കണ്ടില്ലേ... നിങ്ങൾ 20 X 40ന്റെ ഒരു രണ്ടു ക്ലാസ്സ് റൂം കെട്ടിത്തന്നാൽ മതി.

അത് കേട്ട് ഞാനാകെ തളർന്നു. പിന്നെ കാണാമെന്ന് പറഞ്ഞ് പടിയിറങ്ങുമ്പോൾ ഒന്നു രണ്ട് അധ്യാപകർ ക്ലാസ്സിൽ നിന്ന് നോക്കുന്നുണ്ടായിരുന്നു. ഞാനാരെയും കണ്ടില്ല. അടുത്ത ബസ്സിന് പയ്യന്നൂർക്ക് കയറി.

പല വിദ്യാലയങ്ങളിലും ഒഴിവുണ്ടെന്ന് സുഹൃത്തുക്കൾ മുഖേന അറിഞ്ഞ് പോവുകയും പോയതു പോലെ തിരികെ വരികയും ചെയ്തു.

അന്നത്തെ ചെറിയ ഡൊനേഷൻ തുക ആയ 5000 ക പോലും സ്വപ്നം കാണാനാവാത്ത പരുവക്കാരനാണ് ഞാൻ. പ്രൈമറി അധ്യാപകനാകാനുള്ള ചിന്ത പതുക്കെ പതുക്കെ അണഞ്ഞു.

പയ്യന്നൂർ ബസാറിൽ ഒരു കടയിൽ ഗൂഡ്സ് ഗാരജിൽ കണക്കെഴുത്തിന് ചേർന്നു. മിക്കപ്പോഴും പണിയൊന്നുമില്ല. ഒഴിവുവേളയിൽ വായിക്കാൻ കൊണ്ടുപോയ പുസ്തകം കണ്ട് അയാൾ കൺചുമപ്പിച്ചു. ആ നിമിഷം അദ്ദേഹത്തിന് കൈ കൊടുത്ത് പിരിഞ്ഞു.

അതിനിടയിൽ ബി.എ. ഇംഗ്ലീഷ് പരീക്ഷ പ്രൈവറ്റായി പഠിച്ച് കോഴിക്കോട് ഗണപത് സ്കൂളിൽ പോയി ആത്മവിശ്വാസത്തോടെ എഴുതി നല്ല മാർക്കോടെ വിജയം നേടി. അച്ഛന്ന് അതിൽ അതിയായ സന്തോഷമായി.

"എടോ .... ഹൈസ്കൂളിൽ അധ്യാപകനാവാനുള്ള യോഗ്യതയായില്ലേ?"

അതിനുള്ള യോഗ്യതയെക്കുറിച്ച് അന്നേരമാണ് ചിന്തിച്ചത്. അതിന് ബി.എഡ് കൂടി വേണം. അപ്പോഴാണ് ചങ്ങനാശ്ശേരി എസ് എൻ ബി എസ് കോളജിൽ ഒരു സീറ്റ് തരപ്പെടുത്താമെന്ന് അവിടത്തെ ലക്ചറർ ആയ പത്മനാഭൻ പറഞ്ഞത് ഏഴായിരമെങ്കിലും ചോദിക്കും. അതില്ലാതെ എവിടെയും സീറ്റു കിട്ടൂല. ഡൊനേഷൻ കൊടുക്കണം. അത്രയും രൂപ എങ്ങനെ സംഘടിപ്പിക്കുമെന്നായി ചിന്ത. എങ്ങനെയെങ്കിലും അത് നേടണം അതായിരുന്നു അച്ഛന്റെ ലക്ഷ്യം..

ഓർക്കാപ്പുറത്ത് ഒരു വിവാഹം

അന്ന് സ്ത്രീധനം വാങ്ങിയുള്ള കല്യാണം വ്യാപകമായിരുന്നു. അച്ഛൻ ആ വഴിയാണ് ചിന്തിച്ചത്. മകനെ എന്തു വന്നാലും ഒരു അധ്യാപകനാക്കണം. കടം വാങ്ങാനോ വിൽക്കാനോ ഒന്നുമില്ല. ഒടുവിൽ അച്ഛൻ അമ്മയോട് പറഞ്ഞു.

"എടോ ബി എഡിന് ചേരാൻ പണം വേണം... ആരുമില്ല സഹായിക്കാൻ. ഞാൻ ഒന്നു പറയാം... നീ അഭിപ്രായം പറ..."

കാര്യം കേട്ട് ഒരു നിമിഷം തരിച്ചിരുന്നു പോയ അമ്മ ചോദിച്ചു

"അല്ലാ, നിങ്ങ കാര്യായിറ്റന്നെ ഇത് പറഞ്ഞത്. ഓന് എത്രയാ വയസ്സ്..? ഓർമ്മീണ്ടാ..."

"അവന്ന് 23 ആകുന്നേയുള്ളൂ... ഈ ചെറിയ ചെക്കനെ... എന്തോ എനക്ക് പോതിക്കുന്നില്ലാ"

"എന്നാലും..."

"ഓനോട് ചോദിക്ക് ആദ്യം"

അന്ന് രാത്രി ഊണ് കഴിക്കുമ്പോൾ അച്ഛൻ പറഞ്ഞു...

"എടോ ബി എഡിന് കൊടുക്കാൻ പണം വേണ്ടേ... ഒരു വഴിയേ ഞാൻ കാണുന്നുള്ളൂ. നീ ഒരു വിവാഹം കഴിക്കുക... പയ്യന്നൂരെ ചൂവാട്ട വണ്ണാടിൽ ഒരു പെണ്ണുണ്ട്. അവര് പത്തായിരം തരും."

ഞാൻ വാരിയ ചോറ് വായിലിടാനാകാതെ തരിച്ചു ഇരുന്നു. കാരണം വിവാഹമെന്ന സങ്കല്പം പോലും എനിക്കില്ലായിരുന്നു. പഠിക്കാൻ പോകണമെന്ന് തീവ്രമായ ആഗ്രഹം ഒരു പുറത്ത്. ഇത്ര ചെറുപ്പത്തിൽതന്നെ കല്യാണം (ലജ്ജയോ വിഷാദമോ). ഉൽകണ്ഠയോ മറുപുറത്ത്. വിവാഹത്തെപ്പറ്റി വ്യക്തതയില്ലാത്ത ഒരു പിടി നല്ല മാതൃകകൾ മാത്രമാണ് മുമ്പിലുണ്ടായിരുന്നത്.

അപ്പോൾ... പിന്നെ... ജോലിയൊന്നുമില്ലാത്ത ഞാൻ...

"എടോ, പഠിപ്പു കഴിഞ്ഞാ ഒരു ജോലി കിട്ടൂലേ... പിന്നെന്ത് ന്നാ...

വിഷമം? ഞാനത് ഒറപ്പിക്കട്ടെ..”

വേണമെന്നേ വേണ്ടെന്നോ പറഞ്ഞില്ല. പത്താം ക്ലാസ്സ് കഴിഞ്ഞ 19 വയസ്സുകാരി നളിനിയാണ് പെണ്ണ്.

“നീ നാളത്തന്നെ ഒന്ന് പോയി പെണ്ണിനെ കണ്ട് വാ..”

പിറ്റേന്ന് പരിയാച്ചേരി രാഘവൻ എന്ന ചങ്ങാതിയേയും കൂട്ടി പയ്യന്നൂർ അമ്പലത്തിന് തെക്കുഭാഗത്തെ ആ വീട്ടിലേക്ക്പോയി. ആകെ ഒരു ചമ്മൽ ആയിരുന്നു.

ഔപചാരികതയൊന്നുമില്ലാതെ ചായ കുടി കഴിഞ്ഞു. ആദ്യമായിട്ടാണ് ഇങ്ങനെ ഒരു ചടങ്ങ്. പെണ്ണുകാണൽ. നിശ്ചയിച്ചുറപ്പിച്ച പെണ്ണിനെ കണ്ടാലെന്ത്? കണ്ടില്ലെങ്കിലെന്ത്?

നല്ല പുഷ്ടിയുള്ള ശരീരം. അടുക്കളയിലെ മങ്ങിയ വെളിച്ചത്തിൽ ഒന്നുകൂടി എത്തി നോക്കി യാത്ര പറഞ്ഞിറങ്ങി. നളിനിയുടെ അച്ഛൻ കരിപ്പത്ത് കേളോത്ത് ശാഖയിൽ വകയിൽ അമ്മാവനാണ്.

ഒരു സൗമ്യനായ മനുഷ്യൻ. നാല് പെൺ മക്കൾ. ഏറ്റവും ഇളയത് ഒരേയൊരാൺതരി മാധവൻ. വീട്ടുകാർ, മീശ മുളയ്ക്കാത്ത പ്രതിശ്രുത വരനെ സാകൂതം നോക്കുന്നു. വേഗം സ്ഥലം വിട്ടാൽ മതി എന്നായിരുന്നു എനിക്ക്.

വിവാഹക്കാര്യം കേട്ടവർ ആദ്യം ചോദിക്കുന്നത് അതിനുള്ള പ്രായമോ പക്വതയോ അവന് വന്നോ? എന്നായിരുന്നു. ക്ഷണിക്കാൻ പോയവരോട് ബന്ധുക്കൾ പലരും ഇതാവർത്തിച്ചു. അതിനൊന്നുമുത്തരം പറയാതെ അമ്മയും സഹോദരിമാരും ഒരുവിധം രക്ഷപ്പെട്ടു.

കല്യാണത്തിന് കഷ്ടിച്ച് അഞ്ചു ദിവസം മുമ്പാണ് ഒരു ചെറിയ മുറിയും ചെറിയ ഇറയവുമുള്ള കൊച്ചു കെട്ടിടം തയ്യാറാക്കിയത്. ഒരു പശുത്തൊഴുത്താണ് ഇത്തരത്തിൽ രൂപമാറ്റം വരുത്തിയത്. വീട്ടിൽ നിന്നും ഇത്തിരി അകലമേ അതിന്നുണ്ടായിരുന്നുള്ളൂ. എന്റെതായ ഒരു ഏകാന്ത ലോകമായി അത്.

പരിമിതമായ ആളുകളെ ക്ഷണിച്ച ആ വിവാഹം1973 ജൂൺ 14ന് അന്നൂർ മഹാവിഷ്ണു ക്ഷേത്രത്തിൽ വെച്ചാണ് നടന്നത്. ആളുകളുടെ മധ്യത്തിൽ നാദസ്വര തകിൽ മേളത്തിന്റെ വെപ്രാളത്തിൽ വരണമാല്യം ശാന്തിക്കാരൻ കയ്യിൽ തന്നപ്പോൾ ഞാനത് ഉടനെ മുമ്പി ൽ തല കുനിച്ചു നിൽക്കുന്ന വധുവിന് ചാർത്തി. വധുവല്ലേ ആദ്യം മാല ഇടേണ്ടതെന്ന് ചിലർ ചോദിക്കുന്നതൊന്നും ഞാൻ കേട്ടതേയില്ല. ഒരുവിധം ആൾക്കൂട്ടത്തിൽ നിന്നും രക്ഷപ്പെടുകയായിരുന്നു ഞാൻ.

സൽക്കാരവും ബന്ധുവീട് സന്ദർശനങ്ങളും കഴിഞ്ഞ് എട്ടാം ദിവസം

ഞാൻ എല്ലാവരോടും യാത്ര പറഞ്ഞ് ചങ്ങനാശ്ശേരിക്ക് വണ്ടി കയറാൻ പയ്യന്നൂർ റെയിൽവേ സ്റ്റേഷനിൽ നിൽക്കുമ്പോൾ അതാ മറ്റൊരു വണ്ടിയിൽനിന്ന് സീറ്റ് പറഞ്ഞു വെച്ച ലക്ചറർ പത്മനാഭൻ വന്നിറങ്ങുന്നു. അദ്ദേഹം കണ്ട ഉടനെ മാടി വിളിച്ചു..

"രാമചന്ദ്രാ.... അത് പോയി... പറഞ്ഞുറപ്പിച്ചതായിരുന്നു. ഒരു എം എൽ എ വന്ന് അയാളുടെ ഒരാൾക്ക് സംഗതി കൊണ്ടു പോയി. ഞാൻ എന്തു ചെയ്യാൻ.."

കണ്ണിൽ ഇരുട്ടുകയറും പോലെ ആകെ ഒരു പരവേശം. ആ സിമന്റ് ബെഞ്ചിൽ ഞാൻ തളർന്നിരുന്നു.

"ഇനി ഒഴിവു വന്നാൽ നമുക്ക് പിടിക്കാം.. ബേജാറാവണ്ട."

അന്ന് ട്യൂട്ടോറിയൽ കോളജുകൾ ഓരോ ടൗണിലും പ്രവർത്തിച്ചിരുന്നു. പത്താം തരംതോറ്റവർക്ക് പ്രത്യേക പരിശീലനമാണ് ലക്ഷ്യമെങ്കിലും എട്ട്, ഒമ്പത് ക്ലാസ്സുകളിലെ കുട്ടികൾക്ക് സ്പെഷ്യൽ ക്ലാസ്സുകളും നൽകിയിരുന്നു.. തളിപ്പറമ്പ് ചിറവക്കിൽ പ്രസിദ്ധനായ നാരായണൻ നമ്പ്യാർ മാഷ് നടത്തുന്ന കേളികേട്ട നളന്ദ ട്യൂട്ടോറിയൽ കോളജ് ഉണ്ടായിരുന്നു. അവിടെ മലയാളം മാഷിന്റെ ഒരു ഒഴിവുണ്ടെന്ന് അറിഞ്ഞ് ചെന്നതാണ്. കൂർമ്മബുദ്ധിയും കർക്കശക്കാരനും എന്നാൽ ഒന്നാന്തരം സഹൃദയനുമായ നാരായണൻസാറിന്ന് പ്രിയപ്പെട്ട അധ്യാപകനായിമാറാൻ എനിക്ക് സാധിച്ചു. രാവിലെ എട്ടര മണി മുതൽ വൈകീട്ട് അഞ്ചു വരെയാണ് ക്ലാസ്സുകൾ. മണിക്കൂറിന് എട്ട് രൂപയാണ് കൂലി. ദിവസം ശരാശരി നാല്പത് രൂപ കിട്ടും. അധ്യാപകർക്ക് താമസിക്കണമെങ്കിൽ ശിവക്ഷേത്രത്തിന്നരികിൽ കൊളത്തായി മഠം എന്ന പഴയൊരു ഇല്ലമുണ്ട്. പലപ്പൊഴും അവിടെയാണ് താമസം. കൂവേരി ലക്ഷ്മണൻ മാഷ്, പരിയാരം ഗോപാലൻ മാഷ്, പാപ്പിനിശ്ശേരി ശ്രീധരൻ മാഷ്, ഭാസ്ക്കരൻമാഷ്, നടുവലത്ത് ഗോവിന്ദൻ മാഷ് തുടങ്ങി പത്തോളം അധ്യാപകരുണ്ട്. ആദ്യപേരുകാരായ ഞങ്ങൾ അഞ്ചുപേർ ആണ് മിക്കപ്പോഴും കൊളത്തായി മഠത്തിലെ അന്തേവാസികൾ.

നളന്ദ അവിസ്മരണീയമായ ഒരു വിദ്യാഭ്യാസസ്ഥാപനമായിരുന്നു. എല്ലാ എസ്.എസ്.എൽ.സി പരീക്ഷകളിലും 90 ശതമാനത്തിലേറെ വിജയം. മികച്ച ശിക്ഷണം. കൂടിക്കൂടി വന്ന കുട്ടികളെ ഉൾക്കൊള്ളാൻ സ്ഥല പരിമിതി പ്രശ്നമായിരുന്നു. നളന്ദയിലെ മലയാളം അധ്യാപകൻ വിദ്യാർത്ഥികൾക്കെന്ന പോലെ രക്ഷിതാക്കൾക്കും ശ്രദ്ധേയനായി. പദ്യ പാഠങ്ങൾ എടുക്കുമ്പോൾ പ്രിൻസിപ്പാൾ നാരായണൻ നമ്പ്യാർ കാണാ വിധം കസേരയിട്ട് ക്ലാസ്സ് കേട്ടു രസിക്കുമായിരുന്നുവെന്ന് മറ്റ് അ

ധ്യാപകർ പറഞ്ഞറിഞ്ഞു. ഒരർത്ഥത്തിൽ ഞാൻ പഠിപ്പിച്ചു തെളിഞ്ഞ സരസ്വതീ ക്ഷേത്രമാണ് നളന്ദ. എനിക്ക് വേതനം കൂട്ടിത്തരാനും അദ്ദേഹം ശ്രദ്ധിച്ചിരുന്നു. മൂന്നു കൊല്ലം കൊണ്ട് ഒട്ടനേകം വിദ്യാർത്ഥികൾക്കു പ്രിയങ്കരനായി മാറുവാൻ കഴിഞ്ഞിരുന്നു. പല ഉയർന്ന തസ്തികകളിലും എത്തിയ പഴയ ട്യൂട്ടോറിയൽ കുട്ടികൾ കാണുമ്പോഴൊക്കെ പഴയ ക്ലാസ്സിലെ വരികൾ മൂളി ആ മനോഹര മുഹൂർത്തം വിവരിക്കുമ്പോൾ മനസ്സു നിറയുന്നു. അന്തരിച്ച കടന്നപ്പള്ളിയിലെ ചിണ്ടൻ മാഷ്, എസ്.ഐ. കൊച്ചു കൃഷ്ണൻ എന്നിവരെ ഓർക്കുന്നു. വിളയാംകോട് ശംഭു, അവിടത്തെത്തന്നെ എസ്ഐ. വിജയൻ. താലൂക്ക് സപ്ലൈ ഓഫീസർ ധനഞ്ജയൻ, ക്ഷേത്രകലാ അക്കാദമി സെക്രട്ടറിയും മികവുറ്റ കവിയുമായ കൃഷ്ണൻ നടുവിലത്ത്, പട്ടുവം ഗോപാലകൃഷ്ണൻ ഇങ്ങനെ എത്രയെത്ര പേർ. കൊളത്തായി മഠത്തിലെ രാത്രി താമസം നന്മ പോലെ തന്നെ തിന്മയിലേക്കും നയിക്കപ്പെട്ടിരുന്നു. ജിജ്ഞാസ കൊണ്ട് മദ്യത്തിന്റെ ലഹരിയറിയാൻ പലരാത്രികളും മാറ്റിവച്ചതും ഒടുവിൽ താമസം മതിയാക്കിയതും ഒരു രക്ഷപ്പെടൽ ആയിരുന്നു. ആ കാലയളവിലൊന്നും താൻ വിവാഹിതനാണെന്ന് ആരോടും പറയാൻ എന്റെ ലജ്ജയോ അതോ അപകർഷതാബോധം കൊണ്ടോ തയ്യാറായിരുന്നില്ല. മികച്ച ഒരധ്യാപകനാകാൻ നളന്ദ എന്നെ പ്രാപ്തനാക്കി എന്ന് ഉറപ്പിച്ചു പറയാം.

ഭാര്യയുടെ ജ്യേഷ്ഠത്തിയുടെ ഭർത്താവിന് മദ്രാസിൽ ആണ് ജോലി. അദ്ദേഹത്തിന് ദോഹയിൽ വലിയ ഒരു ഉദ്യോഗത്തിന് ഓഫർ കിട്ടിയപ്പോൾ കൂടെ നിൽക്കാൻ ആരുണ്ട് എന്ന ചോദ്യം പ്രസക്തമായി. ദേവകിക്ക് അവിടെത്തന്നെ ഒരു കമ്പനിയിൽ സ്റ്റെനോ ജോലിയുണ്ട്. അത് കളയാനും വയ്യ. അപ്പോഴാണ് ജയദേവേട്ടൻ അതാണ് ജ്യേഷ്ഠത്തി ഭർത്താവിന്റെ പേര്, ഒരു കത്തയച്ചു 'ചന്ദ്രൻ ഇങ്ങട്ട്വരൂ... നമുക്ക് ഇവിടെ ഒരു ജോലി തരപ്പെടുത്താം. നളിനിയേയും കൂടെക്കൊണ്ടുവരണം'

എനിക്കും തോന്നി ഒരു ഒരു താമസമാറ്റം ഗുണം ചെയ്യുമെന്ന്. അങ്ങനെ വീട്ടുകാരുടെ പൂർണ്ണ സഹകരണമല്ലാതെ തന്നെ ഞാൻ നളിനിയെയും കൂട്ടി മദ്രാസിലേക്കുപോയി. വളരെ പരിമിതമായ അയനാവരമെന്ന തെരുവിലെ ഒരു കെട്ടിടത്തിന്റെ രണ്ടാംനിലയിലാണ് ഞങ്ങൾ താമസിച്ചത്. ഞങ്ങൾ എത്തുന്ന അന്ന് ജയദേവേട്ടൻ വിദേശരാജ്യമായ ദോഹയിലേക്കു പോയിരുന്നു. കാര്യങ്ങൾ നോക്കി നടത്താൻ കെ കെ പത്മനാഭൻ (ദേനാ ബേങ്ക് മദ്രാസ്) ഞങ്ങളുടെ കൂടെ താമസിക്കുന്നു

ണ്ട്. ജയദേവേട്ടന്റ ചിരകാല ആത്മ സുഹൃത്താണ് പപ്പേട്ടൻ. ജീവിതം സുഖകരമായിരുന്നു. മേശ വലിപ്പിൽ എന്റെ ആവശ്യത്തിന്ന് വേണ്ടി ഒരു നോട്ട് കെട്ട് വച്ചിട്ടുണ്ടായിരുന്നു.

രാവിലെ ബസ് നമ്പർ നോക്കി തമിഴിൽ ഉള്ള സ്ഥലനാമം പഠിക്കാൻ തുടങ്ങുന്നേയുള്ളൂ മദിരാശി ഭരണ കേന്ദ്രമായ സെക്രട്ടറിയേറ്റിലെ നടരാജൻ സൂപ്രണ്ടിനെ കണ്ട് ജോലി അപേക്ഷ കൊടുത്തു. അത് വേഗം എത്തിക്കാൻ അദ്ദേഹം വിളിച്ചുപറഞ്ഞിരുന്നു. ഈ നടരാജൻ പണം വാങ്ങി പലർക്കും താൽക്കാലിക ജോലി വാങ്ങിക്കൊടുത്തിരുന്നുവത്രെ.

ഈ മനുഷ്യന്റ ഓഫീസിൽ ഒരു മുപ്പത് വട്ടമെങ്കിലും രണ്ടു മാസത്തിന്നിടയിൽ പോയിട്ടുണ്ടാകും. പതുക്കെ പതുക്കെ ആ പ്രതീക്ഷയും അസ്തമിച്ചു. ആ അലച്ചിലിന്നിടയിലാണ് ദാസ് പ്രകാശ് കമ്പനിയിൽ ജോലി ചെയ്യുന്ന പഴയ സഹപാഠി വണ്ണാടിൽ സുരേന്ദ്രനെ കിട്ടിയത്. പിന്നീട് അവനും എനിക്കു വേണ്ടി ജോലി ശ്രമം തുടർന്നു.

മദിരാശിയിലെത്തിയിട്ട് മാസം 4 കഴിഞ്ഞു. ദേവേട്ടിയുടെ മൂത്ത മകൾ ആശ എന്ന കൊച്ചു കുഞ്ഞിനെ ലാളിച്ചും പരിചരിച്ചും നാളുകൾ കഴിഞ്ഞു. നാട്ടിൽ നിന്ന് കുത്തുവാക്കുകൾ നിറഞ്ഞ കത്തുകൾ വന്നു. മറുപടി എഴുതിയില്ല.

ഒടുവിൽ ഞാനും ഭാര്യയും നാട്ടിലേക്ക് തിരിച്ചു. എല്ലാ കൂരമ്പുകളും നേരിടാൻ ഒരുങ്ങിക്കൊണ്ടാണ് വരവ്. ആരോടും അധികം സംസാരമില്ല. ഭാര്യ അവളുടെ വീട്ടിൽത്തന്നെ. വീണ്ടും നളന്ദ ഹാർദ്ദമായി സ്വീകരിച്ചു. രാവിലെ 8 മുതൽ വൈകുന്നേരം അഞ്ചുമണി വരെ അത്യദ്ധ്വാനി തന്നെയായിരുന്നു.

രണ്ടു വർഷം കഴിഞ്ഞപ്പോൾ കുപ്പം യുപി സ്കൂളിൽ ഒരാഴിവുണ്ടന്ന് നാരായണൻ നമ്പ്യാർ സാർ തന്നെ പറഞ്ഞ കത്തുമായി ചെന്നു. അവിടെ ഒരധ്യാപകൻ 5 മാസത്തെ ലീവിലാണ്. ആ ഒഴിവിലാണ് നിയമനം. ശമ്പളം കിട്ടാൻ അപ്രൂവ്മെൻറ് കിട്ടണം. ഏതായാലും അടുത്ത തിങ്കളാഴ്ച തന്നെ ചേർന്നു.

സൗമ്യ രൂപനും സാത്വിക സ്വഭാവശീലനുമായ അച്ചുതൻ മാഷാണ് ഹെഡ് മാസ്റ്റർ. മുസ്ലിങ്ങൾ ആയതിനാൽ അത്തരം കുട്ടികളാണ് കൂടുതലും. പ്രത്യേക പഠന ക്രമം പാലിക്കുന്ന കോട്ടയക്കാരൻ അബ്രഹാം സാർ, ചിത്രകലാധ്യാപകൻ പൊന്നപ്പൻ സാർ, സദാ ഊർജസ്വലനായ കമ്മ്യൂണിസ്റ്റുകാരനായ നാരായണൻ മാഷ്, വിദേശ വിസകൾ തയ്യാറാക്കുന്നതിൽ പ്രഗൽഭനായ ഹാജി മാഷ്, പത്ത് മണിക്കെത്തുന്ന

ബോട്ടിൽ വന്നിറങ്ങുന്ന ശരീര പുഷ്ടി ഏറെയുള്ള ആമു മാഷ്, രുഗ്മിണി ടീച്ചർ, പലപ്പൊഴും മാനസിക നില തെറ്റാറുള്ള ശാന്ത ടീച്ചർ. ഇവരൊക്കെ തന്ന സൗഹൃദങ്ങളെ വിസ്മരിക്കുക വയ്യ.

മൂന്നു മാസം കഴിഞ്ഞപ്പോൾ ലീവിൽ പോയ മാഷിന്റെ ലീവ് ആപ്ലിക്കേഷൻ മടങ്ങിവന്നു. ലീവ് അനുവദിക്കാൻ വ്യവസ്ഥ ഇല്ലെന്നുള്ള ഉത്തരവുംവന്നു. ഒരു മഹാ സങ്കടം കൂടി ഏറ്റുവാങ്ങി ഞാൻ മൗനം പൂണ്ടിരുന്നു. അച്ചുതൻ മാഷ് പുറത്തു തട്ടി സാന്ത്വനിപ്പിച്ചു. അവസരങ്ങൾ ഇനിയും ഒരുപാടു വരും. അത് കേട്ട് ആമു മാഷും നാരായണൻ സാറും തല കുലുക്കി.

മാഷ് പി എസ് സി പരീക്ഷക്കു തയ്യാറാവ്. ഈ മാനേജർമാരുടെ കണ്ണുരുട്ടൽ ഒഴിവാക്ക്. ബി പോസിറ്റീവ്. നാരായണൻ മാഷ് കൂടെ കൊണ്ട് പോയി ചായ വാങ്ങിത്തന്നു. വല്ലാതെ സ്നേഹം കാട്ടുന്ന നല്ല മനുഷ്യൻ.

നാലാം ദിവസം മാനേജ്മെന്റും അധ്യാപകരും ചേർന്ന് ഒരു യാത്രയയപ്പ് യോഗം സംഘടിപ്പിച്ചു. അധ്യാപകർ ശേഖരിച്ച 250 രൂപ യോഗത്തിൽ വെച്ച് എച്ച് എം കൈമാറി. എല്ലാവരും എന്നിലെ നല്ല അധ്യാപകനെക്കുറിച്ച് വിശദീകരിച്ചു.

എനിക്ക് ആകെ ഒരു മരവിപ്പായിരുന്നു. ആദ്യമായി അംഗീകൃത വിദ്യാലയത്തിൽ ഗംഭീരമായി ആരംഭിച്ച ആദ്യ അധ്യാപക ദുർവിധി! അല്ലാതെന്ത്! അത് തീർന്നുവോ? ആവോ?

വീണ്ടും നളന്ദയിൽ ഫുൾ ടൈം അധ്യാപകനായി. അതിനിടയിൽ വി വി ഗോപാലൻ കർണ്ണാടകത്തിൽ ബിഎഡിനു ചേർന്നു. ലക്ഷ്മണൻ മാഷ് സെക്രട്ടറിയെറ്റിൽ ഉദ്യോഗം കിട്ടി പിരിഞ്ഞു പോയി. ഞങ്ങൾ ശ്രീധരനും ഭാസ്ക്കരനും പട്ടുവക്കാരൻ ഹരിയും പിന്നെ പാർട്ട് ടൈം അധ്യാപകരും നല്ല റിസൽട്ട് നേടുവാൻ കഠിനമായി അധ്വാനിച്ചു.

ട്യൂട്ടോറിയൽ കോളജിൽ നിന്ന് കിട്ടുന്ന തുച്ഛമായ വരുമാനത്തിൽ ഒരു പങ്ക് എന്റെ പ്രിയ സ്നേഹിതനും എന്നെക്കാൾ ദരിദ്രനുമായ ഒരുവന്ന് കോഴിക്കോട് ഭാഷാ പരിശീലന കോഴ്സു ചെയ്യുന്നതിന് മൂന്നാലു വട്ടം പണമയച്ചു സഹായിച്ചതോർക്കുന്നു.

നാലു മാസം കഴിഞ്ഞപ്പോൾ കോറോത്തിന്നടുത്ത മുത്തത്തി സരസ്വതീവിലാസം യു പി സ്കൂളിൽ ഒരധ്യാപിക പ്രസവാവധിയിൽ മൂന്നു മാസം പോകുന്നുണ്ടെന്ന് അറിഞ്ഞു. അടുത്ത പ്രദേശത്തുകാരൻ മാനേജർ കൂടിയായ ഗോപാലൻമാഷാണ് ഹെഡ് മാസ്റ്റർ. അന്വേഷിച്ചുചെന്നു. പൂർവ്വികാനുഗ്രഹം! അടുത്ത ആഴ്ച സർട്ടിഫിക്കറ്റുകളുമായി വ

ന്നോളാൻ പറഞ്ഞു

അങ്ങനെ മുത്തത്തി സ്കൂളിലെ മലയാളം അധ്യാപകനായി. ആശാൻ കവിതകളുടെ ആരാധകൻ ഭാസ്ക്കരൻ, സദാ ഉറക്കം തൂങ്ങുന്ന ഹിന്ദി നമ്പൂരിമാഷ്, ഗണപതി മാഷ്, കൃഷ്ണൻ മാഷ്, മറ്റ് ടീച്ചർമാർ എല്ലാം നല്ല സഹകരണമാണ് നൽകിയത്. ആയിടയിൽ വിവാഹിതനാണെന്ന് പറയാനും ഭാര്യയെ കഴിയുന്നത്ര സന്തോഷിപ്പിക്കാനും ശ്രമിച്ചു. കാരണം അന്ന് ഞാൻ ഒരു കൃത്യ ശമ്പളക്കാരനായ അംഗീകൃത അധ്യാപകനാണ്. ഓർക്കുന്നു. അവരേയും കൂട്ടി ഒരു സിനിമ കാണാനോ ഉല്ലാസ യാത്രക്കോ ക്ഷേത്ര ദർശനത്തിനോ ഞാൻ പോയിരുന്നില്ല. കുറ്റബോധം വല്ലാതെ അലട്ടിയിരുന്നു.

എന്റെ വീട്ടിൽ വന്നു നിൽക്കാൻ പലപ്പൊഴും നളിനിക്ക് മടിയായിരുന്നു. ജ്യേഷ്ഠ പത്നിയുടെ കുത്തുവാക്കുകൾ പല കാര്യത്തിലും അവരെ അലട്ടിയിരുന്നതായി പിന്നീടറിഞ്ഞു. 'ഗ്രാമീണസ്ത്രീകൾക്ക് ചേർന്നത് ഒന്നരയും മുണ്ടുമാണ് അത് തന്നെ മതി നിനക്കും' എന്നു കേട്ടപ്പോൾ ജ്യേഷ്ഠത്തിയുടെ കൂടെ മദിരാശിയിൽ കഴിഞ്ഞ സാരി മാത്രം പരിചയിച്ച അവർക്ക് അത് ഇഷ്ടമായില്ല. അമ്മയും ഏടത്തിയുടെ അഭിപ്രായം ശരി വച്ച് ഇനി അതു മതി എന്ന് കർശനമായി പറഞ്ഞുവത്രെ. പല കാര്യങ്ങളിലും അവരുടെ അഭിപ്രായം ശരിവെച്ച് നളിനിയെ അമ്മ പരിഗണിക്കാറെ ഇല്ലെന്ന് അറിഞ്ഞപ്പോൾ എനിക്കു വലിയ മന:പ്രയാസവും താൻ അവഗണിക്കപ്പെടുന്നതായും തോന്നി. അതിന്റെ പേരിൽ അമ്മയുമായി ഇത്തിരി പരുഷമായി സംസാരിക്കേണ്ടിവന്നു. തുച്ഛ ശമ്പളക്കാരന്ന് സാരി വാങ്ങാൻ ആവതുണ്ടോ? എന്തിനാണ് ആർഭാടം? എതിർ വാദഗതികൾ ഒച്ചയനക്കമില്ലാതെ അന്തരീക്ഷത്തിൽ തത്തിക്കളിച്ചു.

പലപ്പൊഴും അച്ഛനമ്മമാരെ വിഗണിച്ചുകൊണ്ട് ദാമ്പത്യ ബന്ധത്തിന്ന് മുതിരേണ്ടിവന്നു. ഇത്ര ചെറുപ്പത്തിലേ ഇവൻ അച്ഛനാകേണ്ടി വരുന്നതിൽ അവർ ശരികേട്കണ്ടതാണ് കാരണം.

മൂന്ന് മാസത്തെ പ്രസവാവധി കഴിഞ്ഞ് ടീച്ചർ തിരിച്ചു വരുന്നു. കുട്ടികൾക്കെല്ലാം പ്രിയങ്കരനായ ഒരധ്യാപകൻ പടിയിറങ്ങുന്നത് കേട്ട് അവർ ഗംഭീരമായ യാത്രയയപ്പിന് കോപ്പുകൂട്ടി. അന്നാണ് ആദ്യമായി അവിടെ ഞാൻ ഒരു കാഥികനായി അരങ്ങേറ്റം നടത്തിയത്. കഥ ത്യാഗശില രചനയും സംഗീതവും ആർ സി കരിപ്പത്ത് തന്നെ. കൂട്ടത്തിൽ പറയട്ടെ. പട്ടാളത്തിലുള്ള ഏട്ടൻ കത്തുകളിൽ ബാലകൃഷ്ണൻ എന്ന പേരിന്റെ (ഇംഗ്ലീഷ്) ചുരുക്കമായി BK Karippath എന്ന് ചേർക്കുന്ന പ

തിവ് അനുകരിച്ചാണ് ഞാൻ രാമചന്ദ്രൻ എന്ന പേരിന്റെ ചുരുക്കമായി R C Karippath എന്ന് ചേർക്കാൻ തുടങ്ങിയത്. കഥാ പ്രസംഗത്തിന് പിന്നണിയിൽ ഹാർമോണിയം അക്കിപ്പറമ്പ് സ്കൂൾ മാഷ് വിജയൻ സാറും സിത്താർ തളിപ്പറമ്പ് ഗോവിന്ദനും പാടുവാൻ വിവി ഗോപാലനുമായിരുന്നു. കഥ ഗംഭീരമാക്കി. ഒടുവിൽ പടിയിറങ്ങുമ്പോൾ അധ്യാപകരും കുട്ടികളും വല്ലാതെ വികാരാധീനരായി. ചില കുട്ടികളുടെ കരച്ചിൽ മറക്കാനാകില്ല.

സ്വാസ്ഥ്യം തേടി

ഞാൻ പഠിച്ച അന്നൂർ എ.യു.പി.സ്കൂൾ മാനേജർ കെ.കെ കണ്ണപ്പൊതുവാൾ ഭഗവത് ഗീതാവതരണ ചർച്ചകളിലെ സജീവാംഗവും ഗുരുതുല്യനുമായിരുന്നു അച്ഛന്ന്. തന്റെ സ്കൂളിൽ ഒരൊഴിവു വന്നിട്ടുണ്ടെന്നും 'നിന്റെ മോൻ രാമചന്ദ്രന് ചേർന്നുകൂടെ?' എന്നൊരു ചോദ്യം അപ്രതീക്ഷിതമായാണ് അച്ഛൻ കേട്ടത്.

"ഞാൻ എത്ര തരേണ്ടിവരും. എന്റെ സാമ്പത്തികസ്ഥിതി അറിയുന്നതല്ലേ?" അച്ഛൻ... മറു ചോദ്യമെറിഞ്ഞു.

കണ്ണൻ മാസ്റ്റർ ഒരു നിമിഷം മൗനം പൂണ്ടു. "എടോ... ഞാൻ പറയുന്നത് കേൾക്ക്... ഡൊനേഷൻ തീരുമാനിക്കുന്നത് മൂത്തവൻ അവിടത്തെ മാഷ് രാമചന്ദ്രനാ... എന്നാൽ നിന്റെ കാര്യത്തിലതു വേണ്ട.. എട്ടും പത്തുമൊക്കെ വാങ്ങലുണ്ട്. നീ ഒരു 5000 ഉണ്ടാക്കിത്തന്നേ."

കയ്യിൽ ചില്ലി പോലുമില്ലാത്ത അച്ഛൻ ഒരുവിധം സമ്മതിച്ചാണ് തിരിച്ചു വന്നത്. അമ്മയും അച്ഛനും പലപാട് ആലോചനയായി. ഒടുവിൽ ഏട്ടന്ന് കത്ത് അയച്ചു. വ്യക്തിഗത വായ്പക്ക് ഒരു പഴുതുമില്ല. ഭാര്യ വീട്ടുകാരുടെ കാര്യം ഏതാണ്ടിതുപോലെ തന്നെ. ചിന്തകൾ പല വഴിക്കുസഞ്ചരിച്ചു. ഒടുവിൽ ഏട്ടന്റെ കത്ത് വന്നു. ഏടത്തിയുടെ അച്ഛനോട് ചോദിക്ക് ആറു മാസം കൊണ്ട് തിരിച്ചു കൊടുക്കാമെന്ന് പറഞ്ഞു നോക്ക്.

അതു പ്രകാരം മേനോൻ നാരായണപ്പൊതുവാൾ എന്ന് നാട്ടുകാർ വിളിക്കാറുള്ള അദ്ദേഹത്തെ സമീപിച്ചു. അദ്ദേഹം പറഞ്ഞു.

"മറ്റന്നാൾ വന്നോളൂ... ബാങ്കിൽ നിന്ന് എടുത്തു തരാം..."

അങ്ങനെ പഠിച്ച പള്ളിക്കൂടത്തിലെ ഒരധ്യാപകനായി 1976 ജൂൺ ഒന്നാം തീയതിതന്നെ ഞാൻ ചേർന്നു. എന്നെ പഠിപ്പിച്ച ചമ്മഞ്ചേരി കൃഷ്ണൻ മാസ്റ്റർ, ഹിന്ദി പഠിപ്പിച്ച് മികച്ച പഠിതാവാക്കി മാറ്റിയ ചന്തു മാസ്റ്റർ, നാണു മാസ്റ്റർ, ആലക്കാട്ട് കൃഷ്ണൻ മാസ്റ്റർ, പ്രിയപ്പെട്ട സഹാ

ധ്യാപകർ കെ കെ ചന്ദ്രൻ മാസ്റ്റർ, കെ കെ രാഘവൻ മാസ്റ്റർ സദാ വായനക്കാരനും സംസാരകാര്യത്തിൽ പിശുക്കനുമായ കൈവേല രാഘവൻ മാസ്റ്റർ, മലയാളത്തിന്റെ വന്ദ്യഗുരുനാഥൻ പിള്ള മാഷ് തുടങ്ങിയവരുടെ സ്നേഹ വാത്സല്യങ്ങൾ വേണ്ടുവോളം ലഭിച്ചു. ലക്ഷ്മി ടീച്ചർ, സരോജിനി ടീച്ചർ, മേരി ടീച്ചർ, ഇന്ദിര ടീച്ചർ ഇവരെല്ലാം കാണിച്ച സൗഹൃദം സീമാതീതം തന്നെ. സ്ഥിരമായി ഒരു ജോലി വീട്ടിനടുത്തു തന്നെ കിട്ടിയ ഒരുതരം രക്ഷാ ബോധം മന:സ്വാസ്ഥ്യം ഉണ്ടാക്കി.

അതിനിടയിലാണ് മലപ്പുറം ജില്ലയിൽ പി എസ് സി അധ്യാപകരെ ക്ഷണിച്ചത്. പരീക്ഷ എഴുതാൻ തിരൂരിൽ പോയി. വീട്ടിനടുത്ത ജോലിയും വെച്ച് ദൂരെ പണിതേടിപ്പോകുന്ന പോഴത്തത്തെ വീട്ടുകാരും മറ്റും വിമർശിച്ചതൊന്നും കാര്യമാക്കിയേയില്ല. കടം വാങ്ങിയ തുക ഏഴ് മാസമായിട്ടും കൊടുക്കാനാവാത്ത നിസ്സഹായത പല കുറി ചോദ്യം ചെയ്യപ്പെട്ടത് എന്തേ ഇവരാരും ആലോചിക്കാത്തതെന്ന് വേവലാതിയോടെ ഓർമ്മിപ്പിച്ചു.

അച്ഛൻ അത് ശരിവെച്ചു. ജോലി കിട്ടിയാൽ കണ്ണൻ മാഷ് ആ പണം തിരിച്ചുതരും. അത് അല്ലാതെ ഒന്നിച്ച് ആ കടം തീർക്കാനാകുമോ?

ദൂരെപ്പോകുന്നതിനെ എതിർത്ത അമ്മയ്ക്കും തോന്നി; അതാകും നല്ലത് എന്ന്. അന്നൂർ സ്കൂളിലെ നല്ല അധ്യാപകൻ എന്ന പേരു നേടാൻ കഴിഞ്ഞ എനിക്ക് 21.1.1977 ന്ന് പി.എസ്.സി നിയമന ഉത്തരവ് കിട്ടി. മലപ്പുറം ജില്ലയിൽ വണ്ടൂർ സബ്ജില്ലയിലെ നീലാഞ്ചേരി യു പി സ്കൂളിൽ.

എന്റെ സന്തോഷം അണപൊട്ടിയൊഴുകി. എന്നെ പത്താം തരത്തിൽ ഇംഗ്ലീഷ് പഠിപ്പിച്ച രാമചന്ദ്രൻ (പട്ടറു) മാഷായിരുന്നു ഇന്റർവ്യൂവിന് വന്നത്. അന്നേ ഉറപ്പിച്ചിരുന്നു ജോലി കിട്ടുമെന്ന്.

അതിനിടയിൽ ഞാൻ ഒരു പെൺകുട്ടിയുടെ അച്ഛനായി. പ്രീത എന്ന് പേരിട്ട അവളെ പരിയുക വല്ലാത്ത മനഃപ്രയാസമായി തോന്നി. സർക്കാർ സർവ്വീസിൽ ജോലി കിട്ടിയെന്ന വാർത്ത ഭാര്യക്കും മറ്റും വലിയ ആഹ്ളാദം പകർന്നു. തൊഴിലില്ലാത്തവന്റെ പരിമിതികളും പ്രയാസങ്ങളും നന്നായറിയുന്ന നളിനി ഒരാവശ്യവും പറയാറില്ലന്ന് ഞാൻ പലപ്പൊഴും ആശ്ചര്യപ്പെട്ടിരുന്നു. തവണ വ്യവസ്ഥയിൽ ഒരു തയ്യൽ മിഷൻ ആണ് ഞാൻ ആകെക്കൂടി വാങ്ങിക്കൊടുത്തത്.

മലപ്പുറത്തേക്ക് പോകുന്ന തീയതി വീട്ടിലറിയിച്ച് ഒരുക്കങ്ങൾ തുടങ്ങി. വീട്ടിൽ അനിയനും മറ്റു സഹോദരിമാർക്കും സന്തോഷമായി. നാ

ടുവിട്ടു പോകുന്നതിൽ അച്ഛന് തെല്ല് പ്രയാസമുണ്ടെങ്കിലും കടം തിരിച്ചു കൊടുക്കാമല്ലോ എന്ന ആശ്വാസവും തോന്നിയിരുന്നു.

"എടോ... അതായിരിക്കും ദൈവ നിശ്ചയം. നീ പോയ്ക്കോളൂ... നിനക്ക് നല്ലൊരു ഭാവിയുണ്ട്... അത് ഈ പള്ളിക്കൂടത്തിൽ തളച്ചിടണ്ട..."

അച്ഛൻ അന്നു തന്നെ സ്കൂൾ മാനേജരെ കാണാൻ പോയി കാര്യം വിശദമാക്കി. ജനുവരി 25ന് മലപ്പുറത്ത് സ്കൂളിൽ ചേരണമെന്നും തന്ന പണം തിരികെ കിട്ടിയിട്ട് വേണം കടം തീർക്കാനെന്നും പറഞ്ഞപ്പോൾ മാനേജർ രണ്ടാഴ്ചക്കുള്ളിൽ തരാമെന്നറിയിച്ചു.

പുതിയ ജോലി സ്ഥലം ഏതാണ്ട് ഊഹിച്ച് കോഴിക്കോട്ടേക്ക് വണ്ടി കയറി. പ്രീത മോളുടെ കൈ നീട്ടിയുള്ള കരച്ചിൽ എന്നെ വല്ലാതെ വേദനിപ്പിച്ചു. കോഴിക്കോട് ഇറങ്ങും വരെ കണ്ണ് നനഞ്ഞുകൊണ്ടിരുന്നു. കോഴിക്കോട് നിന്ന് മലപ്പുറം ബസ്സ് കണ്ടുപിടിച്ച് മഞ്ചേരിക്ക് ടിക്കറ്റെടുത്തു. ഒരു തകരപ്പെട്ടിയും തോളിൽ തുണികൾ തിരുകിയ കറുത്ത ബാഗുമായി രണ്ടര മണിക്കൂർ യാത്രക്കുശേഷം മഞ്ചേരിയിൽ ഇറങ്ങി. അവിടെ ചില കടക്കാരോട് നീലാഞ്ചേരി എത്താൻ ഏതു ബസ്സ് ആണ് കയറേണ്ടതെന്ന് അന്വേഷിച്ചു. നീലാഞ്ചേരിക്ക് ബസ്സില്ല. നിലമ്പൂർ ബസ്സിന് പോയി കാളി കാവിൽ ഇറങ്ങണം. കഷ്ടിച്ച് മൂന്ന് കിലോമീറ്റർ അവിടന്ന് നടക്കണം. അല്ലെങ്കിൽ പാണ്ടിക്കാട് ബസ്സിന് കരുവാരക്കുണ്ട് ഇറങ്ങി, അതേ ദൂരം നടക്കണം.

ഒടുവിൽ ഒരു പരിചയം പോലുമില്ലാത്ത കാളികാവെന്ന ചെറുപട്ടണത്തിൽ ബസ്സ് ഇറങ്ങി. തൊട്ടടുത്തു കണ്ട ചായക്കടയിൽ കയറി. നീലാഞ്ചേരിയെക്കുറിച്ച് കൂടുതൽ അറിവു നേടാനും ഏതാണ് നടന്നു പോകാൻ എളുപ്പ വഴി എന്നറിയാനും നേരത്തെ കിട്ടിയ അറിവുളുടെ വെളിച്ചത്തിൽ നടക്കാനുള്ള ഇന്ധനം നേടാനും ചായക്കടക്കാരൻ ബീരാനിക്ക ചെറുനേരം കൊണ്ടു തന്നെ വലിയ സ്നേഹനിധിയായി. അദ്ദേഹം നീലാഞ്ചേരിയിലേക്കു പോകുന്ന യൂസഫ് എന്ന മധ്യവയസ്കനെ വിളിച്ച് പറഞ്ഞു.

"യൂസഫേ... ഇത് നീലാഞ്ചേരി ഇസ്ക്കൂളിലെ പുതിയ മാശാ.. ഒപ്പരം കൂട്ടിക്കാളി... മാശ് കണ്ണൂക്കാരനാ... ബേണ്ട സകായെല്ലം ചെയ്തു കൊടുത്താളി..."

അങ്ങനെ ബീരാനിക്കയോട് യാത്ര പറഞ്ഞ് ആ യാത്ര തുടങ്ങി. പുതിയ പരിചയക്കാരൻ യൂസഫ് എന്റെ തോളിലെ ബാഗ് തന്റെ കടമ എന്ന വണ്ണം വാങ്ങി സ്വയം ചുമന്നു. നിര നിരയായി നിൽക്കുന്ന റബ്ബർ മരങ്ങൾക്കിടയിലൂടെ ഞാനും കൂട്ടുകാരനും നടന്നു. ആ ദീർഘദൂര നട

ത്തത്തിന്നിടയിൽ നീലാഞ്ചേരി എന്ന കുഗ്രാമത്തെപ്പറ്റിയും പള്ളിക്കൂടം ഉണ്ടാക്കാൻ മുന്നിട്ടിറങ്ങിയ ആനപ്പട്ടം ഹംസാജിയെപ്പറ്റിയും പണിയർ എന്ന ആദിവാസികളുടെ സങ്കേതങ്ങളെപ്പറ്റിയുമെല്ലാം യൂസഫ് വിശദമായ ഒരു ചിത്രം തന്നെ വരച്ചു കാട്ടി. ഒന്നര മണിക്ക് തുടങ്ങിയ നടത്തം മൂന്ന് മണിയോടെ വഴിവക്കിലെ ജുമാ അത്ത് പള്ളിയുടെ മുകപ്പ് ചൂണ്ടി അദ്ദേഹം പറഞ്ഞു.

"അതാ... ആ കാണുന്ന... പള്ളിരെ പള്ളക്കന്നെ ഇസ്കൂള്... പുള്ളങ്ങളെ ഒച്ചയും കൊയപ്പൂന്നുല്ലല്ലാ... ഇന്ന് നേരെത്ത വിട്ടുവായ്ക്കാരം..."

കുറേ വാക്കുകൾ എനിക്ക് തീരെ അപരിചിതമായിരുന്നു. ഒരു തരം മിശ്രഭാഷയാണ് അതെന്നു മനസ്സിലായി. ഹെഡ് മാസ്റ്റർ ഓഫീസടച്ച് പോകുന്നതിന് മുമ്പേ സ്കൂളിൽ ചേരണമെന്നും മറ്റുള്ളവരെക്കാൾ സീനിയോറിറ്റി കിട്ടാൻ അതാവശ്യമാണെന്നും കൂട്ടുകാരൻ പറഞ്ഞു. അതുകൊണ്ട് നടത്തയ്ക്ക് വേഗം കൂട്ടി.

"ഭാഗ്യം.. സ്കൂൾ അടച്ചിട്ടില്ല.' നെടുനീളത്തിൽ 5 ക്ലാസ്സുകളുള്ള ഒരു നീളൻകെട്ടിടം... ഏറ്റവും ആദ്യം കയറുന്ന റൂം, പടിഞ്ഞാറ്റം ഓഫീസ്... വലിയ, മഞ്ഞ അക്ഷരത്തിൽ, കെട്ടിടത്തിന്റെ നെറ്റിയിൽ നീലാഞ്ചേരി ഗവ: യു പി സ്കൂൾ എന്നും താഴെ വണ്ടൂർ സബ് ജില്ല എന്നും കുറിച്ച ബോർഡ്. എന്റെ ആദ്യ വിദ്യാലയമെന്ന് മനസ്സ് മന്ത്രിച്ചു... സ്കൂൾ മുറ്റത്ത് നിൽക്കെ യൂസഫ് ഉറക്കെ 'എഡ്മാശെ..'വിളിച്ചു.

"അലിയാരുമാശേ... ഇതാ ഒരു പുതിയമാശ്... കണ്ണൂക്കാരനാ... കൂട്ടിക്കോളി..."

വിയർത്ത് കളിച്ച ബനിയനു മേലേ ഷർട്ട് എടുത്തിട്ടു കൊണ്ട് പുറത്തേക്കു വന്ന അലിയാരു സാർ. എന്നെ കണ്ട് ചിരകാല സുഹൃത്തിനെ എന്ന പോലെ സ്നേഹപൂർവ്വം സ്വീകരിച്ചു.. പ്യൂൺ വേലായുധനെ വിളിച്ച് ഹിന്ദി ശശി മാഷ്നെ വരാൻ പറഞ്ഞു.

ഇവിടെ താമസിക്കാൻ വലിയ സൗകര്യങ്ങൾ ഒന്നുമില്ല. ഹാജിക്കാന്റെ പീടികയുടെ മേൽഭാഗം നാലു മുറിയ്ണ്ട്. അവിടെയാ അധ്യാപകര് കഴിയുന്നേ.

ശശി മാഷ് അവിടെയാ.. നിങ്ങൾക്കുമവരൊപ്പം കൂടാം...

അതിനിടയിൽ റജിസ്റ്ററിൽ എന്റെ ആദ്യഹാജർ രേഖപ്പെടുത്തി. 25.1.1977. അന്നു രാവിലത്തെയും വൈകിയിട്ടത്തെയും ഒപ്പ് ചാർത്തി. അഞ്ച് ക്ലാസ്സ് ഇവിടെയും ബാക്കി മൂന്ന് ക്ലാസ്സ് അക്കാണുന്ന മദ്രസ

യിലുമാണ്. കുട്ടികളുണ്ട്. പക്ഷെ സൗകര്യക്കുറവാ.. സർക്കാറിന്റെ പ്രൊപ്പോസലുണ്ട്. പുതിയ കെട്ടിടത്തിന്ന് എപ്പഴ്വരും എന്നറിയില്ല..

ഇടയിൽ കയറി വന്ന ഉയരം കുറഞ്ഞ അല്പം വട്ടക്കാലുള്ള എള്ളു നിറത്തിലുള്ള ആളെ ചൂണ്ടി അലിയാരുമാഷ് പറഞ്ഞു.

"ഇതാ ശശിധരൻ മാഷ്... നമ്മളെ ഹിന്ദി മാഷ്..."

"കേട്ടോ മാഷെ ഇത് രാമചന്ദ്രൻ മാഷ്. ഇന്നു തൊട്ട് നിങ്ങൾക്കൊപ്പം മാഷുകൂടി ആകട്ടെ..."

ശശി മാഷ് കൈ പിടിച്ചു സൗഹൃദം കാട്ടി.

"ന്നാല്... മാഷ് പോയ്ക്കോളൂ. എനിക്ക് പാണ്ടിക്കാടിന് പോകണം... ഞാനും എറങ്ങ്വാ..."

ഹാജിക്കായുടെ പീടിക മുറിയിൽ ഞാനും ഒരന്തേവാസിയായി. തിരുവനന്തപുരക്കാരൻ ശിവരാജൻ മാഷ്, തൃശൂർക്കാരൻ സിറാഫിൻ കോട്ടയക്കാരൻ മത്തായി, കൊടുങ്ങല്ലൂർക്കാരൻ ഐസക്ക്, കുണ്ടറക്കാരൻ സ്ക്കറിയ. ആകെക്കൂടി കേരളത്തിന്റെ നേർ പരിഛേദം. കുളിക്കാൻ കിണറ്റുകരയിൽ പോയി കോരിക്കുളിക്കണം. കുളി കഴിഞ്ഞെത്തിയപ്പോൾ ശശി മാഷ് പറഞ്ഞു.

"ദിവസംതോറും ഓരോരുത്തർ മാറി മാറി ഭക്ഷണം ഉണ്ടാക്കണം... ഇന്ന് തൊട്ട് ആറാംനാൾ താങ്കളുടെ ഊഴമാ. മറക്കണ്ട... പടിഞ്ഞാട്ട് മുഖമായ നിരത്തുവക്കിലെ കെട്ടിടത്തിൽ നല്ല കാറ്റു കിട്ടും.. ഞങ്ങൾ വരാന്തയിൽ പായയിട്ടാണ് കിടക്കുക..."

തൊട്ടടുത്ത ദിനം റിപ്പബ്ളിക്ഡേ ആണ്. ഞങ്ങൾ സ്കൂളിലെത്തി. സീനിയർമോസ്റ്റ് അധ്യാപകൻ ബേബി സാർ പതാക ഉയർത്തി. അവിട വെച്ച് മറ്റ് അധ്യാപകരെ പരിചയപ്പെട്ടു. സൗമ്യസുന്ദരനായ റഹീം മാസ്റ്റർ, നീണ്ടുമെലിഞ്ഞ ബേബി മാസ്റ്റർ, ഭാനുമതിയമ്മ, ശാന്തകുമാരി, ബേബി ടീച്ചർ തുടങ്ങി എല്ലാവരേയും പരിചയപ്പെട്ടു. കവിതാ രചനയിൽ ശ്രദ്ധേയയായ വസന്തകുമാരി ടീച്ചർ എന്റെ കവിതാ സാമർത്ഥ്യത്തിന്ന് എന്നും പ്രോത്സാഹനം പകർന്നിരുന്നു. സമാധാനമായ ഒരു സ്വസ്ഥ ജീവിതം കരുപ്പിടിപ്പിക്കാനുള്ള ശ്രമമായിരുന്നു പിന്നെയെല്ലാം വീടും പൊന്നു മോളും അച്ഛനും അമ്മയുമെല്ലാം മനസ്സിൽ മിന്നിമറയും.. വീട്ടിലേക്കും ഭാര്യ നളിനിക്കും കത്തുകളെഴുതി. കാര്യങ്ങൾ അന്വേഷിക്കും. വീട്ടിൽ ഉരുത്തിരിയുന്ന പ്രശ്നങ്ങളൊന്നും നളിനി എഴുതാറില്ല. എന്നെ വേവലാതിപ്പെടുത്തേണ്ട എന്ന് കരുതിക്കാണും.

നാളുകൾ കരിയില പോലെ കൊഴിഞ്ഞുവീണു കൊണ്ടിരുന്നു. അപ്പൊഴും ഉത്കണ്ഠയോടെ കാത്തു നിന്നത് സ്കൂൾ മാനേജർ പണം ത

ന്നോ? ആ കടംവീട്ടിയോ? എന്നറിയാനായിരുന്നു.

പാവങ്ങളായ കുഞ്ഞുങ്ങൾ. സ്നേഹസമ്പന്നരായ നാട്ടുകാർ. അധ്യാപകരെ അത്രയേറെ ആദരിക്കുന്നത് മറ്റെങ്ങുമില്ലാത്ത കാഴ്ചയാണ്. അവരുടെ സ്വന്തമായ പള്ളിക്കൂടം. അവർക്ക് ഏറ്റവു പ്രിയങ്കരായ അധ്യാപകർ. ചുരുങ്ങിയ നാൾകൊണ്ടു തന്നെ കുട്ടികൾക്കും നാട്ടിനും പ്രിയപ്പെട്ടവനാകാൻ കഴിഞ്ഞു.

അന്നൊരു നാൾ രക്ഷകർത്താക്കളുടെ ഒരു യോഗം ചേർന്നപ്പോൾ പുതിയ അധ്യാപകരെ അവർ നേരിട്ടു കണ്ട് അവരുടെ ആഹ്ളാദാദരങ്ങൾ അറിയിച്ചു. അന്നാണ് നാടിനെക്കുറിച്ചും നാട്ടുകാരുടെ സ്വഭാവശീലങ്ങളെക്കുറിച്ചും നല്ല അറിവുള്ള പുരോഗമന ആശയങ്ങളുടെ പ്രിയങ്കരനായ വേരേങ്ങൽ ബാലൻ എന്ന മധ്യവയസ്കനെ പരിചയപ്പെട്ടത്. അദ്ദേഹത്തിന്റെ മകൾ ആറാം ക്ലാസ്സുകാരി പുഷ്പയും രണ്ടാം ക്ലാസ്സിലെ മകൻ ബാബുവും എന്നെപ്പറ്റിയും എന്റെ ക്ലാസ്സിലെ പ്രിയപ്പെട്ട പഠന രീതിയെപ്പറ്റിയും പറഞ്ഞു കേട്ട അനുഭവങ്ങൾ അദ്ദേഹം പങ്കു വെച്ചു.

ഒടുവിൽ അദ്ദേഹം സ്നേഹപൂർവ്വം ക്ഷണിച്ചു. ചോദിക്കട്ടെ. എന്റെ വീട്ടിൽ വലിയ സൗകര്യങ്ങളൊന്നുമില്ല. എങ്കിലും ഞങ്ങളുടെ കൂടെ മാഷിന്ന് താമസിച്ചു കൂടെ? മക്കൾക്ക് സമയം കിട്ടുമ്പോൾ പാഠഭാഗം പറഞ്ഞു കൊടുക്കയുമാകാമല്ലോ. അത് വലിയൊരു അനുഗ്രഹമായി തോന്നി. കാരണം ആഹാരമുണ്ടാക്കാനൊന്നുമറിയാത്ത എന്റെ പാചകത്തെ ശപിച്ചും ചിലപ്പോൾ ശകാരിച്ചും കൂടെക്കഴിയുന്നവർ വഴക്കിന് മുതിരുന്ന നാളിന് ഒരറുതിവന്ന സന്തോഷത്തിന്ന് അതിരില്ല. പിറ്റേന്നുതന്നെ താമസം ബാലേട്ടന്റെ വീട്ടിലേക്കുമാറ്റി. അവിടെ രണ്ടാം നിലയിൽ ഒരു കടുസ്സായ മുറി. സൗകര്യക്കുറവു തോന്നിയേയില്ല. ബാലേട്ടന്റെ ഭാര്യ നാരായണിഏച്ചി സ്വന്തം അനുജനെപ്പോലെ കരുതി. ജീവിതം പുതിയ ദിനങ്ങളിലേക്ക്.

അച്ഛന്റെ കത്തു വന്നു. മറ്റന്നാൾ പണം തരാമെന്ന് മാനേജർ പറഞ്ഞു. കിട്ടിയ ഉടനെ കടം വീട്ടാം. നീ അത് ഓർത്ത് വിഷമിക്കേണ്ട.

പെയ്തൊഴിയാതെ

മാതൃകാധ്യാപകനെന്ന നിലയിൽ കുഞ്ഞുങ്ങളോടും സമൂഹത്തോടും. ഉത്തരവാദിത്തബോധമുള്ളവനാകാൻ പരമാവധി പ്രയത്നിച്ചു. ഒഴിവു ദിനങ്ങളിൽ പട്ടിണിക്കാരുടെ കുടികളിൽ കയറിയിറങ്ങാനും സ്കൂളിൽ വരാൻ മടിക്കുന്ന കുട്ടികളെ അവർക്ക് പിന്നോക്ക സമുദായങ്ങൾക്ക് ലഭിക്കുന്ന ആകർഷകമായ വിദ്യാഭ്യാസ ആനുകൂല്യങ്ങളെക്കുറിച്ച് അറിവു പകരാനും ആ യാത്രകൾ ഉപകരിച്ചു. കൊയ്ത്തുകാലമാകുമ്പോൾ വിശാലമായ വയലേലകളിൽ കുട്ടികൾ കതിർക്കറ്റകൾ ചുമക്കുവാൻ അച്ഛനമ്മമാർക്കൊപ്പം പോകുന്നത് തടയുക എളുപ്പമല്ല. എങ്കിലും ഒരു പരിധിവരെ കുട്ടികളെ അതിൽ നിന്ന് പിൻതിരിപ്പിക്കാൻ കഴിഞ്ഞു. വടക്കു നിന്നുള്ള ഒരേയൊരു അധ്യാപകൻ എന്ന പരിഗണന എനിക്കു നന്നായി ലഭിച്ചിരുന്നു. തെക്കുനിന്നുള്ളവരെ സ്റ്റേറ്റുകാർ എന്നാണ് അവർ വിളിക്കുന്നത്.

ഓരോ കത്ത് വരുമ്പോഴും മാനേജർ പണം തന്നുവോ എന്നറിയാൻ വല്ലാത്ത ഉൽകണ്ഠയായിരുന്നു. തീർച്ചയായും വാക്കു പാലിക്കുമെന്ന ഉറപ്പു നൽകിയ സാത്വികനായ കണ്ണൻമാസ്റ്റർ ആയിരുന്നു ഏക പ്രതീക്ഷ. മൂത്ത മകൻ അക്കാര്യത്തിൽ ഉദാസീനതയോ പണം കുറച്ച് തരാനോ മടിക്കില്ലെന്ന് ന്യായമായും ഭയന്നിരുന്നു.

തരുമെന്ന് ഉറപ്പു നൽകിയിരുന്ന. 77 മാർച്ച് 6 .. രാവിലെ മുറ്റത്ത് വന്നു വീണ പത്രത്തിൽ വലിയ അക്ഷരത്തിൽ ആ വാർത്ത കൊടുത്തിരുന്നു. 'ഇന്ദിരഗാന്ധി റായ്ബറേലിയിൽ തോറ്റു. രാജ് നാരായണൻ വിജയിച്ചു കയറി'. തെരഞ്ഞെടുപ്പു വാർത്ത വായിക്കുന്ന തിരക്കാണെല്ലാവർക്കും. അതിനിടയിൽ നാട്ടുവാർത്ത വായിക്കവേ ഞാനാകെ നടുങ്ങി. തളർന്നു.

'അന്നൂർ സ്കൂൾ മാനേജർ കെ. കണ്ണപ്പൊതുവാൾ നിര്യാതനായി'

എന്റെ അസ്വാസ്ഥ്യം ആരോട് പറയും. എന്റെ ഉന്മേഷക്കുറവു കണ്ട

ബാലേട്ടൻ സാന്ത്വനിപ്പിച്ചു. മനസ്സെന്നിട്ടും ശാന്തമായില്ല. ഞാൻ നാടും വീടും വിട്ടു വരാൻ ഒരു പ്രധാന കാരണം ആ കടം വീട്ടുക എന്ന ഉദ്ദേശ്യത്തോടെയാണല്ലോ. അത് ഒന്നര മാസം കഴിഞ്ഞും സാധിക്കുന്നില്ലല്ലോ. പിന്നെ ശങ്കിച്ചു നിന്നില്ല. പിറ്റേന്ന് രാവിലെ തന്നെ പയ്യന്നൂർക്കു തിരിച്ചു. വൈകീട്ട് ഏഴരയോടെ വീട്ടിലെത്തി.

“തരാമെന്ന് രാമചന്ദ്രൻ മാഷ് ഏറ്റതാ. രണ്ടു ദിവസം കഴിഞ്ഞിട്ട് പോയി ചോദിക്കാം... ന്താ....”

“അതെ.... ആദരങ്ങളുമായി ആളുകൾ പോകുമ്പോൾ നമ്മൾ ഈ ആവശ്യം ഇപ്പോൾ മുന്നില് വെക്കാമോ? പേടിക്കാനില്ല. കണ്ണൻ മാഷിന്റെ ഭാര്യ ആ പണം തരുവിക്കാൻ ഏറ്റിറ്റുമുണ്ട്...”

അഞ്ചു ദിവസത്തെ അവധിക്കു വന്നതല്ലേ. അന്ന് വൈകുന്നേരം ഞാൻ വീട്ടിലേക്കു പോയി. എന്റെ ആത്മ മിത്രവും സ്കൂളിൽ സഹപ്രവർത്തകനുമായചന്ദ്രൻ മാഷ് രാമചന്ദ്രൻ മാഷിന്റെ സഹോദരൻ എന്നെ ഏറെ സ്നേഹത്തോടെസ്വീകരിച്ചു. കുശലപ്രശ്ന ശേഷം ചന്ദ്രൻ മാഷ് അമ്മയോടു പറഞ്ഞു.

“അച്ഛൻ പറഞ്ഞേൽപ്പിച്ച ആ പണം കൊടുത്തേ. ഇതാ മാഷ് വന്നിറ്റ് ...”

അമ്മ മൂത്ത മകൻ രാമചന്ദ്രനെ വിളിച്ചു. കാര്യം പറഞ്ഞു. ശരി എന്നേറ്റ് അകത്തേക്ക് പോയ അദ്ദേഹം ഏറെനേരമായിട്ടും വന്നില്ല. നിമിഷങ്ങൾ എന്റെ ഉൽകണ്ഠ കൂട്ടുകയാണ്. മുഴുവൻ തരില്ലേ. എന്തെങ്കിലും മുട്ടുന്യായം പറയാതിരിക്കില്ല. അതിന് എങ്ങനെ പ്രതികരിക്കണം ഇങ്ങനെ ചിന്തിച്ചിരിക്കെ അദ്ദേഹം ഒരു കടലാസ്സു പൊതി കയ്യിൽ തന്നു.

“നീ... അഞ്ചാണ് തന്നത്... പകരം ചേർന്ന മാഷ് മുഴുവൻ തന്നില്ല... ഇതിൽ ആയിരത്തിന്റെ കുറവുണ്ട്. അത് നിന്റെ വക സ്കൂളിന്. ന്താ...”

ആ ചിരിയിൽ ഒളിപ്പിച്ച കാര്യമെല്ലാം ഞാൻ ഊഹിച്ചതു പോലെ തന്നെ. ഒന്നും പറയാതെ ചെമ്പകപ്പൂക്കൾ വീണുകിടക്കുന്ന കല്ല് കടന്ന് പതുക്കെ ഇറങ്ങി. ചന്ദ്രൻ മാഷ് കൂടെ വന്നു.

“എടോ അത്ര തന്നെ കിട്ടിയത് ഭാഗ്യം.നീ പോയിട്ടു വാ...”

വീട്ടിലെത്തി കാര്യം പറഞ്ഞപ്പോൾ എല്ലാവരും വല്ലാത്ത വേവലാതിയിലായി. അച്ഛൻ നുള്ളിപ്പെറുക്കി വെച്ച 360 ന്റെ കൂടെ ഞാൻ മേടിച്ച ശമ്പളം 470കൂട്ടി ബാക്കി 270 അച്ഛൻ സി കെ മാഷിനോട് കൈവായ്പ വാങ്ങി, 5000 തികച്ചു അത് തിരികെ കൊടുത്തു.

പിറ്റെന്നു രാവിലെ തന്നെ ഞാൻ നീലാഞ്ചേരിക്കു മടങ്ങി. ഭാര്യ രണ്ടാമതും ഗർഭിണിയായിരുന്നു. അത്യാവശ്യമായി വേണ്ടത് അവൾക്ക് വാങ്ങി നൽകി. പക്ഷേ കുഞ്ഞുമോൾ പ്രീത തനിക്കൊപ്പം വരാൻ നിലവിളിക്കയായിരുന്നു. പ്രിയപ്പെട്ടതൊന്നും അവൾക്ക് വേണ്ടായിരുന്നു. തന്നെയും കൂടെ കൂട്ടണമെന്ന കൈ നീട്ടിയുള്ള കരച്ചിൽ എന്നെയും തളർത്തി.

നീലാഞ്ചേരിയിൽ എത്തുന്ന വഴിദൂരമത്രയും മനസ്സിൽ കുഞ്ഞുമോളായിരുന്നു. എന്നും വീടു വിട്ടു വന്നാൽ തനിക്കുണ്ടാകുന്ന മനോവിഷമങ്ങൾ ബാലേട്ടനും ഭാര്യ നാരായണിയേട്ടിക്കും നന്നായറിയാമായിരുന്നു. സ്കൂളിൽ അക്കുറി വാർഷികാഘോഷ പരിപാടികൾ ആസൂത്രണം ചെയ്യാൻ പിടിഎ മീറ്റിംഗ് വിളിച്ചു കൂട്ടി. കൺവീനർ ആയി എന്നെ ചുമതലപ്പെടുത്തി. ബേബി മാഷ് നായകനായി ഒരു നാടകം സി എൽ ജോസിന്റെ സമുദായം. എന്റെ കഥാ പ്രസംഗം, കുട്ടികളുടെ നൃത്തനൃത്യങ്ങൾ ഉദ്ഘാടന സമ്മേളനം എന്നിവ കൃത്യ നേരത്തു തന്നെ തുടങ്ങാൻ ഏർപ്പാടു ചെയ്തു. നാടകത്തിന്ന് മൂന്ന് പാട്ടുകൾ ഞാനെഴുതി സ്കൂളിലെ ശ്രീ വള്ളി എന്ന കൊച്ചു പാട്ടുകാരിയെക്കൊണ്ട് അവതരിപ്പിക്കാൻ തയ്യാറാക്കി. 26-3-78 ശനിയാഴ്ച വൈകുന്നേരം ഏഴ് മണിക്കുതന്നെ പരിപാടി അരങ്ങേറി.

കഥാപ്രസംഗമെന്ന കലാരൂപം ആദ്യമായാണ് അവർ ആസ്വദിച്ചത്. പലരും കഥയിൽ ലയിച്ച് വിതുമ്പുന്നതും പൊട്ടിച്ചിരിക്കുന്നതും എനിക്കു തന്നെ വിസ്മയമായിരുന്നു. നാടകവും നൃത്ത പരിപാടികളും എല്ലാം ഗംഭീരമായിരുന്നു. നീലാഞ്ചേരി നാടിന് ഓർമ്മിക്കാൻ ഒരു പാട് നൽകി എന്ന തോന്നൽ രൂഢമൂലമായി.

പിറ്റേന്നു തൊട്ടു കാണുന്നവരെല്ലാം കഥാപ്രസംഗത്തെപ്പറ്റിയാണ് പറഞ്ഞത്. കഥയും പാട്ടും എഴുതിയതും അത് അവതരിപ്പിച്ചതിലെ പ്രശംസനീയതയും പലരും എടുത്തു കാട്ടി. കഥയിലെ ചില പാട്ടുകൾ പലർക്കും ഹൃദിസ്ഥമായിരുന്നു. സഹപ്രവർത്തകർക്കും എന്നെക്കുറിച്ച് വലിയ മതിപ്പായിരുന്നു.

ആ വർഷം വേനലവധി വന്നു. ഞങ്ങൾ നാട്ടിലെക്ക് മടങ്ങി. പ്രതീക്ഷയൊന്നുമില്ലാതിരുന്നെങ്കിലും സ്ഥലം മാറ്റത്തിന് അപേക്ഷ നൽകിയിരുന്നു മറ്റു പലരേയും പോലെ.

ഭാര്യ ഒരാൺകുഞ്ഞിനെ പ്രസവിച്ചു. എട്ടാം മാസമായതിനാൽ കുഞ്ഞിനെ വീട്ടിൽത്തന്നെ അന്തരീക്ഷോഷ്മാവ് തട്ടാത്ത വിധം പ്രത്യേകമായ രീതിയിൽ ഇൻക്യുബേറ്ററിൽ കിടത്തുകയായിരുന്നു. വല്ലാത്ത

ഉൽകണ്ഠയായിരുന്നു. അംഗവൈകല്യമൊന്നുമില്ലാതിരിക്കേണമേ എന്ന പ്രാർത്ഥന പല വഴിപാടുകൾക്കും വഴി മാറി.

ആ ജൂൺ മാസം 3 ന്ന് സ്കൂളിൽ എത്തിയപ്പോൾ ഹെഡ് മാസ്റ്റർ യേശുദാസൻ മാഷ് ആ on IGS കവർ എനിക്ക് വച്ചു നീട്ടി. എന്തത്ഭുതം! എനിക്ക് കണ്ണൂർ ജില്ലയിലെ എട്ടിക്കുളം ജിഎംയുപി സ്കൂളിലേക്ക് സ്ഥലം മാറ്റം. വീട്ടിൽ നിന്നും 25 കി മീറ്റർ ദൂരം അതൊരു പതിവില്ലാ നിയമനമാണ്. സാധാരണയായി അഞ്ചു കൊല്ലത്തിന് ശേഷമേ ജില്ലാന്തര സ്ഥലം മാറ്റം കിട്ടുകയുള്ളൂ.

വാർത്ത നാട്ടിലെങ്ങും പരന്നു. യഥാർത്ഥമായി നീലാഞ്ചേരി ഗ്രാമം എന്നെ എന്തുമാത്രം സ്നേഹിക്കുന്നുവെന്ന് നേരിട്ട് അനുഭവിച്ച നാളായിരുന്നു ആ ഒരാഴ്ച. യാത്രയയപ്പ് നാളിൽ.. കുഞ്ഞുങ്ങൾ.. കരഞ്ഞ് കണ്ണീരോടെ അപേക്ഷിക്കുന്നു.

" മാഷ് പോണ്ട മാഷേ... മാഷേ..." പലരുടെയും വാക്കുകൾ അതിന്റെ ആവർത്തനമായിരുന്നു. ആശംസ നേർന്ന ബാലേട്ടനും എൻ എ റഹീമ് മാഷും ആ രംഗത്തിന്റെ സാക്ഷിയായി. എന്നോട് നാട് കാണിക്കുന്ന വാത്സല്യാദരങ്ങളെക്കുറിച്ചാണ് പ്രസംഗിച്ചത്.. മറുപടി പ്രസംഗ നേരത്ത് ഏറെനേരം അക്ഷരമുരിയാടുവാനാവാതെ ഗദ്ഗദമടക്കുവാൻ ഞാൻ പാടുപെട്ടു. പറയാൻ കരുതി വച്ച പലതും പറയാനായില്ല. ഒറ്റയടിക്ക് ഒന്നര വർഷത്തെ സഹജീവിത സ്മരണകൾ തിക്കിക്കുതിച്ചു വന്ന് മനസ്സു ഞെരിച്ചപ്പോൾ വാക്കുകൾ പലതും മറന്നു പോകും എന്നത് എത്ര യാഥാർത്ഥ്യമാണ്. അത് ഞാൻ അന്ന് നേരിട്ടറിഞ്ഞു. നിഷ്ക്കളങ്കരായ കുഞ്ഞുങ്ങൾ വന്ന് കാൽതൊട്ടു വണങ്ങി നിരനിരയായി നിന്ന് വിതുമ്പിക്കരയുന്ന രംഗം ഇന്നും മായാതെ നിൽപ്പുണ്ട് മനസ്സിൽ...

പിറ്റേന്ന്, സ്വന്തം വീടുപോലെ കഴിഞ്ഞ വേരേങ്ങൽ വീട് വിട്ടിറങ്ങിയ രംഗവും സങ്കട നിർഭരമായിരുന്നു

"വല്ലപ്പഴും ഇതുവഴി വരണം മൂന്നാലു ദെവസം തങ്ങിറ്റ് പോകാം..."

അതു തന്നെ നാരായണിയേച്ചിയും പറഞ്ഞു. കഠിനമായ സങ്കടം ആ മനസ്സിനെയും മഥിച്ചിരുന്നു. മക്കളായ പുഷ്പയും ചെസ്സുകളിയിൽ പലവട്ടം എന്നെ തോൽപിച്ച കുഞ്ഞുമോൻ ബാബുവും നിറഞ്ഞ കണ്ണീരോടെ നിന്നു. അവരെ വാരിപ്പിടിച്ച് മൂർദ്ധാവിൽ മുകർന്നു.

"മക്കളേ... ഞാൻ ഒരു നാൾ തീർച്ചയായും വരും... അന്നും എന്നെ ചെസ്സ് കളിയിൽ..."

അത് കേൾക്കേ ബാബു ഉച്ചത്തിൽ വിതുമ്പി. നാടും നാട്ടു കൂട്ടവും

നെഞ്ചേറ്റി ലാളിച്ച എന്നെ ഒരുപാടു പേർ അനുഗമിച്ചു; കാളികാവ് വരെ. വേരങ്ങൽ വീട്ടിന് മുന്നിൽ റോഡിന് എതിർ വശത്ത് ചായക്കട നടത്തുന്ന കുഞ്ഞലവി എല്ലാവരെയും കാൾ ഉറക്കെ കരയുന്നു. അവൻ ഉറ്റ ചങ്ങാതിയായിരുന്നു. കാളികാവ് വരെ അവൻ കൂടെ വന്നു.

അവൻ പറഞ്ഞു. " മാശേ... ഈടന്ന് നമ്മക്ക് ഒരു പോട്ടം എടുക്കാം..."

അതുപ്രകാരം ഫോട്ടോ എടുത്തു. നീലാഞ്ചേരിയോട് യാത്ര പറഞ്ഞ്കൊണ്ട് വളവു തിരിഞ്ഞെത്തിയ മഞ്ചേരി ബസ്സിൽ കയറി. കുഞ്ഞലവി പെട്ടിയും ബാഗുകളും കയറ്റി തന്നു. ബസ്സ് മുന്നോട്ട് കുതിക്കവേ കൂടി നിന്ന നാട്ടുകാരോട് കൈ വീശി.

പ്രിയപ്പെട്ട നാടേ... വിട... നീ തന്ന സ്നേഹവാത്സല്യങ്ങൾ മറക്കില്ലൊരിക്കലും...

എട്ടിക്കുളം ജി.എം.യു.പി യിൽ

1978 ജൂൺ ഏഴിന് ആണ് പുതിയ സ്കൂളിൽ ജോയിൻ ചെയ്തത്. പയ്യന്നൂർ നിന്ന് ഒരേയൊരു വാൻ ആണ് ആകെയുള്ള യാത്രാ സൗകര്യം. തൃക്കരിപ്പൂർ സ്വദേശിയായ സാത്വികനായ സുബ്ബറാമൻ മാഷാണ് ഹെഡ് മാസ്റ്റർ. പയ്യന്നൂർ നിന്ന് വി എ കഞ്ഞിക്കണ്ണൻ, കെ ദാമോദരൻ (മാടായി) വിജയൻ മാഷ്, ഓമന ടീച്ചർ. ഇവരെല്ലാം ഒമ്പത് മണിയാകുമ്പോൾത്തന്നെ ടൗണിലെത്തും. വാൻ ഒരു പത്തു മിനുട്ടിനകം ആദ്യ ട്രിപ്പിന് റെഡിയാകും. എന്തെങ്കിലും എഞ്ചിൻ തകരാർ വന്നാൽ രാമന്തളി വരെ ജീപ്പിൽ വന്ന് അവിടെ നിന്ന് ഒരു മുക്കാൽ മണിക്കൂർ നടക്കണം. മിക്കപ്പൊഴും ചോറ്റുപാത്രവും പുസ്തകക്കെട്ടുമായി നടന്നു വിയർത്ത് സ്കൂളിലെത്തുമ്പോൾ ക്ലാസ്സു തുടങ്ങിയിട്ടുണ്ടാകും. അവിടെ താമസമാക്കിയ കുഞ്ഞിക്കുട്ടൻ , സുധാകരൻ, സൈമൺ, കുഞ്ഞിമംഗലക്കാരൻ വിജയൻ, എം.ത്രേസ്യ, റോസി, ലീലാമ്മ തുടങ്ങിയവർ കാര്യങ്ങൾ ഭംഗിയായി നടത്തും. തൊട്ടരികിലെ കോമ്പൗണ്ടിലാണ് എട്ടിക്കുളം ഗവ. ഹൈസ്കൂൾ. പരിമിതമായ സൗകര്യങ്ങളും ക്ലാസ്കളുമേ അവിടെയുള്ളൂ.

മുസ്ളീം ഭൂരിപക്ഷമുള്ള പ്രദേശമാണത്. ഏഴാം തരം കഴിഞ്ഞാൽ തുടർവിദ്യാഭ്യാസം പെൺകുട്ടികൾക്ക് കുറവായിരുന്നു. ഏഴ് കഴിഞ്ഞാൽ ആൺകുട്ടികൾ പലരും കച്ചവടത്തിൽ ബാപ്പയെ സഹായിക്കാൻ പോകും. മിക്ക വീടുകളിലേയും ഗൃഹനാഥൻ വർഷങ്ങളായി ഗൾഫു നാടുകളിലായിരുന്നു. മക്കൾക്ക് വലിയ തരത്തിലുള്ള പഠനമൊന്നും ആഗ്രഹമേ ഇല്ലായിരുന്നു. പത്തു പതിനാറു വയസ്സുവരെയുള്ള ആർ

ക്കോ വേണ്ടിയുള്ള പഠനം അല്ലെങ്കിൽ ഏഴു വരെ പഠിച്ച് ഒരു ടി.സി സമ്പാദനം. അത്ര മാത്രമാണ് ലക്ഷ്യം.

കുസൃതിക്കാരായ കുട്ടികളാണ് ഏറെയും. സഹികെട്ട് കർശനമായി ശിക്ഷിച്ചാൽ വരാൻ പോകുന്നത് ചോദ്യം ചെയ്യലുകളുടെ പേമാരിയാകും. എങ്കിലും പരമാവധി സ്നേഹിച്ചും ശിക്ഷിച്ചും തന്നെ പഠനപ്രക്രിയ മുന്നോട്ടു കൊണ്ടു പോയി. (ആ പഴയ കുട്ടികൾ ഇന്ന് എവിടെ കണ്ടാലും കാണിക്കുന്ന ഹൃദയപരമായ അടുപ്പം അവിസ്മരണീയം തന്നെ...)

നാട്ടിൽ വലിയ ആദരങ്ങളൊന്നും അധ്യാപകർ പ്രതീക്ഷിക്കാറില്ല. അവിടെ താമസിച്ചു വരുന്ന അധ്യാപകരുടെ ജീവിതരീതികളും അത്തരം അവമതിപ്പിന് കാരണക്കാരാണ്. ചില അധ്യാപകർ നാട്ടിലെ വാറ്റുകേന്ദ്രത്തിലെ നിത്യ സന്ദർശകരായിരുന്നത്രെ. അത്കേട്ട് ഹെഡ് മാസ്റ്റർ പറഞ്ഞു

"പിന്നെയെങ്ങന കുട്ടികൾ അനുസരിക്കും. അവര് കാണുന്നത് ഇവരെ ഈ കോലത്തിലല്ലേ ?"

പക്ഷേ അവരുടെ വ്യക്തി ജീവിതത്തെ നിയന്ത്രിക്കാൻ അവരനുവദിക്കാറില്ല. അവർ ആ വഴി തന്നെ തുടർന്നു.

മകൻ അനാരോഗ്യമൊന്നുമില്ലാതെ തന്നെ വളർന്നു. വലിയ വാശിയോ കരച്ചിലോ ഇല്ലാത്ത മിതഭാഷിയാണവർ. അവന് പ്രിയേഷ് എന്നു പേരിട്ടു. മൂത്തവൾ പ്രീതയെവീട്ടിനടുത്തു തന്നെയുള്ള അങ്കൻവാടിയിൽ ചേർത്തു. നളിനി അന്നൂർ വീട്ടിലേക്ക് വരാതിരിക്കുവാൻ മകളുടെ അങ്കൻവാടി ഒരു ഹേതുവുമായി. സ്കൂളിൽ പോയി വരാനുള്ള സൗകര്യം കരുതി ഞാനും ഭാര്യാഗൃഹത്തിൽത്തന്നെ താമസമായി. ഒഴിവ് ദിനങ്ങളിൽ മാത്രം അച്ഛനമ്മമാർക്കൊപ്പം കഴിഞ്ഞു. ഭാര്യാഗൃഹവാസത്തിന്റെ പേരിൽ പല കോണിൽനിന്നും പരിഹാസ മുയരുന്നത് ഞാൻ അവഗണിച്ചു.

ഭാഷാധ്യാപക പരിശീലനം

79 ആഗസ്തിൽ ആണ് ഗവ ക്വാട്ടയിൽ നിന്ന് ഭാഷാധ്യാപക പരിശീലനകോഴ്സിന് സെലക്ഷൻ കിട്ടിയത്. 'ഇനി ഏഴു മാസം കോഴിക്കോട് നടക്കാവിൽ പരിശീലനം. ശമ്പളമില്ലാത്ത അവധി. ഹൈസ്കൂൾ അധ്യാപകനാകാനുള്ള യോഗ്യതയാണത്. പോകുന്നതെങ്ങനെ? പോകാതിരിക്കുന്നതെങ്ങനെ? അച്ഛനും ഞാനും തലപുകഞ്ഞാലോചിച്ചു. ഏട്ടന് കത്തയച്ചപ്പോൾ മറുപടി നിരാശയായിരുന്നു. ഒടുവിൽ വീ

ട്ടുപറമ്പിലെപതിമൂന്ന് കായ്ക്കുന്ന തെങ്ങു പാട്ടം കൊടുത്തു. അതിനു വില പേശാൻ നിന്നില്ല.കിട്ടിയ 400 ക അച്ഛൻ ഏൽപിച്ചിട്ടു പറഞ്ഞു.

"എടോ... കിട്ടുന്നതിൽ നിന്ന് എന്തെങ്കിലും അയച്ച് തരാം... എല്ലാറ്റിനും പെരുമാള് വഴി കാട്ടും. ധൈര്യായി പോയ്ക്കോളൂ."

ആ 400രൂപയുമായി കോഴിക്കോട്ടേക്ക് വണ്ടി കയറി. പിറ്റേന്നു തന്നെ ചേർന്നു. മലയാളവിഭാഗം ആന്റണി സർ, സാമൂഹ്യപാഠം ശ്രീധരൻ സാർ, മനശ്ശാസ്ത്രം പിള്ള സർ.

വീണ്ടും ബാല്യമെന്ന് പറഞ്ഞ പോലെ അനുസരണ ശീലമുള്ള വിദ്യാർത്ഥി. താമസിക്കാൻ ദിനേശനും വെറ്റിലപ്പാറ ജോസും കഴിയുന്ന മെഡിക്കൽ കോളജിനടുത്ത ബേക്കറിക്ക് മേലേ മുറിയിൽ. രണ്ടു ബെഞ്ചു കട്ടിൽ. അതിനിടയിൽ ഒന്ന് എനിക്കും. പകൽ ബേക്കറിപ്പുക വരും. അപ്പോൾ ഞങ്ങൾ നടക്കാവിലെ ക്ളാസ്സിലാണല്ലോ? സുഖം. പക്ഷെ മൂന്നു നേരം ഭക്ഷണം കഴിക്കണം. വാടകയിനത്തിൽ ഉടമയ്ക്ക് 150 കൊടുത്തു. ബാക്കിയുള്ളതുകൊണ്ട് എത്ര പിടിച്ചു നിൽക്കും...?

ആദ്യ പീരിയഡ് ആന്റണി സാറിന്റെ മലയാള പഠന രീതിയാണ്. ക്ലാസ്സു തീരാറാവുമ്പോഴാണ് പോസ്റ്റുമാൻ വരിക. ഓരോരുത്തർക്കും മണിയോർഡർ വന്നത് ആന്റണി സാർ വിളിച്ച് പുറത്തേക്ക് വിടും. ഒന്നരമാസം കഴിഞ്ഞിട്ടും എനിക്ക് മണിയോർഡർ ഒന്നും വന്നില്ല. അങ്ങനെ ഒരേയൊരാളേയുള്ളൂ എന്ന് സാറിനറിയാമായിരുന്നു. കയ്യിലെ കാശെല്ലാം കഴിഞ്ഞു. ജോസ് കടം തന്ന .150 രൂപയും കഴിഞ്ഞു. അപ്പോഴാണ് മുമ്പ് ഇതേ പരിശീലനത്തിന് വന്ന ഉറ്റമിത്രത്തെ സഹായിച്ചത് ഓർത്തത്. രാത്രിത്തന്നെ അയാൾക്കെഴുതി. ഉച്ചയ്ക്ക് ഭക്ഷണം കഴിച്ച് ക്ലാസ്സിലിരിക്കും. രാത്രി ഷർട്ട് അഴിച്ചാണ് ഉറങ്ങുന്നത്. നീ ഇപ്പോൾ അധ്യാപക നിയമനം നേടിയില്ലേ..?

ആ കത്തിന് ഒരു മറുപടി പോലും തന്നില്ല. കുടുംബ പ്രാരാബ്ധത്തിനിടയിൽ ഒന്നും ചെയ്യാനാകാത്തതു കൊണ്ടാകാം അതല്ലങ്കിൽ പുതുവഴി തേടാൻ എനിക്കു തുറക്കുന്ന വാതായനമാകാം... ദിനേശനാണ് കുന്ദമംഗലം ട്യൂട്ടോറിയലിൽ ഒരു മലയാളം മാഷിനെ ആവശ്യമുണ്ടെന്ന് അറിയിച്ചത്. പിറ്റേന്ന് ആന്റണി സാറിന്റെ പീരിയഡു കഴിഞ്ഞ ഉടനെ ഞാൻ പുറത്തിറങ്ങി. കുന്ദമംഗലം ബസ്സു പിടിച്ച് ആ ട്യൂട്ടോറിയൽ കണ്ടെത്തി.

ചെറുപ്പക്കാരനായ പ്രിൻസിപ്പാൾ ഡേവിഡ് സ്വീകരിച്ചിരുത്തി.

"സാറെ .... പിള്ളേര് വിളഞ്ഞ വിത്തുകളാ. അവർക്ക് ക്ലാസ്സിഷ്ടമായാൽ സാറ് മൂന്ന് ദിവസം രണ്ടു മണിക്കൂർ വീതം വന്നേച്ചാ മതി... വാ

ക്ലാസ്സിൽ പോകാം."

നാലഞ്ചു വർഷത്തെ ട്യൂട്ടോറിയൽ അനുഭവങ്ങൾ ഉള്ള എനിക്ക് നല്ല ആത്മവിശ്വാസമായിരുന്നു. നളചരിതം ആട്ടക്കഥയാണ് പാഠ്യഭാഗം... നളന്റെയും ദമയന്തിയുടെയും പ്രണയപാരവശ്യം നന്നായാസ്വദിച്ച ആ കൗമാരക്കാർക്ക് എളുപ്പത്തിൽ ഞാൻ പ്രിയങ്കരനായി. മണിക്കൂറിന് 20 ക തോതിൽ ആഴ്ചയിൽ 120 രൂപ വരുമാനം ഉറപ്പാക്കി. എന്റെ ഒന്നാം പിരിയഡ്ന് ശേഷമുള്ള മതിൽചാട്ടം ആന്റണി സാറിന്റെ ശ്രദ്ധയിൽ പെട്ടു, ഒരുനാൾ. കാര്യങ്ങൾ ചോദിച്ചറിഞ്ഞപ്പോൾ "ശരി... മൂന്നു ദിവസമല്ലേ.. അതും രണ്ടു മണിക്കൂർ വീതം... മറ്റാരും അറിയണ്ട..."

സുഖകരമായി ജീവിക്കാൻ പറ്റിയ വഴി ഞാൻ കണ്ടെത്തിയ മാർഗ്ഗം അച്ഛന്ന് എഴുതി...

"മോനേ..... പെരുമാളെ കടാക്ഷം കൊണ്ട് നീ രക്ഷപ്പെടുമെന്ന് മനസ്സു പറഞ്ഞിരുന്നു. സരസ്വതീകടാക്ഷം നിനക്കു നല്ലോണ മുണ്ടല്ലോ? പയ്യന്നൂർ വീട്ടിൽ പറ്റാവുന്ന വിധം ചെലവിന് കൊടുക്കുന്നുണ്ട്. അതോർത്ത് വേവലാതി വേണ്ട... ഒരു അഞ്ച് മാസം പിടിച്ച് നിന്നാ മതിയല്ലോ..."

തൊട്ടടുത്ത സപ്തമ്പർ ഒമ്പതിന്ന് ഏട്ടൻ ലീവിൽ വരുന്നുണ്ടെന്നും രാവിലെ 9 മണിക്ക് കോഴിക്കോട് റെയിൽവേ സ്റ്റേഷനിൽ വരണമെന്നും അദ്ദേഹം എഴുതിയിരുന്നു. അതുപ്രകാരം അവിടെ നേരത്തെ എത്തി കാത്തിരുന്നു. ഏട്ടൻ 300 ക കയ്യിൽത്തന്നു.

എല്ലാം കൂടി പഠനം ഭംഗിയായി. പരീക്ഷക്കാലം വന്നു. ഒരാഴ്ച ലീവ് കിട്ടി. വീട്ടിലക്ക് വന്നു. പരാതികളും പരിഭവങ്ങളും മുന്നിൽ കുമിഞ്ഞു വീണു. തളർന്നില്ല. മുന്നിൽ പരീക്ഷ എന്ന കടമ്പയാണ്. ഡിപ്പാർട്ട്മെന്റ് വഴി തന്നെ ഹൈസ്കൂൾ അധ്യാപകനാകേണ്ട വഴി തുറക്കുന്ന പരീക്ഷ. ഒന്നും ശ്രദ്ധിച്ചില്ല. പരീക്ഷയല്ലാതെ. വളരെ ഭംഗിയായി ആറു പരീക്ഷയും എഴുതി. തിരികെ മെയ് മൂന്നിന്ന് എട്ടിക്കുളത്ത് തിരിച്ചെത്തി, ജോയിൻ ചെയ്തു.

ജൂൺ 9 ന് പരീക്ഷാഫലം വന്നു. നല്ല മാർക്ക് നേടി വിജയിച്ചിരിക്കുന്നു. പിന്നെ താമസിച്ചില്ല. എന്നെ കണ്ണാടിപ്പറമ്പ് ഗവ: ഹൈസ്കൂൾ മലയാള അധ്യാപകനായി നിയമന ഉത്തരവും വന്നു. ജൂൺ 14 ന്ന് ഹൈസ്കൂൾ അധ്യാപകനായി പുതിയ സ്കൂളിലെത്തി .. വളരെ സാത്വികനായ ജ്യേഷ്ഠ സഹോദര സ്നേഹം തൂകുന്ന മയ്യിലെ കെ.പി. ബാലകൃഷ്ണൻ നമ്പ്യാരാണ് ഹെഡ് മാസ്റ്റർ. പുതിയ ഹൈസ്കൂളാ

ണ്. കെട്ടിടം പണി തുടങ്ങിയിട്ടേയുള്ളു. അതുവരെ നെയ്ത്തുശാലയാണ് പാഠശാല. ഇസ്മയിൽ മാഷ്, രാമദാസ് മാസ്റ്റർ., ശ്രീധരൻ മാഷ്, ജയരാജൻമാഷ്, പിന്നെ നാലു ലേഡി ടീച്ചർമാർ. പരിമിത സൗകര്യമേയുള്ളു. ജീവിതത്തിലെ വലിയൊരു സ്വപ്നമാണ് സഫലമായത്. അതെ ഒരു മലയാളം അധ്യാപകൻ. വാസ്തവത്തിൽ പൊരുതി നേടിയ വലിയ നേട്ടം.

വീട്ടിന്നടുത്ത യു.പി അധ്യാപകനായി കഴിയേണ്ടവന് വല്യ മാഷാവാനാത്രെ പൂതി എന്ന് കേൾക്കാതെയും കേൾപ്പിച്ചും പറഞ്ഞവർക്കുള്ള മറുപടിയായിരുന്നു ആ സ്ഥാനലബ്ധി.

അതിനിടയിലാണ് ഇളയ മകൻ പിറന്നത്. പ്രശാന്ത്. എല്ലാം കൊണ്ടും ആഹ്ളാദം നിറഞ്ഞ നാളുകൾ. നമുക്ക് മൂന്നു മക്കൾ മതി എന്ന തീരുമാനം അന്ന് ആശുപത്രിയിൽ നടപ്പിലാക്കുകയും ചെയ്തു.

രാമന്തളി ജിഎച്ചിലേക്ക്

ഒന്നരക്കൊല്ലമേ കണ്ണാടിപ്പറമ്പിൽ ജോലി ചെയ്തുള്ളു. അവിടെ നിന്നാണ് രാമന്തളി ഗവ: ഹൈസ്കൂളിലേക്ക് സ്ഥലംമാറ്റം നേടിയത്. ഡോ.എം വി വിഷ്ണുനമ്പൂതിരി സർ, കൃഷ്ണൻനായർ മാഷ്, കൃഷ്ണൻ മാഷ് എന്നീ പ്രഗൽഭ മലയാള അധ്യാപകരൊപ്പമാണ് അധ്യാപനം. അതുകൊണ്ടു തന്നെ ജോലി കുറ്റമറ്റതാക്കാൻ പരമാവധി ശ്രദ്ധിച്ചു. വിഷ്ണു മാഷാണ് മലയാളം എം എ. പരീക്ഷയെഴുതാൻ പ്രേരണ നൽകിയത്. അതിന്റെ സിലബസ്സ് എത്തിച്ചു നൽകിയതും അദ്ദേഹം തന്നെയായിരുന്നു. ജനാർദ്ദനൻ മാഷ്, വിനയൻമാഷ്, ചിത്രാധ്യാപകൻ കുഞ്ഞമ്പു മാഷ്, മലയാളത്തിന്റെ മറ്റൊരധ്യാപകൻ ഗോവിന്ദൻ മാഷ്, കാഞ്ചന ടീച്ചർ, ശൈമി ടീച്ചർ അടക്കം അധ്യാപകരുടെ നീണ്ട ഒരു നിര തന്നെ അന്നവിടെയുണ്ടായിരുന്നു. അവർക്കിടയിൽ സാഹിത്യ പ്രവർത്തനം കൊണ്ടും അധ്യാപന രംഗത്തെ മേന്മ കൊണ്ടും തൂലികാനാമമായ കരിപ്പത്തിന്ന് പല കാര്യങ്ങളിലും മുൻ ഗണനയുണ്ടായിരുന്നു. പ്യൂൺ ദാമോദരൻ ഒന്നാന്തരമായി കെ.പി.എസി നാടകഗാനങ്ങൾ ആലപിക്കുമായിരുന്നു. സ്കൂൾയുവജനോത്സവങ്ങളിൽ ഇടവേളകളിലെ ആ നല്ല പാട്ടുകാരനെ മറക്കാനാകില്ല.

പരിയാരം ഗവ എച്ച് എസ്

ഏഴിമല നേവൽ അക്കാദമി പ്രഖ്യാപിക്കപ്പെടുകയും ത്വരിത ഗതിയിൽ സ്ഥലമെടുപ്പ് ആരംഭിക്കുകയും ചെയ്തതോടെ ജൂനിയർ അധ്യാപകരായ ഞങ്ങൾ നാലുപേർക്ക് സ്ഥലം മാറ്റം വരുമെന്ന് ഉറപ്പായി. പ്ര

തീക്ഷിച്ച പോലെ എനിക്ക് പരിയാരം ഗവ: എച്ച് എസ്സിലേക്കാണ് നിയമനം. തലശ്ശേരിക്കാരനായ കെ. പി. രാമു മാഷാണ് എച്ച്.എം.

ആ കാലയളവിൽ കവി എന്നനിലയിലും കാഥികൻ എന്ന നിലയിലും വ്യാപകമായി അറിയപ്പെട്ടിരുന്നു. മലയാളസാഹിത്യം, മംഗളം, മാതൃഭൂമി ആഴ്ചപ്പതിപ്പ് തുടങ്ങിയ ആനുകാലികങ്ങളിൽപരിചിത മുഖമായി മാറിയിരുന്നു.

ജോസഫ് മാഷ്. ബാലൻ മാഷ്, വേണുമാഷ്., ഗോവിന്ദൻ മാഷ് , സുകു ബാലകൃഷ്ണൻ മാഷ്, ചവിണിയൻ മാഷ്, രാഘവൻ മാഷ്., കൃഷ്ണൻ മാഷ്, ഹിന്ദി ഗോവിന്ദൻ മാഷ്, പത്മനാഭൻ മാഷ്. ദാമോദരൻമാഷ് തുടങ്ങി ആത്മസമർപ്പണ ബുദ്ധിയുള്ള അധ്യാപകരുടെ നീണ്ട നിര തന്നെ അവിടെയുണ്ടായിരുന്നു. സ്കൂളിന്റെ പുരോഗതി കാംക്ഷിക്കുന്ന പ്രസിദ്ധ സി പി ഐ നേതാവും ഗുരുതുല്യനുമായ പരിയാരം കിട്ടേട്ടൻ എന്നും കാണാനെത്തും. മൂത്രപ്പുര കെട്ടാൻ പരിയാരം സഹകരണ ബാങ്കിൽ നിന്ന് വ്യക്തിഗത ലോൺ വാങ്ങി അത് ഭംഗിയായി നിർവ്വഹിച്ച സ്വാതന്ത്ര്യസമര നേതാവു കൂടിയായിരുന്നു കിട്ടേട്ടൻ. അനുജൻ നാരായണൻ എം എൽ എ അന്തരിച്ചതോടെ സ്കൂളിന്റെ പേർ കെ കെ എൻ പരിയാരം ഗവ: എച്ച് എസ് എന്ന് പുനർ നാമകരണം ചെയ്തു. അദ്ദേഹവും സ്കൂളിന് വേണ്ടി ഒരു പാട് ത്യാഗങ്ങൾ സഹിച്ചിരുന്നു. സംസ്ഥാന തലത്തിൽ കവിതക്ക് രണ്ടു വട്ടം ഒന്നാം സ്ഥാനം ലഭിച്ചപ്പോൾ സ്ക്കൂളിൽ സഹപ്രവർത്തകർ സ്വീകരണം നൽകിയത് ഓർക്കുന്നു. മുൻകൈ എടുത്ത കിട്ടേട്ടൻ അന്ന് പറഞ്ഞു.

“ആർ സി കരിപ്പത്ത് മാഷ് നമ്മുടെ സ്കൂളിനു മാത്രമല്ല പ്രസിദ്ധി നേടിത്തരുന്നത്. കേരളം മുഴുവൻ കാതോർക്കുന്ന എഴുത്തുകാരനാകും ഇദ്ദേഹം. ഇക്കാര്യത്തിൽ എനിക്കു തെല്ലും സംശയമില്ല.”

അന്ന് കിട്ടേട്ടൻ നൽകിയ ഊർജമാണ് എം എ മലയാളം പരീക്ഷ എഴുതാനും കേരള യൂണിവേഴ്സിറ്റിയിൽ നിന്ന് ക്ലാസ്സ് മാർക്കോടെ ഈ പ്രൈവറ്റ് വിദ്യാർത്ഥിക്ക് പാസ്സാവാനും സാധിച്ചത്. ബി എ പരീക്ഷ എഴുതുമ്പോഴും എം എ പരീക്ഷ എഴുതുമ്പോഴും എനിക്ക് കൂട്ടായി നിന്ന എന്റെ പ്രിയപ്പെട്ട അച്ഛൻ ഒരുക്കിത്തന്ന സൗകര്യങ്ങളും പ്രോത്സാഹനങ്ങളുമില്ലായിരുന്നെങ്കിൽ ഞാൻ ഒരു എൽ പി അധ്യാപകനായിത്തന്നെ അടുത്തൂൺ പറ്റി പിരിഞ്ഞേനേ. അച്ഛൻ ചങ്ങാതിയായും രക്ഷിതാവായും ശിക്ഷിതാവായും നല്ല ഗുരുനാഥനായും എന്നും എനിക്കൊപ്പമുണ്ടായിരുന്നു.

കക്ഷി രാഷ്ട്രീയത്തിന്റെ പേരിൽ എന്റെ ശിഷ്യനും പുതുതായി നിയമനം കിട്ടി വന്ന അധ്യാപകനുമായ ഗോപിനാഥനെ കരുതിക്കൂട്ടി താറടിക്കാൻ അദ്ദേഹത്തിന്റെ വർഷാന്തപ്പരീക്ഷയുടെ പേപ്പർ കെട്ട് ചാരായ ഷാപ്പിൽ നിന്ന് കണ്ടു കിട്ടിയതായി പത്രവാർത്ത വന്നതും അതിന്റെ നിജസ്ഥിതി വെളിപ്പെടുത്താൻ ഞാൻ നടത്തിയ അന്വേഷണം സഫലമായതും നിയമസഭയിൽ പ്രതിപക്ഷ ചോദ്യങ്ങൾക്ക് ഉത്തരം നൽകിയതുമെല്ലാം പരിയാരം ചരിത്രമാകുന്നു. ആ മൂന്നു വർഷത്തിനകത്ത് മലയാളത്തിലെ ശ്രദ്ധേയനായ കവിയായും കഥ, ഫീച്ചർ എഴുത്തുകാരനായും മാറുവാൻ കഴിഞ്ഞു. സംസ്ഥാനതലത്തിൽ യുവകലാസാഹിതി സംഘടിപ്പിച്ച 1981 ലെ കവിതാ സമ്മാനം, ചാരുംമൂട് സാഹിത്യ വേദിയുടെ കഥാ പുരസ്ക്കാരം എന്നിവ നേടിയ എനിക്ക് ജനയുഗം വാരിക സ്വാതന്ത്ര്യ സമര സേനാനികളുടെ മുഖാമുഖം തയ്യാറാക്കാൻ കരാർ തരികയുണ്ടായി. ഒന്നരക്കൊല്ലം തുടർന്നു ആ ലേഖനപരമ്പര. പേര് അച്ചടിച്ചു കാണുകയല്ലാതെ തപാൽച്ചെലവ് പോലും തരാൻ അവർക്ക് പാങ്ങില്ലായിരുന്നു. ഒരർത്ഥത്തിൽ യുവകലാ സാഹിതിയുടെ കണ്ണൂർ ജില്ലാ സെക്രട്ടറിയാകാനും എൻ സി മമ്മൂട്ടി എന്ന സി പി ഐ നേതാവിന്റെ സ്നേഹ വാത്സല്യങ്ങൾ നേടാനും എം എം രാഘവൻ, രത്നകുമാർ, സി എച്ച് വത്സലൻ തുടങ്ങിയവരുടെ സൗഹൃദങ്ങൾ നേടാനും സാഹിതി സംസ്ഥാന പ്രസിഡണ്ട് നോവലിസ്റ്റ് സി. രാധാകൃഷ്ണൻ കഥാകാരന്മാരായ ഒട്ടേറെപ്പേരെ സാഹിത്യ ക്യാമ്പുകളിൽ പരിചയപ്പെടാനും സാഹിതീ ബന്ധം വഴി സാധിച്ചു. ഏഴു നാൾ നീണ്ടുനിന്ന ചലച്ചിത്ര ക്യാമ്പ് സംഘടിപ്പിക്കാനും അടൂർ, ടി വി ചന്ദ്രൻ തുടങ്ങിയ പ്രസിദ്ധരെ പങ്കെടുപ്പിക്കാനും സാധിച്ചത് സൗഹൃദവലയം വിപുലമാക്കുവാൻ സഹായകമായി. മൂന്നു വർഷത്തിന് ശേഷം കരിവെള്ളൂർ എവി എസ് ജി എച്ച്എസ്സിലേക്ക് സ്ഥലം മാറ്റം കിട്ടി. കിട്ടേട്ടൻ അടക്കമുള്ള പലരും അത് തീരെ പ്രതീക്ഷിച്ചിരുന്നില്ല. എങ്കിലും ഗംഭീരമായ ഒരു യാത്രയയപ്പുതന്നെ സംഘടിപ്പിക്കപ്പെട്ടു.

സാഹിതീയം

ഐതിഹാസികമായ കരിവെള്ളൂർ സമരകഥയിലെ നായകൻ എ വി.കുഞ്ഞമ്പുവിന്റെ പേരോടു കൂടി അറിയപ്പെടുന്ന എ. വി. സ്മാരക ഗ വ: ഹൈസ്കൂളിലേക്ക് ട്രാൻസ്ഫർ കിട്ടുമ്പോൾ അതിയായ സന്തോഷ മായിരുന്നു. എല്ലാ വർഷവും എസ്.എസ്.എൽ.സി പരീക്ഷയിൽ നൂറു ശതമാനം വിജയം നേടുന്ന അപൂർവ്വം സർക്കാർ വിദ്യാലയങ്ങളിൽ ഒ ന്നായിരുന്നു അത്. മോഡൽ പരീക്ഷയ്ക്കു മുമ്പെ പിന്നോക്കം നിൽക്കു ന്ന കുട്ടികളെ പ്രത്യേക ബാച്ചാക്കി തീവ്രപരിശീലനം നൽകിയിരുന്ന, രാത്രികാല ക്ലാസ്സുകൾ സംഘടിപ്പിച്ചിരുന്ന കണ്ണൂർ ജില്ലയിലെതന്നെ ഏ റ്റവും നല്ല വിദ്യാലയത്തിലെത്തുമ്പോൾ ചരിത്രമുറങ്ങുന്ന ഗ്രാമ ചേത ന കൈമാടി വിളിക്കുന്ന അനുഭൂതിയായിരുന്നു. പ്രസിദ്ധ മലയാള അ ധ്യാപകൻ പൊന്നൻ കണ്ണൻ മാഷിന്റെ വിരമിച്ച ഒഴിവിലേക്കാണ് ഞാൻ നിയമിതനായിരിക്കുന്നത് എന്ന ബോധ്യം കൂടുതൽ ചുമതലാബോധം എന്നിലുളവാക്കി.

അന്ന് കെ. കരിവെള്ളൂർ എന്ന തൂലികാനാമത്തിൽ അറിയപ്പെട്ടിരു ന്ന കുഞ്ഞപ്പൻമാഷ്, കെ.വി.ആർ എന്ന പേരിൽ പ്രസിദ്ധിനേടിയ കുടു ക്കേൻ രാഘവൻ മാഷ് എന്നീ എഴുത്തുകാർക്കൊപ്പം കവിയായി അറി യപ്പെട്ട എനിക്കും മാന്യമായ സ്ഥാനം നേടാൻ കഴിഞ്ഞു. ഒന്നാന്തരം സഹൃദയരായ ജയപ്രകാശൻ മാഷ്, വിവി ഭാസ്ക്കരൻ മാഷ്, പരമ ര സികനായ ശങ്കരൻ നമ്പൂതിരി, അകാലത്തിൽ അന്തരിച്ച പി.സുബ്രഹ്മ ണ്യൻ, രാധാമണി ടീച്ചർ, മണി ടീച്ചർ, കെ വി കുഞ്ഞിരാമൻ മാഷ്, ഹി ന്ദി അധ്യാപകൻ കെ.രാമകൃഷ്ണൻ മാസ്റ്റർ എന്നിവരും വിപുലമായ സൗഹൃദം പുലർത്തിയിരുന്നു.

അധ്യാപന കാര്യത്തിലായിരുന്നു ആർക്കും ആദ്യന്ത പരിഗണന. കെ.ജി കൊടക്കാട്, ഗോപി മാഷ് , പി രാമചന്ദ്രൻ മാഷ്, കെ. ഇ. രാമച ന്ദ്രൻ മാഷ് എന്നിവരും കണക്ക് അധ്യാപകനായ പിള്ള മാഷ്, എൻ.വി നാരായണൻ മാഷ്, ജയരാജൻമാഷ്, വിനയൻ മാഷ്, എം.വി. ചന്ദ്രൻമാഷ്

എന്നിവരും ഓർമ്മയിൽ ഓടിയെത്തുന്നു. വിദ്യാലയത്തിന്റെ പരീക്ഷാ സംഘാടനത്തിലും മറ്റേതു പൊതുപ്രവർത്തനങ്ങളിലും കൈ മെയ് മറന്ന് ഇറങ്ങി പ്രവർത്തന നിരതനാവുന്ന പി. വി. കുഞ്ഞിക്കണ്ണൻ എന്ന സാമൂഹ്യ ശാസ്ത്ര അധ്യാപകൻ സ്കൂളിലെ സ്റ്റാഫ് സിക്രട്ടറി മാത്രമായിരുന്നില്ല, സ്കൂളിന്റെ ഏതു പരിപാടി ആയാലും അത് ഗംഭീര വിജയമാക്കാനും അദ്ദേഹം പ്രാപ്തനായിരുന്നു. മിക്ക പരിപാടികൾക്കും ആങ്കറിങ്ങ് നിർവഹിച്ചിരുന്നത് അദ്ദേഹമായിരുന്നു. മലയാള അധ്യാപകനെങ്കിലും ജ്യോതിർഗോള വിജ്ഞാനീയ ചതുരനായ കെ ജി എന്ന കെ ഗംഗാധരൻ മാഷ് സ്കൂളിന്റെ സ്വകാര്യ അഹങ്കാരമായിരുന്നു. സ്റ്റാഫ് റൂമിനെ ഫലിതമയമാക്കുന്ന മാണിയാട്ട്കാരൻ പി വി ബാലൻ, രസികനായ സി പത്മനാഭൻ മാഷ്, വെള്ളൂർ രമേശൻ മാഷ്, ടി.വി.ഡി. എന്ന ദാമോദരൻ മാഷ് തുടങ്ങി അധ്യാപകരുടെ ഒരു നീണ്ടനിര തന്നെ അവിടെയുണ്ടായിരുന്നു. സുകുമാരൻ പെരിയച്ചൂർ എന്ന സാമൂഹ്യ ശാസ്ത്ര അദ്ധ്യാപകൻ വന്നു ചേർന്നതോടെ കുട്ടികൾക്കിടയിൽ ഉണ്ടായ ഉണർവ്വ് നിർവചനാതീതമായിരുന്നു. എന്നും അതിരാവിലെ എത്തി പ്രത്യേക ക്ലാസ്സുകൾ അദ്ദേഹം സംഘടിപ്പിക്കുമായിരുന്നു. എഴുത്തുകാരൻകൂടിയായ അർപ്പണബോധമുള്ള ഈ അധ്യാപകൻ സ്കൂളിന്റെ പാഠ്യ പാഠ്യേതര പ്രവർത്തനങ്ങളെ ഉത്സവമയമാക്കി. കുട്ടികൾക്കിടയിൽ അവരുടെ മതിപ്പ് വേണ്ടുവോളം നേടിയ ഉത്തമ അധ്യാപകനായിരുന്നു സുകുമാരൻ പെരിയച്ചൂർ.

മികച്ച വിജയം നേടിയ വിദ്യാലയത്തിൽ ആ വർഷം മുതലുള്ളനൂറു ശതമാനവിജയത്തിൽ അഭിമാനകരമായ പങ്കുവഹിക്കുവാൻ എനിക്കും കഴിഞ്ഞു. പ്ലസ്ടൂ വിലേക്ക് സ്ഥാനക്കയറ്റം കിട്ടിയതോടെ അവരുടെ സാഹിത്യവാസന പ്രകടമാക്കാൻ മൂന്നു വർഷത്തിനിടയിൽ മൂന്ന് മാസികകൾ ഇറക്കാൻ കഴിഞ്ഞു. കുട്ടികളുടെ രചനകൾക്കാണ് അതിൽ മുൻഗണന നൽകിയത്. എഴുത്തുകാരൻ എന്ന നിലയിൽ അവിടെ പ്രത്യേക വാത്സല്യവും പരിഗണനയും കിട്ടിയിരുന്ന ഞാൻ ലൈബ്രേറിയൻ ആയിരുന്നു. അതിനകത്ത് വായനയുടെ സ്വർഗ്ഗം സൃഷ്ടിച്ചു കഴിഞ്ഞു കൂടുകയാണ് എന്റെ പതിവ്. കരിവെള്ളൂർ കാലഘട്ടത്തിൽ ആണ് ധാരാളമായി എഴുതിയത്. വാരികകളിൽ ലേഖനങ്ങളും കവിതകളും എഴുതി വ്യാപകമായസഹൃദയ പ്രശംസ നേടുവാനും, നേടിയ സമ്മാനങ്ങളിൽ പൊതുവേദികളിൽ സ്വീകരണം നേടാനും സാധിച്ചു. ജനയുഗം വാരിക, ദേശാഭിമാനി വാരിക. കലാലയം മാസിക, കലാകൗമുദി, കേരള ശബ്ദം, മാതൃഭൂമി എന്നീ ആഴ്ചപ്പതിപ്പുകളിലെല്ലാം ശ്രദ്ധേയനായ എഴുത്തുകാരൻ ആവുകയും അനേകം സാഹിത്യ ക്യാമ്പുകളിൽ പങ്കെടുക്കാ

നും അവസരം ഉണ്ടായി.

കഥാ പ്രസംഗ രംഗം

നീലാഞ്ചേരിയിൽ വെച്ച് തുടക്കം കുറിച്ച കഥാ പ്രസംഗം പ്രത്യേക ട്രൂപ്പ് സംഘടിപ്പിച്ച് അവതരിപ്പിക്കാൻ തുടങ്ങി. കഥാ പ്രസംഗം എന്ന കലാരൂപം ഉത്തരകേരളത്തിന്റെ അനേകം ഗ്രാമോത്സവങ്ങളിൽ അവതരിപ്പിക്കാൻ സാധിച്ചു. വേളാർകോട് ചെമ്മരുത്തി എന്ന കതിവനൂർവീരൻ കഥ എഴുപതിലേറെ വേദികളിൽ അവതരിപ്പിച്ചിരുന്നു. മതിലേരി കന്നി, മാർക്കണ്ഡേയൻ, ഭീഷ്മ പിതാമഹൻ, കണ്ണകി, പയ്യമ്പള്ളിചന്തു, ത്യാഗ ശില തുടങ്ങിയ കഥകൾ പ്രേക്ഷക മനമറിഞ്ഞ് തയ്യാറാക്കാൻ പരിപൂർണ്ണമായി പ്രയത്നിച്ചിരുന്നു. കെടാമംഗലത്തിന്റെ രമണനും കാഥിക സമ്രാട്ട് സാംബശിവന്റെ അനീഷ്യാ, നല്ല ഭൂമി എന്നിവയായിരുന്നു മനസ്സു നേടിയ മാതൃക. പിന്നണിയിൽ പാടുവാൻ കുമാരി ഭാർഗ്ഗവി പിലിക്കോട്, പിന്നീട് എം. പ്രസന്ന എന്നിവരായിരുന്നു. ഹാർമോണിയം ആദ്യകാലത്ത് കരിവെള്ളൂർ ഇ ബാലനും പിന്നീട് കരിവെള്ളൂർ എ ബാലകൃഷ്ണനുമായിരുന്നു. തബല തമ്പാൻ മാണിയാട്ടെന്ന വിദഗ്ദ്ധനായിരുന്നു. ചിലപ്പോൾ കരിവെള്ളൂർ വിജയനായിരുന്നു. തങ്കച്ചൻ ഗിത്താറിൽ വിസ്മയങ്ങളൊരുക്കുമായിരുന്നു. ആറ് കൊല്ലത്തിലേറെ കാഥികനായി നേടിയ മധുരവും കയ്പുമായ അനുഭവങ്ങളാണ് പിൽക്കാലത്ത് പൊതുവേദികളിലെ മുഖ്യ പ്രാസംഗികനായി മാറുവാൻ സാധിച്ചത്.

അന്ന് എഴുതിത്തുടങ്ങുന്ന സാഹിതീ ഭക്തന്മാർക്ക് അവിസ്മരണീയമായ പേരാണ് കുമാരേട്ടൻ. പിൽക്കാലത്ത് പ്രസിദ്ധ എഴുത്തുകാരായി മാറിയ പയ്യന്നൂർ സതീശ്ബാബു, വി.വി. പ്രഭാകരൻ, വി.പി മനോഹരൻ തുടങ്ങിയവരുംശങ്കരൻ കോറോം, പയ്യന്നൂർ പി ആനന്ദ് തുടങ്ങി ഒട്ടേറെപ്പേർ സന്ധിക്കുന്ന ഇടമായിരുന്നു ആ കട. എഴുത്തുകാർ കൂടിച്ചേരുന്ന ഒരു സങ്കേതമായിരുന്നു പയ്യന്നൂർ പഴയ ബസ് സ്റ്റാൻഡിനടുത്ത വിവി കുമാരേട്ടന്റെ പുസ്തകപ്പീടിക. അനേകം പേരെ ആകർഷിക്കുന്ന ധാരാളം ആനുകാലികങ്ങൾ വരുത്തുമായിരുന്ന അദ്ദേഹം നല്ല വായനക്കാരൻ മാത്രമല്ല, താല്പര്യമുള്ളവരെ എഴുതാൻ പ്രേരിപ്പിക്കുക കൂടി ചെയ്തിരുന്നു. ആനുകാലികങ്ങൾ ആർക്കും വായിക്കാനെടുക്കാം. വിഷയങ്ങൾ ചർച്ച ചെയ്യാം. ഇത്തരം സാഹിതീ കൗതുകമുള്ളവരെ സംഘടിപ്പിച്ചു കൊണ്ടാണ് പയ്യന്നൂരിൽ യുവ കലാസാഹിതിയുടെ പുതിയ ഒരു യൂണിറ്റ് സംഘടിപ്പിച്ചത്. മന്ദ്യത്ത് സുകുമാരൻ, തമ്പാൻ തായിനേരി, ജനൻ അന്നൂർ, പപ്പൻ കുഞ്ഞിമംഗലം, പപ്പൻ എടാട്ട്, തൃക്കരിപ്പൂർ വേണു, പപ്പൻ ചെറുതാഴം എന്നിവരെല്ലാം ഒന്നു ചേർന്ന വേദിയായിരു

ന്നു അത്. സ്വാതന്ത്ര്യ സമര സേനാനിയും കവിയുമായ കെ വി ശേഖര പ്പൊതുവാൾ ഞങ്ങൾക്ക് മാർഗ ദർശകനായിരുന്നു. അന്നത്തെ അനേകം കവിയരങ്ങുകളിൽ ഞങ്ങൾ സജീവ പങ്കാളികളായിരുന്നു

ഗദ്ദിക മാസികയും സാഹിത്യ പ്രവർത്തനവും

ഇക്കാലത്താണ് തലശ്ശേരിക്കാരൻ മൂർക്കോത്ത് രഞ്ചിത്ത്, പയ്യന്നൂർക്കാരൻ മന്ദ്യത്ത് സുകുമാരൻ പിന്നെ ഞാനും ചേർന്ന് ഒരു പുതിയ സാഹിത്യ മാസിക തുടങ്ങാൻ പദ്ധതിയിട്ടത്. അന്ന് നല്ലൊരു ടൈറ്റിൽ കിട്ടാൻ വേണ്ട പരിശ്രമം നടത്തിയത് എം പിയായിരുന്ന എൻ. ഇ. ബാലറാമായിരുന്നു. പേര് അംഗീകരിച്ചു വന്നു.

'ഗദ്ദിക' ആദിവാസികളുടെ ബാധോച്ചാടനച്ചടങ്ങിന്റെ പേരാണത്. പരസ്യം കിട്ടിയില്ലെങ്കിൽ പ്രിന്റിംഗ് ചാർജ് കൊടുക്കാനാവില്ല. വിശ്വപ്രസിദ്ധ സാഹിത്യകാരന്മാരുടെ കൃതികളുടെ തർജമ മൂർക്കോത്ത് രഞ്ചിത്ത് തയ്യാറാക്കി. ആദ്യ പതിപ്പല്ലേ. ഗംഭീരമായ പ്രകാശന കർമ്മം നടത്തി.

പയ്യന്നൂർ കോളേജിലെ സാഹിത്യ പ്രതിഭകൾ മേലത്ത് മാഷ്, എം ആർ സി മാഷ്, പി അപ്പുക്കുട്ടൻ മാഷ്, ടി.പി. സുകുമാരൻ മാഷ് തുടങ്ങിയവർ അന്ന് ആശംസ നേർന്നു. ആദ്യമാദ്യമുണ്ടായ ആവേശം പതുക്കെ കീശ കാലിയാകുമ്പോൾ വറ്റിപ്പോകുമെന്ന് ജയഗീതി മാസികയും സാഹിത്യ മാസികയും നടത്തിയ അനുഭവം വെച്ച് മേലത്തും എം ആർ സി യും ഓർമ്മിപ്പിച്ചിരുന്നു. അഞ്ഞൂറ് കോപ്പിയാണ് ആദ്യം അടിച്ചിറക്കിയത്. രണ്ടാം ലക്കം ഇറക്കാൻ ഞാൻ പി.എഫ് ലോൺ വാങ്ങി. മൂന്ന്, നാല് ലക്കം അച്ചടിച്ചപ്പോഴേക്കും കടമായി. പെരുമ്പയിലെ ഗദ്ദിക ബോർഡ് എടുത്തുമാറ്റി മുറി ഒഴിഞ്ഞു കൊടുത്തത് രാത്രി എട്ടു മണിക്കായിരുന്നു. അച്ചടിക്കൂലി പല തവണകളായി കുറച്ചേ കൊടുക്കാൻ കഴിഞ്ഞുള്ളൂ. സർക്കാർ ഉദ്യോഗം ഈ മൂവരിൽ ഞാനേയുള്ളൂ. അതുകൊണ്ടുതന്നെ അച്ചടിച്ചു പ്രസിദ്ധപ്പെടുത്തുന്ന മാനേജിംഗ് എഡിറ്റർ സ്ഥാനം മന്ദ്യത്തിന്നായിരുന്നു. കാലമേറെ കഴിഞ്ഞപ്പോൾ ആ പേരിൽ ഒരു സായാഹ്ന പത്രം വി കെ രവീന്ദ്രൻ ഇറക്കാൻ തുടങ്ങി. അത് മന്ദ്യത്ത് ഉടമസ്ഥാവകാശം കൈമാറിയതാകാം. ഗദ്ദിക മാസികയുടെ ഒരു മാതൃക സൂക്ഷിച്ചത് പഴക്കം കൊണ്ട് പൊടിഞ്ഞു പോയി.

മന്ദ്യത്ത് സുകുമാരൻ അന്ന് അകനാടകമെന്ന പുതിയൊരാശയം പ്രചരിപ്പിച്ച കാലമായിരുന്നു. ജീവിത പ്രാരാബ്ധങ്ങൾക്ക് മുമ്പിൽ പകച്ചു നിന്ന വത്സൻ കുഞ്ഞിമംഗലത്തെ സഹനം എന്ന അദ്ദേഹത്തിന്റെ നാടകം അച്ചടിക്കാനും വീണ്ടും കോളജിൽ ചേർന്നു പഠിക്കാനും ഉത്സാഹി

ച്ച മലയാള ലക്ചറർ ടി പവിത്രനെ ഓർക്കുകയാണ് ഞാൻ. അത്രമേല വനെ സ്നേഹിച്ചിരുന്നു ഞാൻ. എന്ന് ഒരു സ്വകാര്യ ദുഃഖം അദ്ദേഹം പ്രകടിപ്പിച്ചിരുന്നു. കാരണം എന്താവാം? അറിയില്ല. വത്സൻ വീട്ടിലെ നിത്യ സന്ദർശകനായിരുന്നു.

നനയാതെ ഈറൻ ചുമന്ന സംഭവങ്ങൾ

സാഹിതീരംഗത്ത് എനിക്ക് ആരാധ്യനായ ഒരു മഹാ പ്രതിഭയായിരുന്നു, ടി പി സുകുമാരൻ മാസ്റ്റർ. മാസത്തിൽ രണ്ടു വട്ടമെങ്കിലും പന്നേൻ പാറയിലുള്ള അദ്ദേഹത്തിന്റെ വസതിയിൽ എത്തുക പതിവായിരുന്നു. കൂടെ ഏതെങ്കിലും സഹൃദയനുമുണ്ടാകും. ജനയുഗം വാരാന്തപ്പതിപ്പിൽ തുടർച്ചയായി ഞാൻ എഴുതി വന്നതെയ്യം കഥകൾ പുസ്തകമാക്കാൻ പ്രഭാത് ബുക്ക് ഹൗസ് തയ്യാറായപ്പോൾ അതിന്ന് ആമുഖമെഴുതുവാൻ പ്രിയപ്പെട്ട സുകുമാരൻ മാഷിനെത്തന്നെ ഏൽപ്പിച്ചു. മാഷ് വിശദമായിത്തന്നെ മുഖവുര എഴുതി, എന്നെ വസതിയിലേക്ക് വിളിച്ച് വായിച്ചു കേൾപ്പിച്ചു. മൂന്നു നാല് ഇടങ്ങളിൽ കുറിച്ച തെയ്യക്കാര്യങ്ങളിലെ ശരിയില്ലായ്മ ഞാൻ ചൂണ്ടിക്കാണിച്ചത് അദ്ദേഹം തന്നെ തിരുത്തിത്തന്നു. മുഖവുര സഹിതം സ്ക്രിപ്റ്റ് പ്രഭാതിന്ന് അയച്ചു. ഏറെ ആഹ്ലാദകരമായ ആദ്യ പുസ്തക പ്രകാശനം പയ്യന്നൂരിൽ നടത്താൻ ഒരുക്കങ്ങൾ തുടങ്ങിയപ്പോൾ പ്രഭാത് മാനേജരുടെ ഒരു കാർഡു കിട്ടി. 'സുഹൃത്തെ മുഖവുര നീണ്ടതാകയാൽ അത് പുസ്തകവിലയെ ബാധിക്കും. അതിനാൽ അത് വേണ്ടന്നു വെച്ചു. ഞാനാകെ തളർന്നുപോയി. ആ ഉച്ചവെയിൽ നീന്തി ഞാൻ മാഷിന്റെ വീട്ടിലെത്തി സങ്കടം പറഞ്ഞു. കത്ത് കാണിച്ചു. സുകുമാരൻ മാഷ്, പക്ഷെ അത് നോക്കുക പോലും ചെയ്യാതെ പറഞ്ഞു.

'കരിപ്പത്തേ ആമുഖം നിനക്ക് ഇഷ്ടപ്പെട്ടിരുന്നില്ല എന്ന് അന്നേ എനിക്ക് തോന്നിയിരുന്നു. ശരി, നന്നായി.'

1986 ൽ പ്രസിദ്ധീകരിച്ച ആ കടിഞ്ഞൂൽ കിടാവിന്റെ മുഖത്ത് സ്നേഹപൂർവ്വം ഒന്ന് നോക്കാൻ പോലും എനിക്കന്ന് സാധിച്ചിരുന്നില്ല. ആ തെറ്റിദ്ധാരണ മാറ്റുവാൻ അവസാന കാലംവരെ അദ്ദേഹം തയ്യാറായില്ലെന്നത് വേദനയോടെ ഓർക്കുന്നു. അതിന് ശേഷം ഒരു പാട് പൊതു പരിപാടികളിൽ മാഷെന്റെ തോളിൽ കയ്യിട്ടുകൊണ്ട് തന്നെ വേദികളിൽ കയറിയത് ഓർക്കുന്നു. എന്തുകൊണ്ടോ കുറ്റബോധം എന്നിലുണ്ടായിരുന്നു. അന്നത് തിരുത്താൻ പറയേണ്ടായിരുന്നു എന്ന് മനം പരിതപിക്കുന്നു തിരുത്തിയില്ലായിരുന്നെങ്കിലോ? മാഷിന് വായനക്കാർക്കിടയിൽ അവ മതിപ്പാകുമായിരുന്നില്ലേ?

അച്ഛന്റെ സ്നേഹപൂർവ്വമായ നിർബന്ധ ബുദ്ധിയാണ് കോഴിക്കോട് യൂണിവേഴ്സിറ്റിയിൽ PhDക്ക് റജിസ്റ്റർ ചെയ്യാൻ എന്നെ പ്രേരിപ്പിച്ചത്. പയ്യന്നൂരിലെ ഡോ. കെ.കെ. കരുണാകരൻ മാഷ് അന്നവിടെ മലയാളം ഡിപ്പാർട്ട്മെന്റിലുണ്ടായിരുന്നു. അദ്ദേഹമാണ് ഗൈഡായി രാമന്തളിയിൽ എന്റെ കൂടെ ജോലി ചെയ്ത വിഷ്ണു നമ്പൂതിരിമാഷെ ഓർമ്മിപ്പിച്ചത്. പിറ്റേന്നു തന്നെ കുന്നരു കാരന്താടുള്ള മാഷിനെ ചെന്നു കണ്ടു.

“മലയോര മേഖലയിൽ കാട്ടിന്മടിയിൽ കുടി പാർത്തു കൂടുന്ന ആദിവാസിവിഭാഗമായ മാവിലവർഗ്ഗക്കാരെപ്പറ്റി ആരും ചെയ്തിട്ടില്ല. പറ്റുമോ? നന്നായി അധ്വാനിക്കണം. അവരുടെ കോളനികൾ കയറി ഇറങ്ങിയാലേ ആ ജീവിതം വിശകലനം ചെയ്യാനാകൂ..”

ഞാൻ സമ്മതിച്ചു. 1999 ജൂണിൽ വിഷയം അംഗീകരിച്ച് ഓർഡർ കിട്ടി. ഒഴിവു വേളകളിൽ കാസർകോടൻ മലമേഖലകളിൽ പഠന പ്രവർത്തന പരിശ്രമങ്ങൾ തുടർന്നു. അവരുടെ വർഗ്ഗ ഭാഷയായ പ്രാകൃത തുളുഭാഷയും പുറം ലോകത്തിന് അന്യമായ വർഗ്ഗ സംസ്ക്കാരവും ജീവിത ബോധ്യവും അനുഷ്ഠാന കലയിൽ തെളിയുന്ന പ്രകൃതിബോധവും ഈശ്വര ചിന്തയുമെല്ലാം ‘LIFE AND CULTURE OF MAVILA TRIBE’എന്ന ശീർഷകത്തിൽ ഉൾക്കൊള്ളുന്നു. നേരം കിട്ടുന്ന നേരമെല്ലാം അവരുടെ സങ്കേതങ്ങൾ ആയ കോളനികളിൽ എത്തുവാൻ സാധിച്ചു. ആമ്പിലാടി, കമ്മാടം, എയ്യൻ കല്ല്, പ്രാപ്പയിൽ, വരക്കാട്, അരീക്കാമല , പായം, കേളകം , കൊടക്കാട് തുടങ്ങിയ മലയോര ഗ്രാമങ്ങൾ പലവട്ടം സന്ദർശിച്ചും അവരുടെ ജനനമരണ പര്യന്തമുള്ള സാംസ്ക്കാരിക രംഗങ്ങളെ അടുത്തു കാണുവാനും കഴിഞ്ഞത് വലിയ അറിവാണ് തന്നത്. വിവാഹം, മരണം തുടങ്ങിയ ചടങ്ങുകളിലും അനുഷ്ഠാന കലാനിർവ്വഹണങ്ങളിലും നേരിട്ടു പങ്കെടുക്കാനും അവരുടെ ജീവിത ബോധത്തെ അടുത്തറിയാനും സാധിച്ച 1990 ൽ പ്രിലിമിനറി സമർപ്പിക്കാൻ കഴിഞ്ഞു. തുടർന്ന് ഫൈനൽ തിസ്സീസ്സ് വർക്ക് തുടങ്ങി. ഓരോ അധ്യായങ്ങളായി ഗൈഡിനെ വീട്ടിൽ ചെന്ന് വായിച്ചു കേൾപ്പിച്ചു.

പയ്യന്നൂർ രംഗകല എന്ന പേരിൽ പത്മൻ വെങ്ങരയും കൂട്ടുകാരും അരങ്ങേറ്റിയ തച്ചോളി ചാപ്പൻ എന്ന നാടകത്തിൽ ഗാനരചന നടത്തിയ പരിചയത്തിൽ പുതിയ ഒരു നാടകത്തെക്കുറിച്ചാലോചന വന്നു. ഡോ. വിഷ്ണു മാഷ് ആകാശവാണിക്ക്വേണ്ടി തയ്യാറാക്കിയിരുന്ന ‘പയ്യമ്പള്ളി ചന്തു’ അദ്ദേഹത്തിന്റെ മകൻ സുബ്രഹ്മണ്യൻ കൊണ്ടുവന്നു. റേഡിയോ നാടകത്തിന്റെ പരിമിതികൾ മറികടന്ന് പ്രൊഫഷണൽ ചേരുവ ധാരാളം ചേർക്കണം. രംഗങ്ങൾ മാറ്റിമറിക്കണം. പ്രണയവും കോമഡികളും ചേർക്കണം. മാഷിന്റെ മകൻ സുബ്രഹ്മണ്യനും അതിൽ ഒ

രു നടനാകയാൽ സംഗതിയെല്ലാം അച്ഛനോട് പറഞ്ഞിട്ടുണ്ടെന്ന് അറിയിച്ചതിനാൽ നാടകം മാറ്റി എഴുതി 'മുത്തും മുടിപ്പൊന്നും..' എന്ന് പേരിട്ടു. കഥാപാത്രങ്ങളിലും കഥാഗതിയിലുമെല്ലാം തികച്ചും പുതിയതായ ആ നാടകം അനേകം വേദികളിൽ അവതരിപ്പിക്കപ്പെട്ടു.

2002 മെയ് നാലിന് ആ സന്തോഷ വാർത്ത വന്നു. ഞാൻ സമർപ്പിച്ച തിസ്സിസ് സിൻഡിക്കേറ്റ് അംഗീകരിച്ചു. PhD ബിരുദത്തിന് അർഹനായിരിക്കുന്നു. പിറ്റേന്ന് അതിരാവിലെ തന്നെ ഒരിറക്ക് ചായ പോലും കുടിക്കാതെ നേരെ ഗുരുനാഥനായ ഗൈഡിനെ കണ്ട് അനുഗ്രഹം വാങ്ങാൻ പോയി. സകല ദൈവങ്ങളെയും മനസ്സിൽ നിനച്ചുകൊണ്ട് ആ പടി കയറി. കുളി കഴിഞ്ഞ് കൈകളിൽ പൂജാ പുഷ്പങ്ങളുമായി ഇറയത്തേക്കു കയറുന്ന മാഷ് സ്നേഹപൂർവ്വം പറഞ്ഞു.

"അറിഞ്ഞു, ഡിഗ്രി കിട്ടിയത്."

മനസ്സിലെന്നും അദ്ദേഹം നൽകിയ വാത്സല്യവും പ്രോൽസാഹനവും മായാതെ ഞാൻ സൂക്ഷിക്കുന്നു. അദ്ദേഹംഅന്തരിച്ച പ്പോൾ രോഗബാധിതനായിരുന്നതിനാൽ അന്ത്യാഞ്ജലി അർപ്പിക്കാൻ അവിടെ ചെല്ലാൻ കഴിഞ്ഞില്ല എന്ന സങ്കടം എന്നും മനസ്സിലുണ്ട്.

ആകാശവാണിയിലും മറ്റു മാധ്യമങ്ങളിലും തുടർച്ചയായി പ്രത്യക്ഷപ്പെടാൻ കഴിഞ്ഞ എനിക്ക് സുകുമാർ അഴീക്കോട്, വി ആർ കൃഷ്ണയ്യർ, എം കെ സാനു മാസ്റ്റർ തുടങ്ങി അനേകം പേരുടെ കൂടെ വേദി പങ്കിടുവാൻ കഴിഞ്ഞിട്ടുണ്ട്. ഏറണാകുളം മുതൽ മംഗലാപുരം വരെ ഏതാണ്ട് നാലായിരം വേദികളിൽ പ്രസംഗിച്ചിട്ടുണ്ട്. ബാംഗ്ളൂർ, ദൽഹി എന്നിവിടങ്ങളിലും രണ്ടാഴ്ചക്കാലം അബുദാബി മലയാള സാഹിത്യക്യാമ്പിലും പങ്കെടുക്കാൻ കഴിഞ്ഞിട്ടുണ്ട്.

രണ്ടര പതിറ്റാണ്ടുകാലമായി സാഹിത്യസാംസ്ക്കാരിക വേദികളിലും ക്ഷേത്ര വേദികളിലും നടത്തിയ കലാ സാഹിത്യ ആധ്യാത്മിക പ്രഭാഷണങ്ങൾ ഏതാണ്ട് ആറായിരത്തിലേറെ വരും. വടക്കൻ കേരളക്കരയിലെ ഗ്രാമഗ്രാമാന്തരങ്ങളിലെ മിക്ക തെയ്യക്കാവുകളിലും തെയ്യ പ്രഭാഷകനായി പങ്കെടുക്കുവാൻ ഭാഗ്യം സിദ്ധിച്ചിട്ടുണ്ട്. പ്രസംഗ രംഗത്തെ എണ്ണമറ്റ അനുഭവങ്ങൾ വിവരിക്കാൻ ഇവിടെ ഇടം പോരാ. എങ്കിലും ഓർമ്മയിലോടിയെത്തുന്ന മൂന്നു നാല് അനുഭവങ്ങൾ. സൂചിപ്പിക്കാം.

പ്രസംഗ രംഗത്തേക്ക് കടന്നുവന്ന ആദ്യകാലത്ത ഒരനുഭവമാണ്. ചപ്പാരപ്പടവിലെ ഒരു സ്കൂൾ വാർഷികം. കാറുമായി തളിപ്പറമ്പിലെത്താമെന്നും എന്റെ ഗുരുനാഥന്മാരായ ഏ കെ കൃഷ്ണൻ മാസ്റ്റർ, അന്നത്തെ പയ്യന്നൂർ കോളജ് പ്രിൻസിപ്പാൾ രാഘവൻ നമ്പ്യാർ എന്നിവർക്കൊപ്പം ഞാൻ ഒരായുർവേദ കടയിൽ കാത്തുനിൽക്കാനാണ് സം

ഘാടകർ ശട്ടം കെട്ടിയത്. ഏ കെ പി മാഷിന്റെ കാലിൽ ഷുഗർ കുരു പൊട്ടിയ വീക്കം മാറിയിരുന്നില്ല. ഞങ്ങൾ പറഞ്ഞ പ്രകാരം തളിപ്പമ്പി ലെത്തി കാത്തിരുന്നു. വാർഷികാഘോഷപരിപാടി വൈകീട്ട് ആറിന് ആ രംഭിക്കുമത്രെ. ആറു മണി കഴിഞ്ഞിട്ടും സംഘാടകൻ പറഞ്ഞ കാർ വ ന്നില്ല. പക്ഷെ ഒരാൾ ഓടിക്കിതച്ചെത്തി ഇപ്പൊഴൊരു ബസ് ഉണ്ടെന്നും സീറ്റ് പിടിച്ചു വെച്ചിട്ടുണ്ടെന്നും പറഞ്ഞ് ധൃതി കൂട്ടി. വീങ്ങിയ കാലും വലിച്ച് ഗുരുനാഥൻ പതുക്കെ നടന്നു. ബസ് ഒരു പാലത്തിന് അടി യിലെത്തി നിന്നു. റോഡു പണിയാണ് കഷ്ടിച്ച് അര കിലോമീറ്ററേയു ള്ളൂ. നടക്കാം. മാഷ് ദൈന്യതയോടെ എന്നെയൊന്ന് നോക്കി പിന്നെ പ തുക്കെ നടന്നു.

പത്തു മിനുട്ട് കഴിഞ്ഞപ്പോൾ പിറകിൽനിന്ന് ഒരു ജീപ്പ് പാഞ്ഞു വ ന്നു. അതിനകത്ത് നിന്ന് തല നീട്ടിയ ഒരു ചെറുപ്പക്കാരൻ ഞങ്ങളുടെ കൂടെയുള്ള സംഘാടകനോട് ഉറക്കെ വിളിച്ചു പറഞ്ഞു.

“സുമീ... നടി വന്നെടാ... ഇതിലുണ്ട്.” ഏ കെ മാഷ് പറഞ്ഞു. “...നാ ടകം നടക്കും എന്നുറപ്പായില്ലേ? ഈ പ്രസംഗമെല്ലാം ആർക്ക്? സദസ്സ് ഒരുക്കാൻ ഉള്ളവർ അല്ലേ വിദൂഷകർ. നമ്മൾ... പരിപാടി തുടങ്ങുന്നതി ന് എ കെ പി എന്നെ വിളിച്ചു പറഞ്ഞു... എടോ ഞങ്ങൾ പറയുന്നില്ല... നീ എന്റെ അവസ്ഥയും ദൈന്യതയും പ്രസംഗമധ്യേ പറയണം. തിരി ച്ചു പോകാനെങ്കിലും ഒരു കാളവണ്ടി ഇവർ തയ്യാറാക്കട്ടെ...”

പറഞ്ഞ പ്രകാരം നിറഞ്ഞ പുരുഷാരത്തോട് സംഘാടകർ കാണിച്ച അക്ഷന്തവ്യമായ ഈ അപരാധത്തെ കണക്കിന് കളിയാക്കിക്കൊണ്ട് ഞാൻ വിശദീകരിച്ചു. സദസ്സ് തെല്ലു നേരം വല്ലാത്ത നടുക്കം പൂണ്ടു. എന്റെ ഗുരുദക്ഷിണയായി ആ ഭാഷണം.

ഇനിയൊന്ന് ചാളക്കടവിലെ സാംസ്ക്കാരിക പ്രഭാഷണമാണ്. നീ ലേശ്വരം എത്തിയാൽ ചാളക്കടവ് ബസ്സ് പിടിച്ചാൽ മതി. തിരിച്ചു പോ കാൻ വാഹനം റഡിയാക്കാം. ഞാൻ സമ്മതിച്ചു. രണ്ടു ബസ്സ് മാറിക്ക യറി തിരക്കിൽ ജനകീയ വടിയിൽ ആടിയുലഞ്ഞ് പരിപാടി സ്ഥലത്തെ ത്തി. ഒരു മണിക്കൂർ കാത്ത് നിന്നു. പഞ്ചായത്ത് പ്രസിഡണ്ടും വി ഐ പി കളുമെത്തി. പ്രസംഗ പരിപാടി തുടങ്ങി. ഗംഭീരമായ ഭാഷണം കഴി ഞ്ഞു. അഭിനന്ദന പ്രവാഹമായി. പക്ഷെ തിരിച്ചു പോകാൻ വാഹനമൊ രുക്കാമെന്നേറ്റ സിക്രട്ടറിയെ കാണാനേ ഇല്ല. ആളൊഴിഞ്ഞ ഒരു മര ച്ചോട്ടിൽ നിന്ന് ആ സിക്രട്ടറിയെ വിളിക്കാൻ ഒരു വളണ്ടിയറെ വിട്ടു.

“സാർ അനിയേട്ടൻ മേക്കപ്പിടുകയാ.. അഞ്ചു മിനുട്ടിനുള്ളിൽ വാഹ നം വരുമത്രെ.”

കാത്തിരിപ്പ് ഒരു മണിക്കൂർ ആയി. നാടകം തുടങ്ങുന്ന വിളംബരം

മുഴങ്ങി. ഒരു ചെറുപ്പക്കാരൻ വന്ന് വാഹനത്തിന്റെ ഡ്രൈവർ കുടിച്ച് പൂസ്സായെന്നും ഈ ബൈക്കിൽ നീലേശ്വരം എത്തിക്കാമെന്നും സാറിന് മുക്കാൽ മണിക്കൂറിനകം കണ്ണൂർ ബസ് കിട്ടുമെന്നും സാന്ത്വനിപ്പിച്ചു. എന്തിനേറെ ബസ് കിട്ടാനുള്ള ധൃതി കൂട്ടിയ ബൈക്ക് കരിങ്കൽ കൂനയിലേക്ക് മറിഞ്ഞു വീണു. കാൽമുട്ടു രണ്ടും പൊട്ടി ചോരയൊഴുകി. തൂവാല കീറി മുറിവ്കൾ കെട്ടി വീണ്ടു കുതിച്ചു. ആളൊഴിഞ്ഞ ബസ് സ്റ്റാൻഡ്. ബസ്സ് പോയോ എന്നറിയാൻ വഴിയൊന്നുമില്ല. കൊണ്ടുവിട്ട ചങ്ങാതി വേഗം സ്ഥലം വിട്ടു. സ്വയം ശപിച്ച ആ രാത്രി ഒരു തീരുമാനമെടുത്തു.

"ഇനി കാറു വാടകക്കെടുത്തേ പരിപാടിക്കു പോകൂ."

ആ കണ്ണൂർ ബസ്സ് വന്നതേയില്ല. ബസ് സ്റ്റാൻഡിൽ നേരം പുലർന്ന നാല് മണിക്ക് നാട്ടുകാരനായ മിൽമ പാൽ വണ്ടിക്കാരൻ ഗംഗൻ തന്റെ വണ്ടിയിൽ ഒരിടം തന്നു. അഞ്ചാറു സ്ഥലങ്ങളിൽ പാൽ പാക്കറ്റ് ഇറക്കി, ഏതാണ്ട് ആറു മണിയോടെ വീട്ടിലെത്തി. ഒരു സാംസ്ക്കാരിക പ്രഭാഷകന്റെ ദുരന്തമെന്നല്ലാതെ എന്തു പറയാൻ. പിന്നീട് ഒരു പരിപാടിക്കും കാറില്ലാതെ പോയിട്ടില്ല. വാഹനം ഒരുക്കാമെന്ന് പറഞ്ഞാലും സമ്മതിക്കാറില്ല. വണ്ടി വാടകസഹിതം പ്രഭാഷണ വേതനം പറഞ്ഞുമേടിക്കുക പതിവാണ്. മിമിക്രിക്കാരനോ സിനിമാ നടനോ നടകക്കാരനോ ആയിരുന്നെങ്കിൽ മുൻകൂട്ടി പറഞ്ഞുറപ്പിച്ച തുക എണ്ണി വാങ്ങുന്നത് കണ്ടിട്ടുണ്ട്. ഒന്നും ഒന്നരയും മണിക്കൂർ പ്രസംഗിച്ചിട്ടും 300 രൂപ പോരേ എന്ന് ശങ്കിക്കുന്ന സംഘാടകർക്കു കാലബോധവും കാര്യ ബോധവും ഉണ്ടാകേണ്ടിയിരിക്കുന്നു.

പ്രസംഗാനുഭവങ്ങൾ ഏറെയുണ്ട്. പെരുംകളിയാട്ടം നടക്കുന്ന കിണാവൂർ മുച്ചിലോട്ട് കാവിലെ ഗംഭീരമായ തെയ്യ പ്രഭാഷണമാണ് ഓർമ്മയിൽ നിറഞ്ഞു നിൽക്കുന്നത്. കൊയ്തൊഴിഞ്ഞ വയൽ നിറയേ ജനാവലിയായിരുന്നു. അത്രയും ജനങ്ങളെ അടുത്ത കാലത്തൊന്നും അഭിമുഖീകരിച്ചിട്ടില്ല. വിഷയം തെയ്യമായതു കൊണ്ടും അതു കേൾക്കാനായി വന്ന പ്രേക്ഷകരായതിനാലും വിഷയം കത്തിപ്പടർന്നു.

തെയ്യത്തെ കാവിന് പുറത്ത് വേദികളിലും ജാഥകളിലും മറ്റു കാര്യങ്ങൾക്കുമായി ഉപയോഗിക്കുന്നത് തെയ്യാരാധകർക്ക് വേദനാജനകം തന്നെയാണ്. അടുത്തിടെ ഒരു കേന്ദ്ര മന്ത്രിയെ തെയ്യവും ചെണ്ടക്കാരും ചേർന്ന് സമ്മേളന നഗരിയിലേക്ക് ആനയിക്കുന്നതും മന്ത്രി പത്നി, ചാമുണ്ഡിയുടെ 'മേയ്ക്കപ്പ് 'തൊട്ടു നോക്കുന്നതും പത്രങ്ങളിലുണ്ടായത് അവിടെ പറഞ്ഞു. ജനങ്ങൾ നന്നായി രസിച്ചു. വേദിയിൽ നിന്നിറങ്ങി വരുമ്പോൾ അഞ്ചാറ് തെയ്യക്കലാകാരന്മാർ എന്നെ ചുറ്റും വളഞ്ഞ് പ്രതി

ഷേധമറിയിച്ചു. അത് മടയിൽ ചാമുണ്ഡിയല്ലെങ്കിലോ കുണ്ടോറച്ചാമുണ്ഡി ആയിക്കൂടെ എന്നാണ് അവരുടെ പക്ഷം. അറുപത് ആണ്ടുകളായി തെയ്യം കാണുകയും തിരിച്ചറിയുവാൻ കഴിയുകയും ചെയ്യുന്ന ഞാൻ അതു പറഞ്ഞു. അവർക്ക് അത് ബോധ്യമായതേയില്ല. ചുരുക്കത്തിൽ ആ പ്രസംഗം വ്യാപകമായ ചർച്ചകൾക്ക് കളമൊരുക്കി. അനുഷ്ഠാന കർമ്മ കലയെ തെരുവിൽ ഇറക്കേണ്ടതുണ്ടോ?

ചർച്ച ഇനിയും പെയ്ത് തോർന്നിട്ടില്ല. തെയ്യംവാചാലും ഉരിയാട്ടും തോറ്റംപാട്ടുകളും പ്രസംഗമധ്യേ പ്രയോഗിക്കുന്നത് പലതെയ്യക്കാർക്കും ഇഷ്ടപ്പെടാറില്ല. അതൊന്നും ഞാൻ ഗൗനിക്കാറില്ല. പൊട്ടൻ തെയ്യത്തെ, മുഖപ്പാളയ്ക്ക് സൗകര്യം പലതുണ്ട്. മുഖാവരണ ഭംഗിക്കപ്പുറം ഏത് നാടുവാഴിയുടെ മുഖത്തു നോക്കിയും നേരു വിളിച്ചു പറയാൻ മുഖപ്പാള ധൈര്യം പകരുമെന്നപരാമർശവും വിമർശന വിധേയമായിരുന്നു.

എനിക്ക് ഉത്തമ ബോധ്യവും ആവശ്യമെങ്കിൽ തെളിവും നൽകാൻ കഴിയുന്ന പഠനഗവേഷണ പിൻബലത്തോടെ മാത്രമേ പ്രസംഗിച്ചിട്ടുള്ളൂ. പുസ്തക രചന നടത്തിയിട്ടുള്ളൂ.

പ്രസിദ്ധീകൃതമായ എന്റെ പുസ്തകങ്ങളുടെയെല്ലാം പ്രൂഫ് റീഡിംഗ് നടത്തി ത്യാജ്യഗ്രാഹ്യമനോഭാവത്തോടെ അങ്ങേയറ്റം ആത്മാർത്ഥത പുലർത്തി അവയെ കുറ്റമറ്റതാക്കാൻ പരിശ്രമിച്ചത് പ്രിയസുഹൃത്തായ എഴുത്തുകാരൻ ആയിരുന്ന കെ.എസ്. പൊതുവാൾ എന്ന് നന്ദിപൂർവ്വം ഓർക്കുന്നു. അങ്ങേയറ്റം സൗഹൃദത്തോടെ പ്രോത്സാഹിപ്പിക്കുകയും കൂടെനിൽക്കുകയും ചെയ്ത ടി.പി. ഭാസ്കരപൊതുവാളെ സ്നേഹപൂർവ്വം ഓർക്കുന്നു.

അന്നേ വരെ ബന്ധുക്കൾ ചന്ദ്രൻ എന്നും പരിചയക്കാരായ നാട്ടുകാർ ചന്ദ്രൻമാഷെന്നും കുട്ടികൾ കരിപ്പത്ത് മാഷെന്നും സഹപ്രവർത്തകർ ആർ സി മാഷെന്നും വിളിച്ചും എഴുതിയും വന്നതിന്ന് ഒരു മാറ്റമുണ്ടായി. ഡോക്ടറേറ്റ് എന്ന ഉന്നതബിരുദം കിട്ടിയതിനാ പേരിന് മുന്നിൽ ഡോ. എന്നു ചേർക്കുക പതിവായി. ഏതൊരു മനസ്സാണോ ആ ബിരുദം നേടുന്നതിൽ പ്രോത്സാഹനവും പിന്തുണയും നൽകി കാത്തു നിന്നത് ആ പുത്രവത്സലൻ അപ്പോഴേക്കും ഞങ്ങളെ വിട്ടു പിരിഞ്ഞിരുന്നു.

അതു കൊണ്ടു തന്നെ ആ ബിരുദത്തിന്ന് ഒരു മാനസിക സന്തോഷവും ഉണ്ടായിരുന്നില്ല.

കാലമേൽപ്പിക്കുന്ന കഥാചരിതങ്ങൾ

തറവാട് വീട്ടിന് തൊട്ടടുത്തു തന്നെ വീടു വെച്ചത് ഒരുപാട് സാമ്പത്തിക ബാധ്യത വരുത്തിയിട്ടായിരുന്നു. സ്നേഹപൂർവ്വം സഹായം നിർബന്ധിച്ചു തന്ന എന്റെ പഴയ കണ്ണാടിപ്പറമ്പ് ഹെഡ്മാസ്റ്റർ കെപി ബാലകൃഷ്ണൻ നമ്പ്യാരെ മറക്കാനാവില്ല. ഭാര്യാ മാതാവും നളിനിയുടെ ചേച്ചി ദേവകിയും മറ്റൊരു കോബ്രദർ കുഞ്ഞമ്പു ഏട്ടനും എനിക്ക് വീടൊരുക്കാൻ തന്നെ മറന്നും സഹായിച്ചവരായിരുന്നു. ആ ചെറിയ വീട്ടിൽ വെച്ചായിരുന്നു മകൾ പ്രീതയുടെ വിവാഹം നടന്നത്. പിലിക്കോട് അപ്പുക്കുട്ടൻ അടിയോടി മാഷിന്റെ രണ്ടാമത്തെ മകൻ അധ്യാപകനായ ഹരിദാസനായിരുന്നു വരൻ. എന്റെ ജീവിതത്തിലെ ഏറ്റവും സന്തോഷത്തിന്ന് കാരണം അത്തരമൊരു സ്വഭാവനന്മയുള്ള ജാമാതാവിനെയും കുടുംബത്തെയും ബന്ധുക്കളായി കിട്ടിയതായിരുന്നു. ആഭിജാത്യമുള്ള പഴയ തറവാട്.

ഹരിയുടെ മൂത്ത സഹോദരൻ ഡോ. രാജശേഖര, ഏറ്റവും ഇളയ സഹോദരൻ കേരളക്കരയിലെ പ്രസിദ്ധനായ ശിശുരോഗ വിദഗ്ദ്ധൻ ഡോ. നന്ദകുമാർ എന്നിവരാണ്. മകൾ പ്രീത അധ്യാപികയാണ്. അക്ഷയ്, ആനന്ദ് എന്നീ രണ്ടാൺ മക്കളാണ് അവർക്ക്. സാധാരണ വിദ്യാലയത്തിൽ പഠിച്ച് കമ്പ്യൂട്ടർ എഞ്ചിനീയറായി ക്യാംപസ് സെലക്ഷൻ കിട്ടിയ മിടുക്കനാണ് മിതഭാഷിയായ അക്ഷയ്. ഇളയവനായ ആനന്ദ് ആ വഴിയിൽത്തന്നെയാണ്. ക്യാംപസ് സെലക്ഷൻ അവനും കരസ്ഥമാക്കിയിട്ടുണ്ട്.

അന്ന് കൊടും ചൂട് കൂടിയ ഒരു മീനമാസമായിരുന്നു. നേരം സന്ധ്യ.

“ചന്ദ്രാ മോനേ... ഓടി വായോ” എന്ന അമ്മയുടെ നിലവിളി കേട്ട് ഞാൻ കിണറ്റുകരയിലേക്ക് പാഞ്ഞു ചെന്നു. ഇടതു കാൽ വിരലിന്നിടയിൽ കുടുകുടാ ചോരയൊഴുക്കി. പാമ്പ് പാമ്പ് എന്ന് അമ്മ നിലവിളിക്കുന്നു. മറ്റൊന്നും നോക്കാതെ കയ്യിലെ തോർത്ത് കീറി കടിവായ്ക്ക്

മുകളിൽ മുറുകെ ഒരു കെട്ടുകെട്ടി. ഉടനെ വണ്ടി വിളിച്ച് പാപ്പിനിശ്ശേരി വിഷവൈദ്യാലയത്തിലെത്തിച്ചു. ജീവൻ രക്ഷിക്കാൻ കഠിന പരിശ്രമം തന്നെ ആ വൈദ്യർ ചെയ്തു. മൂന്നാഴ്ച ആശുപത്രിയിൽ അമ്മയ്ക്ക് കൂട്ടായി കഴിഞ്ഞു. പിന്നീടും വർഷത്തിൽ ആ കടിച്ച ഭാഗം പഴുക്കും. വൈദ്യർ അത് തുരന്ന് ചോരയും ചലവും കളയും.

രണ്ടു വർഷം അങ്ങിനെ കഴിഞ്ഞു. ഒരു പുലർച്ചെയിൽ അച്ഛനാണ് ആ കാഴ്ച കണ്ട് ഉറക്കെ വിളിച്ചത്. ഓടിച്ചെന്നു നോക്കിയപ്പോൾ ബോധഹീനയായി ഇറയത്തെ സിമന്റു തറയിൽ അമ്മ. വേഗം കട്ടിലിൽ എടുത്തു കിടത്തി. അന്ന് അന്നൂരിൽ ഒരു എംബിബിഎസ്സുകാരൻ ഉണ്ട്. അദ്ദേഹത്തെ വിളിപ്പിച്ചു. വീട്ടിലെത്തി പരിശോധിച്ച് സാരമില്ല. ഒരുതല കറക്കം, അത്രേയുള്ളൂ. ചെറിയ ഒരു ഗുളികയും തന്നു. ദൈവമേ ആ സമാധാനത്തിൽ കഞ്ഞി വെള്ളം കുടിപ്പിച്ചും വിളിച്ചുണർത്താൻ ശ്രമിച്ചും വൈകീട്ട് മൂന്നു മണിയായി. അന്ന് കണ്ടോത്ത് ആയുർവേദാസ്പത്രിയിലെ കൊടക്കാട് ഡോക്ടർ എന്റെ അഭ്യർത്ഥന മാനിച്ചെത്തുകയും ഇത് പക്ഷാഘാതം ആണെന്നും ഇനിയും വൈകാതെ ആശുപത്രിയിലെത്തിക്കണമെന്നും ഉപദേശിച്ചു. പയ്യന്നൂർ മുകുന്ദ ആശുപത്രിയിലും തുടർന്ന് മംഗലാപുരം ആശുപത്രിയിലുമെത്തിച്ചു. എന്റെ പിഴ എന്റെ വലിയ പിഴ എന്നല്ലാതെ എന്തുപറയാൻ. വിദഗ്ദ്ധ വൈദ്യസഹായം തേടുവാൻ വൈകിയതിനാൽ അമ്മയുടെ വലതു വശവും സംസാര ശേഷിയും നഷ്ടമായി. രണ്ടാഴ്ച ഡോ ഐ ജി.. ഭട്ട് ആണ് ചികിത്സിച്ചത്. മരുമകൾ പ്രസന്നയുടെ ഭർത്താവ് പാറന്തട്ട പ്രഭാകരൻ വീട്ടിൽനിന്ന് ഭക്ഷണവുമായി വരും. അദ്ദേഹം ചെയ്ത സഹായം ഒരിക്കലും വിസ്മരിക്കാൻ വയ്യ. രണ്ടാഴ്ചക്കു ശേഷം അമ്മയെ പയ്യന്നൂർ പ്രിയദർശിനി ആശുപത്രിയിലേക്ക് കൊണ്ടു വന്നു. അവിടെ ജാമാതാവായ ഹരിദാസിന്റെ അച്ഛൻ മരുമകൻ ഡോ: പി സി സുധീർ കുമാർ ഉണ്ട്. അദ്ദേഹം സ്വന്തം അമ്മയെ എന്ന പോലെ പരിചരിച്ചു.

പിന്നീട് വീട്ടിലേക്ക് കൊണ്ടുവന്നു. രണ്ടു വർഷക്കാലം നാവനങ്ങാത്ത അമ്മയുടെ നാവായും സാന്ത്വനത്തണലായും ഞാനും ഭാര്യ നളിനിയും ഉറങ്ങാതെയും കൂടെയുറങ്ങി പേടിയകറ്റിയും അമ്മയ്ക്കു ധൈര്യം പകർന്നു. ഞാൻ ഓർക്കുന്നു, പൂക്കോത്ത് നട തുറന്നു എന്ന് തുടങ്ങി അനേകം നാടൻ പാട്ടുറങ്ങുന്ന ആ നാവ് പിന്നെ ശബ്ദിച്ച തേയില്ല. സ്കൂൾ ഓഫീസിലെ ഫോണിന്റെ ബെൽ മുഴങ്ങുമ്പോൾ എന്റെനെഞ്ചിടിപ്പു കൂടും. കാരണം അത് അമ്മയ്ക്കന്തോ സംഭവിച്ചു. വേഗം വരു എന്ന സന്ദേശമായിരിക്കും. ഓട്ടോ പിടിച്ച് ഓടിയെത്തുമ്പോൾ അമ്മ അ

പസ്മാര ലക്ഷണങ്ങൾ കാട്ടും. ഡോ സുധീർ ഏല്പിച്ച ഗുളിക കൊടുത്താൽ മയങ്ങും. മലബന്ധം വന്നാൽ എങ്ങനെ കയ്യുറ ഉപയോഗിച്ച് മലം നീക്കം ചെയ്യാമെന്ന് നേഴ്സ് വന്ന് എന്നെ പഠിപ്പിച്ചു. പിന്നെ ഞാനത് ഭംഗിയായി ചെയ്തു കൊണ്ടാണ് അമ്മയെ സാന്ത്വനിപ്പിച്ചത്. എന്നും ഞാൻ അടുത്തുണ്ടാവാൻ അമ്മ ആഗ്രഹിച്ചു. നവരക്കിഴിയും ഫിസിയോതെറാപ്പിയും ചെയ്തു നോക്കി. കയർകെട്ടി അതിൽ പിടിച്ചു നടക്കാൻ ശീലിപ്പിച്ചു. പക്ഷെ, എല്ലാം വിഫലം. പത്ത്വരെ ഞാൻ എന്നും എണ്ണാൻ നിർബന്ധിച്ചു. പാവം അമ്മ. അത് അനുസരിച്ചു.

പതുക്കെ ഭക്ഷണത്തോട് വിരക്തിയായി. ഇത്തിരി കഞ്ഞി വെള്ളം മാത്രമായി രണ്ടാഴ്ച കഴിഞ്ഞു. 1998 നവമ്പർ 23 രാവിലെ പത്ത് മണിയോടെ ആ ശ്വാസം നിലച്ചു. ഓടിയെത്തിയ സഹോദരങ്ങൾ പറഞ്ഞു. അറിയില്ലേ ഒരുനാൾ പോകുമെന്ന്. പിന്നെ എന്തിന് നീ ഒരു കൊച്ചു കുഞ്ഞിനെപ്പോലെ. അവർക്കറിയില്ല, എന്റെ നോവുകൾ. ഒരു കുഞ്ഞിനെ എന്ന പോലെയാണ് ഞാൻ അമ്മയെ പരിചരിച്ചത്. ആയിരങ്ങൾ കടമായെങ്കിലും ആരോടും ചോദിച്ചില്ല. എന്നും ശങ്കരാചാര്യവചനങ്ങൾ ആണ് കാതിൽ മുഴങ്ങിയത്. അമ്മയെന്ന ആ മഹാസ്നേഹ മൂർത്തിക്ക് നാം മക്കൾ എന്തു നൽകിയാൽ പകരമാവും. 'തസ്മൈ ജനന്യൈ നമഃ' എന്ന് ആ പാദ പത്മങ്ങളിൽ നമസ്ക്കരിക്കാം. തെയ്യം കഥകൾ കൊണ്ട് എന്നെ കഥയുള്ളവനാക്കിയ, നാടൻ പാട്ടിന്റെ പാലാഴിയൊഴുക്കിയ ആ സ്നേഹ ജ്യോതി അണഞ്ഞു. ആരും കാണാതെ കണ്ണീരൊപ്പുന്ന അച്ഛൻ എന്നെ വല്ലാതെ വേദനിപ്പിച്ചു. എത്ര നിഷേധിച്ചാലും ഒരു ചിറകുപോയ പക്ഷിയാണ് അദ്ദേഹം.

അമ്മയുടെ ഭൗതിക ശരീരം വീട്ടു പറമ്പിൽത്തന്നെയാണ് സംസ്ക്കരിച്ചത്. എന്നുമോർക്കാൻ അത് ഉപകരിച്ചു. വെളുത്ത ഖാദി കുപ്പടം മുണ്ടും വെള്ള മേൽമുണ്ടുമായി ഒരപ്സരസ്സിനെപ്പോലെ വയൽവരമ്പിലൂടെ നടന്നു വരുന്ന അതി വിശുദ്ധ ആ രൂപഭംഗി ഇനി കാണില്ല എന്ന മഹാ സങ്കടം മനം നിറയുന്നു.

ടയർ റിസോളിങ്ങ് കട നീലേശ്വരത്ത് തുടങ്ങാൻ വേണ്ടത്ര സഹായം അനുജൻ പത്മനാഭനും ഞാനും ചെയ്തതാണ്. അനുജൻ ശ്രീധരന്നു വേണ്ടി. എന്നാൽ കൊടുകാര്യസ്ഥതയും മദ്യവും ആ ജീവിതത്തെ നാശോന്മുഖമാക്കുകയായിരുന്നു. ഒരു നാൾ അയാൾ കടം കയറി നിൽക്കക്കള്ളിയില്ലാതെ നാട് വിട്ടു. അയാളുടെ നാലംഗ കുടുംബത്തെ കൈവെടിയുന്നതെങ്ങനെ. പല പ്രകാരത്തിൽ സഹായിച്ചു. ആയതിന്ന് ഒരു നന്ദി വാക്കും ഞാൻ പ്രതീക്ഷിച്ചിരുന്നില്ല. അതെന്റെ കടമയായി കരു

തി.

സാധാരണ നിലയിൽ എന്ത് വയ്യായ്ക വന്നാലും അച്ഛൻ പറയാറില്ല. അനുജൻ പത്മനാഭനും ഭാര്യയുമാണ് അച്ഛന്റെ കൂടെ. തൊട്ടടുത്ത പറമ്പിലാണ് ഞാൻ. ഒരുവിളി മതി എനിക്കോടിയെത്താൻ. ഭക്ഷണം അച്ഛന്ന് ഒരുക്കുന്നത് പത്മനാഭന്റെ ഭാര്യയാണ്. അച്ഛന്ന് വല്ലാതെ കിതപ്പും ഭക്ഷണത്തോട് രുചി കേടും ഉണ്ടെന്ന് അറിഞ്ഞു. പതുക്കെപ്പതുക്കെ ഭക്ഷണം സാധാരണ പോലെ കഴിക്കുന്നില്ലെന്ന് അറിഞ്ഞ് ഇഷ്ടപ്പെട്ട കറി വിഭവങ്ങൾ കൊണ്ടുവന്നു. മാമ്പഴം അച്ഛന്ന് വലിയ ഇഷ്ടമാണ് .ദൂരദിക്കിൽ നിന്നു പോലും അത് കൊണ്ടുവന്നിട്ടും ഭക്ഷണത്തിന്ന് രുചി വന്നില്ല. ശരീരം വല്ലാതെ ശോഷിച്ചു. ശ്വാസം മുട്ടൽകൊണ്ടു ഉറക്കമില്ലാതായി. സുധീർ ഡോക്ടർ നോക്കി, ഒരു ശ്വാസകോശം വീക്കാണെന്നും വലിയ കുഴപ്പമില്ലെന്നും സാന്ത്വനിപ്പിച്ചു.

എന്നും സ്കൂൾ വിട്ട് വന്നാൽ അച്ഛന്റെ ഇഷ്ട വിഷയമായ പുരാണ കഥകളിലെ സംശയങ്ങളുമായി അടുത്ത് കിടക്കയിൽ ഇരിക്കും. അതോർക്കുമ്പോൾ വല്ലാത്ത ആവേശമുണരും. ഓർക്കുന്നു. മലർന്ന് കിടന്ന് ആ പുരാണ വരികൾ ഉറക്കെ ചൊല്ലുന്നത്. ഒരിക്കൽ ശ്രീരാമസ്തുതി അച്ഛനറിയാതെ ഒരു ചെറിയ ടേപ്പ് റിക്കാർഡിൽ ഞാൻ പകർത്തി, കേൾപ്പിച്ചു. അച്ഛന്ന് അത് കേട്ട് വലിയ സന്തോഷമായി. പിന്നെയും മൂന്നു മാസം കഴിഞ്ഞു.

അന്നു വൈകീട്ട് 5 മണിക്ക് അച്ഛൻ വിളിച്ചു.

“എടോ. എനിക്കു വല്ലാതെ ശ്വാസതടസ്സം... നമുക്ക് ഒന്ന് ആശുപത്രീൽ പോകാം. പൈസയി ണ്ടാ....”

ഉടനെ ഭാര്യ നളിനി എത്തി, എഴുന്നേൽപ്പിച്ചു. ഞാൻ മുണ്ടുടുപ്പിച്ചു. ഓട്ടോവിൽ എന്നെ ചാരിക്കിടന്ന അച്ഛന്റെ വല്ലായ്ക ഞാൻ തൊട്ടറിയുകയായിരുന്നു. ഡോക്ടർ സുധീർ വർക്കു ചെയ്യുന്ന ബി കെ.എം ആശുപത്രിയിൽ എത്തി. ഐ സി യു വിലാക്കി. മരുമകൻ കൃഷ്ണപ്പൊതുവാൾ രാത്രി വന്നപ്പോൾ അച്ഛൻ പൊട്ടിക്കരഞ്ഞു. എന്നോട് വേഗം വീട്ടിലേക്കു പോകാം എന്ന് നിർബന്ധം പറഞ്ഞു

“നാള രാവിലെയാകട്ടെ... ഇപ്പഴ് രാത്രിയല്ലേ...”

മൂക്കിൽ ഘടിപ്പിച്ച ഓക്സിജൻ സ്വാസ്ഥ്യം നൽകി. എങ്കിലും എന്തോ ഒരസ്വസ്ഥത അച്ഛനെ വല്ലാതെ ഉലയ്ക്കുന്നതായി തോന്നി. കാര്യം ഡോക്ടരോട് പറഞ്ഞു. അദ്ദേഹം പൾസു നോക്കി. സാരമില്ല എന്നു സമാധാനിപ്പിച്ചു. രാത്രി എന്നോടൊപ്പം മകൻ പ്രിയേഷും മാത്രമാണുണ്ടായിരുന്നത്. രാത്രി ഒരു മണിയായപ്പോൾ ഒരു നേഴ്സ് വന്ന് ചില മ

രുന്നു വാങ്ങി നൽകാൻ ആവശ്യപ്പെട്ടു. വേഗം അത് മേടിച്ചു നൽകി. കഷ്ടം! അപ്പോൾ ഐ സി യു വിലേക്ക് പോകാൻ എനിക്കു തോന്നിയില്ല. ജീവിതത്തിലെ ഏറ്റവും വലിയ അപരാധമായി ഇന്നും ഞാനാ അവിവേകത്തെ കാണുന്നു.

പിറ്റേന്ന് കർക്കിടക സംക്രമ ദിനമാണ്. രവിലെ നേഴ്സ് വന്ന് വിളിച്ചു. ചെറുപ്പക്കാരനായ ഡോക്ടർ കൂസലില്ലാതെ പറഞ്ഞു.

"നിങ്ങടെ അച്ഛൻ എക്സ്പെർഡ് ആയി"

അത് കേൾക്കെ ഞാൻ അവിശ്വസനീയതയോട് അതിനകത്തേക്ക് പാഞ്ഞു. ആ ശരീരം കെട്ടിപ്പിടിച്ചു. നല്ല ചൂട് അപ്പൊഴുമാ ശരീരത്തിന്നുണ്ടായിരുന്നു. ഉറക്കെ വന്ന കരച്ചിൽ ഞാൻ കടിച്ചമർത്തി. പാവം എന്റെ അച്ഛൻ! വീട്ടിൽ വരാൻ വാശിപിടിച്ചു കരഞ്ഞ അച്ഛന്റ മൃതശരീരം ആണ് അവിടെ എത്തിച്ചത്. ആരറിഞ്ഞു വിധി വിഹിതം. അച്ഛനും നഷ്ടമായതോടെ വല്ലാത്ത ഒരു ശൂന്യത എന്നെപ്പൊതിഞ്ഞു. കണ്ണു നിറയാതെ ആരയും അഭിമുഖീകരിക്കാനായില്ല. അച്ഛൻ എനിക്കെല്ലാമായിരുന്നു. മറ്റു മക്കളെക്കാൾ വല്ലാത്ത ഒരടുപ്പവും സ്നേഹവും ഞങ്ങൾ പുലർത്തിയിരുന്നു. ജോലിയില്ലാത്ത നാളുകളിൽ അച്ഛൻ കീശയിൽ വെച്ചു തരാറുള്ള വിയർപ്പു നനഞ്ഞ പത്തു രൂപയ്ക്ക് പിതൃവാത്സല്യത്തിന്റെ പരിമളമായിരുന്നു.

പുരാണത്തിലെ ഏത് സംശയത്തിന്നും നിമിഷ വേഗം കൊണ്ട് ഉത്തരം തരാൻ ഇനിയാ ഗുരുനാഥനില്ല. ഉത്തമരാമഭക്തനായ അച്ഛൻ രാമചന്ദ്രാ എന്നേ എന്നെ വിളിച്ചിരുന്നുള്ളൂ. അച്ഛനും അമ്മയും നഷ്ടമായതോടെ വല്ലാത്ത ഒരു വ്യർത്ഥതാബോധം നിറഞ്ഞു. ഡോക്ടറേറ്റ് കിട്ടിയ വിവരമറിഞ്ഞിട്ടു ഒരു സന്തോഷവും തോന്നിയില്ല. പലപ്പോഴായി ആ വിവരമൊന്നും വന്നില്ലേ എന്ന് ചോദിച്ചു കൊണ്ടിരുന്ന ആൾ അത് കേൾക്കാനില്ല എന്ന സങ്കടമാണ് നെഞ്ചു നിറയേ. ആകാശവിശാലവും ആഴി പോലാഴവുമുള്ള ആ സ്നേഹ സ്വരൂപന്റെ ഓർമ്മകൾ വർഷമിത്ര കഴിഞ്ഞിട്ടും കൺപീലികൾ നനയ്ക്കുന്നു.

അനുജൻ ശ്രീധരനെ മദ്യമുക്തനാക്കാനും എന്തെങ്കിലും ജോലി ചെയ്യിക്കാനും പരമാവധി പരിശ്രമിച്ചു. ഓരോ വട്ടവും അവൻ കൂസലില്ലാതെ തിരിച്ചു വരും. ഭാര്യാഗൃഹത്തിൽ സ്വാസ്ഥ്യമില്ലാതെ എന്റെ കൂടെ ചില ദിവസങ്ങളോളം താമസിച്ചു. ഒരുച്ച നേരത്ത് മദ്യപിച്ചെത്തിയ അവനോട് പരുഷമായി പെരുമാറേണ്ടി വന്നു. അന്ന് ഇറങ്ങിപ്പോയ അവൻ പിന്നെ ഒരിക്കലും വീട്ടിലേക്കു വന്നില്ല. ഒന്നുരണ്ടു വർഷം ചില കടകളിൽ ജോലി ചെയ്യുന്നതായി അറിഞ്ഞു.

ഒരു നാൾ അവൻ പക്ഷാഘാതം വന്ന് പരിയാരം ആശുപത്രിയിൽ എത്തിയെന്നും ഇളയ അനുജൻ പത്മനാഭൻ പരിചരിക്കുന്നുണ്ടെന്നു മറിഞ്ഞ് അവിടെ ചെന്നു. കുറ്റബോധം കൊണ്ടാകാം അവൻ എന്നെ നോക്കിയതേയില്ല. ഒരുവശം അവന്ന് തളർന്നു പോയതറിഞ്ഞ് മാനസികമായി തളർന്നേ പോയി. അവന്റെ മകൻ ശ്രീകുമാറിന്റെ കയ്യിൽ കുറച്ചു പണം നൽകി ഞാൻ തിരിച്ചു വന്നു. ആശുപത്രിയിൽ നിന്ന് ഡിസ്ചാർജ് ചെയ്ത് അവന്റെ നീലേശ്വരം ഭാര്യ വീട്ടിലേക്കാണ് കൊണ്ടു വന്നത്.

മൂന്നാഴ്ച കഴിഞ്ഞു കാണും. ഒരു രാവിലെ ശ്രീധരന്റെ അളിയൻ രാമചന്ദ്രന്റെ ഫോൺകാൾ വന്നു. ശ്രീധരൻ അകാലത്ത് നമ്മെ വിട്ടുപോയി.

അഭിമാനിയായ അവൻ വീട്ടിന്നരികിൽക്കൂടി പോകുന്ന റെയിൽ പാളം തേടുമെന്ന് ഭയപ്പെട്ടതാണ്. അതുതന്നെ സംഭവിച്ചു. കാഞ്ഞങ്ങാട് ജില്ലാ ആശുപത്രിയിൽ ഏട്ടനും ഞാനും പത്മനാഭനും ആ ജഡം നെഞ്ചിലൂറുന്ന വേദനയോടെയാണ് നോക്കി നിന്നത്. നാലു സഹോദരന്മാരിൽ ഒരാൾ അങ്ങനെ വിട പറഞ്ഞു.

അവന്റെ കാര്യത്തിലും ഞാൻ വേണ്ടത് ചെയ്തോ? എന്ന ചോദ്യം പലവട്ടം മനസ്സ് ചോദിച്ചു കൊണ്ടേയിരുന്നു. ഇനി അതേപ്പറ്റി ദു:ഖിച്ചിട്ട് കാര്യമില്ലല്ലോ!

മകൻ പ്രിയേഷ് പഴയ വീട്ടിനിപ്പുറം സാമാന്യം നല്ലൊരു വീട് പണിത് അവിടെ വെച്ചാണ് വിവാഹം നടത്തിയത്. വധു പയ്യന്നൂർ കാമ്പ്രത്ത് കൃഷ്ണ വേണി ടീച്ചറുടെ ഏക മകൾ രാഖിയാണ്. ഞാൻ കരിവെള്ളൂർ ഹയർ സെക്കണ്ടറി ക്ലാസ്സിൽ പഠിപ്പിച്ച കുട്ടിയാണ്. ഒരു വർഷം അയാൾ എന്റെ ഇതേ വിദ്യാലയത്തിൽ കംപ്യൂട്ടർ അധ്യാപകനായി എന്റെ സഹപ്രവർത്തകനുമായിരുന്നു. ഇപ്പോൾ ബാംഗളൂരിൽ സ്വന്തം ഫ്ളാറ്റിൽ നല്ല ജീവിതം നയിക്കുന്നു. ഭാര്യക്കും അവിടെ ജോലിയുണ്ട്. പ്ലസ്ടുവിനു ശേഷം തമിഴ്നാട്ടിലെ തൊണ്ടമുത്തൂർ കോളജിൽ എം സി.എക്ക് ചേർന്നു പഠിക്കാൻ ഉള്ള സാമ്പത്തിക സഹായം ദേവേട്ടിയുടെ ഭർത്താവ് ജയദേവേട്ടനാണ് ചെയ്തത്. തുച്ഛ വേതനക്കാരനായ പ്രൈമറി അദ്ധ്യാപകന്ന് ആ ഭാരിച്ച തുക സ്വപ്നം കാണാനേ കഴിയൂ അന്ന്.

2006 മെയ് മാസത്തിൽ 33 വർഷത്തെ സേവനത്തിന് ശേഷം ഞാൻ സ്കൂളിന്റെ പടിയിറങ്ങി. ഒന്നാം ക്ലാസ്സു മുതൽ പ്ലസ്ടുവരെ പഠിപ്പിക്കാൻ ഭാഗ്യമുണ്ടായ എനിക്ക് യുണിവേഴ്സിറ്റിയിൽ തിരുനിഴൽ മാല എന്ന

പ്രാചീന കൃതികണ്ടെടുത്ത് വ്യാഖ്യാനസഹിതം പ്രസിദ്ധീകരിച്ച ഭാഷാ പണ്ഡിതൻ എന്ന നിലയിൽ എം എ മലയാളം ക്ലാസ്സുകളിലും പഠിപ്പിക്കാൻ കഴിഞ്ഞു.

ഇളയമകൻ പ്രശാന്ത് മാതമംഗലം എഞ്ചിനിയറിംഗ് കോളേജിൽ സ്റ്റാഫായി ജോലി ചെയ്യുന്നു. എല്ലാ കാര്യത്തിനും താങ്ങും തണലുമായി അവനാണ് കൂടെയുള്ളത്. വിവാഹം കഴിച്ചത് കമ്മാടത്തെ ഗോപികയേയാണ്.

മൂത്ത മകന്ന് ദീക്ഷിത എന്നും ഇഷിത എന്നും രണ്ടു പെൺമക്കൾ ആണ് ഉള്ളത്. ഇളയവന്ന് ഗോപികയിൽ അദ്വൈത എന്ന പെൺകുട്ടിയുമുണ്ടായി.

2019 ൽ ലോക വ്യാപകമായി പടർന്നുപിടിച്ച കോവിഡ് സകല രംഗങ്ങളേയും തകർത്തെറിഞ്ഞു. കോളജുകൾ അടഞ്ഞു കിടന്നു. കുട്ടികളില്ലാത്ത മാനേജ്മെൻറ് ശമ്പളക്കാര്യത്തിൽ കൈ മലർത്തി. അമ്പ് കൊള്ളാത്തവരാരുമില്ല എന്ന മട്ടിൽ കുടുംബം മുഴുവൻ അതിന്നിരയായി. മൂത്തമകനും ഭാര്യയും കുട്ടികളും രോഗം പടർന്നപ്പോൾ നാട്ടിലെത്തിയിരുന്നു. അവരും ഈ മഹാമാരിയുടെ പിടിയിൽ അമർന്നിരുന്നു. തൊഴിൽ നഷ്ടമായ അവസ്ഥയിൽ ഏതു പണി ചെയ്യാനും പ്രശാന്തിന് ഒരു മടിയുമുണ്ടായില്ല. കൂലി വേലക്കും അതിന്റെ മാന്യതയുണ്ടെന്നതാണ് അയാളുടെ വാദഗതി.

അയാൾ പുലർച്ച നേരത്ത് പണിക്ക് ഇറങ്ങിപ്പോകുന്നത് പലപ്പൊഴും വേദനയോടെയാണ് നോക്കി നിന്നത്. അയാൾക്ക് വിധിച്ചത് അതായിരിക്കാം. അല്ലാതെന്തു പറയാൻ!

സാമാന്യം ആരോഗ്യമുള്ളവനെങ്കിലും ഏറ്റവും ഇളയ അനുജൻ പത്മനാഭൻ. ഗൾഫിൽ നിന്ന് വരുന്ന വഴിയിൽ നെഞ്ചുവേദന വന്ന് ശ്രീ ചിത്ര ആശുപത്രിയിൽ 13 വർഷം മുമ്പ് ഹൃദയ വാൽവിന് സ്റ്റെൻഡ് ഇട്ടതായിരുന്നു. പ്രഷറും ഷുഗറും വന്ന് ആരോഗ്യം പാടെ തകർന്ന എന്നെക്കാണാൻ അവൻ സ്വന്തം ടൂ വീലറിൽനേരം കിട്ടുമ്പോഴൊക്കെ ഓടി വരുമായിരുന്നു. ആരോഗ്യം പാടേ തകർന്ന് പഴയമട്ടിൽ പ്രഭാഷണത്തിനോ മറ്റു പരിപാടികൾക്കോ പോകാതെ മഹാമാരി ഭയന്ന് രണ്ടു വർഷം കൂട്ടിലിട്ടതുപോലെ കഴിഞ്ഞതു കൂടിയാകാം തീരെ അവശനായി മാറിയിരുന്നു ഞാൻ. മനസ്സിരുത്തി വായിക്കാനോ എഴുതാനോ സാധിക്കുന്നേയില്ല.

രോഗാതുരനായി വീട്ടിൽ കഴിയുന്ന ഏട്ടനെ കാണാൻ മൂന്ന് നാളൊരിക്കലോ ആഴ്ചയിലോ പോകുമായിരുന്നു. ഒരു നാൾ തിരികെ നടന്നു

വന്ന് വീടു കേറിയപ്പോൾ വല്ലാത്ത തളർച്ച.. ഫോൺ ശബ്ദിച്ചപ്പോൾ അതെടുത്തു. പക്ഷെ സംസാരം കുഴഞ്ഞു പോകുന്നു. ആകെ പരിഭ്രമിച്ചു. രണ്ടു നിമിഷശേഷം പഴയ പടിയായി. മൂന്നാം നാൾ വലതു കൈക്ക് ഒരു ബലക്ഷയം. അനാമയ ആശുപത്രിയിൽ നിന്ന് കണ്ണൂർ മിംമ്സ് ഹോസ്പിറ്റലിൽ എത്തി, സി.ടി. സ്കാൻ ചെയ്തു. ചെറിയൊരു സ്ട്രോക്ക്. സാരമില്ല. എഴുതാൻ വിരൽ ചലിക്കുന്നില്ല. എന്റെ ദൈവമേ... കണ്ണുകൾ നിറഞ്ഞൊഴുകി.

"സാരമില്ല... ഇത് ശരിയാകും..."

ഡോക്ടർ ആശ്വസിപ്പിച്ചു. വീട്ടിലെത്തിയിട്ടും സ്വാസ്ഥ്യം തിരിച്ചു കിട്ടിയില്ല. രോഗിയാണ് എന്ന ചിന്ത ഊണിലുമുറക്കിലും വേട്ടയാടിക്കൊണ്ടിരുന്നു.

ഒരു നാൾ രാവിലെ പത്തര മണിക്ക് പത്മനാഭന്റെ ഭാര്യ ബേബി വിളിക്കുന്നു.

"പപ്പേട്ടന് അൽപ്പം സീരിയസാണ് അനാമയ ഹോസ്പിറ്റലിൽ ഉണ്ട്... പ്രശാന്തിനെ ഒന്ന് പറഞ്ഞയക്കൂ.."

ആപൽശങ്ക ഒട്ടുമില്ലാത്ത ഞാൻ പ്രശാന്തിനെ വിളിച്ച് പറഞ്ഞയച്ചു. പത്ത് മിനുട്ട് കഴിഞ്ഞപ്പോൾ ടി.പി. ഭാസ്ക്കരൻ മാഷ് വിളിച്ച് അനുശോചനമറിയിച്ചു.

"കഷ്ടമായിപ്പോയി. നമുക്ക് സഹിക്കുക... എന്റ മകൾ പോയതു പോലെ അവിശ്വസനീയം തന്നെ."

സകല ദൈവങ്ങളും കയ്യൊഴിഞ്ഞ അഭിശപ്തജന്മമാണോ എന്റെത്. അനാമയ ആശുപത്രിയിലെ മോർച്ചറിയിൽ ഉറങ്ങിക്കിടക്കുന്നതു പോലെ എന്റെ കൊച്ചനിയൻ... : !

പരിസരം മറന്ന് പൊട്ടി പൊട്ടിക്കരഞ്ഞു. മകൻ എന്നെ വേഗം കാറിലാക്കി വീട്ടിൽ എത്തിച്ചു. കോവിഡിനെ ഭയന്ന് ആശുപത്രിയിൽ പോകാതെ വേദന സഹിച്ചിരുന്ന പ്രിയപ്പെട്ടവനെ, എല്ലാവരെയുമുപദേശിക്കുന്ന നീ നിന്നെ മറന്നു പോയല്ലോ മോനേ! വിധി വിഹിതമെന്നല്ലാതെ എന്തുപറയാൻ. ആ വേർപാട് ഇന്നുമവിശ്വസനീയമാണ് മനസ്സിന്ന്. 2021 ഒക്റ്റോബർ എട്ട് എന്റെ ഏറ്റവും വലിയ ദുഃഖദിനമായി മാറി.

കോവിഡ് ശമനമില്ലാതെ നിരവധിപ്പേരെ കൊണ്ടുപോയി. അന്ന് ഒരുനാൾ ഏട്ടന്ന് നെഞ്ചുവേദന വന്നപ്പോൾ പരിയാരം ഹൃദയാലയത്തിൽ എക്കോ ടെസ്റ്റിന് കൊണ്ടുപോയി. വീട്ടിലെത്തി മൂന്നാംനാൾ ഏടത്തിയമ്മക്ക് രോഗം വന്നു. മാറിത്താമസിക്കാൻ ഏട്ടൻ തയ്യാറായില്ല. നാലാം നാൾ ഏട്ടനും കോവിഡ് രോഗിയായി. ദിവസം പലപ്രാവശ്യം ഫോണിൽ

കാര്യം അന്വേഷിച്ചു. കുഴപ്പമില്ല. കാണാൻ മനസ്സു വെമ്പിയെങ്കിലും ഒരാഴ്ച കാത്തു നിന്നല്ലേ വഴിയുള്ളൂ.

അതിനിടയിൽ ഇളയ സഹോദരിയുടെ ഭർത്താവ് പന്തലാൻ മാധവപ്പൊതുവാൾ കോറോണ ബാധിച്ച് മൃതിയടഞ്ഞു. അന്ത്യകർമ്മങ്ങൾക്കോ ശവദാഹത്തിനോ വിരലിൽ എണ്ണാവുന്ന സന്നദ്ധ പ്രവർത്തകർ മാത്രം. പാവം! പെങ്ങൾ... ജീവിതം അവർക്കെന്നും ദുരിതമയമായിരുന്നു. ഭർത്താവിന്റെ മരണത്തോടെ അവർ മകളോടൊപ്പം താമസമായി.

അന്ന് 2022 സപ്തംബർ 23. പുലർച്ചെ ഏടത്തിയമ്മ വിളിച്ചു. ഉടനെ കാറുമായിവരണം. ഏട്ടന്ന്... കേട്ടപാതി കേൾക്കാപ്പാതി.. മകൻ പ്രിയേഷ് കാറുമായെത്തുമ്പോഴേക്കും ആംബുലൻസ് ആശുപത്രിയിലേക്കോടി. മരണം അവർ സ്ഥിരീകരിച്ചു. മകൻ വിളിച്ച് പറഞ്ഞു ആ ദുഃഖ വാർത്ത. കുടുംബത്തെ ആവുംവിധത്തിൽ കരകയറ്റാൻ ശ്രമിച്ച ഒരു പാവം മനുഷ്യൻ. കാർക്കശ്യം പല കാര്യത്തിലുമുണ്ടെങ്കിലും പെട്ടന്ന് തന്നെ കരയുന്ന പാവമായിരുന്നു ഏട്ടൻ. തന്റെ കുടുംബ ജീവിതം എന്നും സുഖരഹിതമാണെന്ന് പരിതപിക്കാറുള്ള ഏട്ടൻ. സഹോദരങ്ങളെ നന്നായി സ്നേഹിച്ച ഒരു കുടുംബ സ്നേഹി. അദ്ദേഹവും യാത്രയായി.

രണ്ടു വർഷത്തിനിടയിൽ മരണം നൃത്തമാടിയ കുടുംബമാണെന്ന്... 2022 ഏപ്രിൽ പ്രഭാതത്തിൽ ആ വാർത്തയും വന്നെത്തി. പെങ്ങളുടെ മകൾ പ്രസന്നയുടെ ഭർത്താവ് പാറന്തട്ട പ്രഭാകരൻ ഉറക്കത്തിൽ ഹൃദയാഘാതം വന്ന് മരിച്ചു. രോഗിയും വിധവയുമായ ആ പാവം മകളെ ഓർത്ത് എന്നും സങ്കടമായിരുന്നു. ദുഃഖനദി നീന്താതെ വയ്യല്ലോ. എല്ലാം സഹിക്കാനുള്ള കരുത്ത് ദൈവം തരട്ടെ എന്നാണ് പ്രാർത്ഥന.

എഴുത്തുവഴിയിലെ പാദമുദ്രകൾ

നാടൻ കലയുടെ വിവിധങ്ങളായ രംഗങ്ങളെക്കുറിച്ച് കൂടുതൽ കൂടുതൽ അറിയുവാനും എല്ലാർക്കുമറിയുന്നതിനപ്പുറം അവയുടെ അടിയടരുകൾ വിശകലനം ചെയ്യാനുമാണ് എന്നും ശ്രമിച്ചു പോന്നത്. നാടൻ പദങ്ങൾ, നാട്ടുശൈലികൾ, പഴമൊഴികൾ, നാട്ടുപാട്ടുകൾ, ഗൃഹ വൈദ്യരീതികൾ, അനുഷ്ഠാനത്തിൽ തെളിയുന്ന അർത്ഥതലങ്ങൾ ആരാധനയുടെ രീതി വ്യത്യാസങ്ങളും അകപ്പൊരുളും എല്ലാം മുന്നിൽ മാടി വിളിക്കുകയാണ്. അപ്പോൾ പിന്നെ മടിച്ചിരിക്കുന്നതെങ്ങനെ? ഡോ.. വിഷ്ണു നമ്പൂതിരിയുടെ കൂടെ മഹാനായ പുലയകലാകാരൻ കാഞ്ഞൻ പൂജാരിയുടെ കുപ്പമാടത്തിൽ പോയതും ജാത്യാചാരത്തിന്റെ വേലിക്കെട്ടില്ലാതെ അദ്ദേഹത്തിന്റെ വൃദ്ധയായ ഭാര്യ ഗ്ലാസിലൊഴിച്ച കട്ടൻ ചായയിലെ പൊടി തന്റെ വൃത്തിയല്ലാത്ത വിരൽ മുക്കി കളഞ്ഞു കൊണ്ട് വന്നത് ഒരു കൂസലുമില്ലാതെ കുടിച്ച മാഷായിരുന്നു എനിക്കു മാതൃക.

ചെറുകുന്ന് കീഴറയിൽ നാടോടി കലകളെ പ്രത്യേകിച്ച് ചിമ്മാനക്കളി, മാരിയാട്ടം തുടങ്ങിയ പുലയ സമുദായ അനുഷ്ഠാന കലകളെ നെഞ്ചേറ്റി ലാളിക്കുന്ന കീഴറ പി. കോരൻ എനിക്കു മാർഗ്ഗദർശിയായിരുന്നു. ഒരിക്കലും രംഗത്തു വരാതെ ഇതു പോലുള്ള ഗവേഷകർക്കും എഴുത്തുകാർക്കും പ്രിയങ്കരനായിരുന്നു ആ നല്ല മനുഷ്യൻ.

1978ലാണ് എന്റെ ആദ്യ കവിത 'മഹാകവി പി.' മംഗളം വാരികയിലെ ഒന്നാംപേജിൽ പ്രസിദ്ധീകരിച്ചത്. പീയുടെ ആരാധകനായ എനിക്ക് കവി എന്ന നിലയിൽ കിട്ടിയ വലിയ അംഗീകാരമായിരുന്നു അത്. അതിന് മുമ്പു തന്നെ ജനയുഗം വാരിക, ദേശാഭിമാനി വാരാന്തപ്പതിപ്പ്, ജനയുഗം വാരാന്ത്യപ്പതിപ്പ്, മാതൃഭൂമി വാരാന്തപ്പതിപ്പ് തുടങ്ങിയവയിൽ സചിത്ര ഫീച്ചറുകൾ എഴുതി വന്നിരുന്നു. ജനയുഗം വാരാന്തപ്പതിപ്പിൽ ഉത്തരകേരളത്തിന്റെ തനതു കലയായ തെയ്യത്തി

ന്റെ കഥകൾ ഓരോന്നും സീരിയലൈസ് ചെയ്തു വന്നതോടെ തെക്കും വടക്കു മുള്ള ഒട്ടേറെ ആസ്വാദകരുടെ മനസ്സിൽ സ്ഥാനം നേടാൻ കഴിഞ്ഞു.

കുട്ടിക്കാലം തൊട്ടേ മഴ തിമർത്തു പെയ്യുന്ന രാത്രികളിൽ അമ്മ മഴക്കൂറ്റിനൊപ്പം പറഞ്ഞുതരാറുള്ള തെയ്യംകഥകൾ ഉണർന്നൊഴുകിയതാണവയെല്ലാം. തുടർച്ചയായി ഏട്ട്മാസം ഞായറാഴ്ചകളിൽ വന്ന തെയ്യം കഥകൾ ഒരു പുസ്തക രൂപത്തിലാക്കുവാൻ തയ്യാറാകണമെന്ന് ആ കഥകൾ വായിക്കാറുള്ള പരിയാരം കിട്ടേട്ടൻ അഭിപ്രായപ്പെടുക മാത്രമല്ല, പ്രഭാത് ബുക്ക്സിനോട് ആവശ്യപ്പെടുകയും ചെയ്തു. അങ്ങനെയാണ് ആദ്യ തെയ്യഗ്രന്ഥമായ, 'കോലത്തുനാട്ടിലെ തെയ്യം കഥകൾ' പ്രസിദ്ധീകൃതമായത്. വ്യാപകമായ സ്വീകരണമാണ് അതിന് ലഭിച്ചത്. 1989 ലാണത്.

തുടർന്ന് കേരള സാംസ്ക്കാരിക വകുപ്പ് എന്റെ ഡോക്ടറേറ്റ് പ്രബന്ധം മലയിലെ മാവിലൻമാർ പുസ്തകമാക്കാൻ സമ്മതിച്ച് കരാർ ഒപ്പിടാൻ അയച്ചുതന്നു. അങ്ങനെ പ്രസിദ്ധ ഫോട്ടോ ഗ്രാഫർ രാകേഷ് പുത്തൂരിന്റെ മുഖചിത്രത്തോടെ അത് പുറത്തിറങ്ങി. പിന്നീടാണ് അത് മടയത്തരമായി തോന്നിയത്. വായനക്കാരന്റെ കയ്യിലെത്താൻ സർക്കാർ സംവിധാനത്തിൽ കടമ്പകൾ ഏറെയാണ്. തെയ്യക്കഥകൾ അഞ്ചു എഡീഷനുകൾ പുറത്തിറങ്ങിയെങ്കിലും 'മലയിലെ മാവിലന്മാർ' കെട്ട്പൊട്ടിച്ചോ എന്നറിഞ്ഞില്ല. പലരും വിളിച്ചു ചോദിക്കുമ്പോൾ അവരുടെ വിലാസം കൊടുക്കാറാണ് പതിവ്.

പ്രാചീന മലയാളവും പ്രാകൃത തുളുവും ഇടകലർന്ന മാവിലരുടെ മനോഹരമായ പാട്ടുകൾ ഏറെയുണ്ട് ശബ്ദലേഖന ശേഖരത്തിൽ. അവ സ്വന്തമായിത്തന്നെ 'മാവിലരുടെ പാട്ടുകൾ' എന്ന പേരിൽ പ്രസിദ്ധീകരിച്ചു.

പതിമൂന്നാം നൂറ്റാണ്ടിലെഴുതപ്പെട്ട 'തിരുനിഴൽ മാല' എന്ന താളിയോല ഗ്രന്ഥം തായന്നൂരിലെ സേതുരാമ പെരുമലയന്റെ കയ്യിൽ നിന്ന് കുന്നരുവിലെ കെ പി സി പണിക്കരുടെ മുൻകയ്യിലാണ് എനിക്കു വായിക്കാൻ കിട്ടിയത്. രാമചരിതമെന്ന പാട്ടു കൃതിക്കു മുമ്പേ തന്നെ എഴുതപ്പെട്ട ഈ ഗ്രന്ഥത്തിലെ ഭാഷ., സംസ്കൃതി, ജാതി വ്യവസ്ഥ, അന്നത്തെ സാമൂഹിക സാംസ്ക്കാരിക ആധ്യാത്മികരംഗ രീതികൾ എല്ലാം വിലപ്പെട്ടവയായിരുന്നു. അത് പത്രങ്ങളിൽ വന്നപ്പോൾ, കണ്ണൂർ യൂണിറ്റിഴ്സിറ്റി വി സി രാജൻസാർ വിളിപ്പിച്ച് അത് വ്യാഖ്യാന സഹിതം തങ്ങൾ പ്രസിദ്ധീകരിക്കാൻ തയ്യാറാണെന്നറിയിച്ച പ്രകാരം

നാലര മാസത്തെ പരിശ്രമത്തിന് ശേഷം കയ്യെഴുത്തു പ്രതി സർവ്വകലാശാലയ്ക്ക് സമർപ്പിച്ചു. മാസങ്ങൾ മൂന്ന് കഴിഞ്ഞു. റജിസ്റ്റാർ സംഗതി കാണാനില്ലെന്ന് കൈ മലർത്തി. പിന്നെയും അഞ്ചു മാസത്തിന്നു ശേഷം അതേ രജിസ്റ്റാറുടെ ചവറ്റുകൊട്ടയിൽ നിന്ന് സ്റ്റൂഡൻസ് ഡീനായ വി എസ് അനിൽ കുമാറാണ് അത് കണ്ടെടുക്കാനും പുസ്തകമാക്കാനും കളമൊരുക്കിയത്. 'തിരുനിഴൽമാല ' യുടെ മൂല്യവും ആ കാലഘട്ടപ്രാധാന്യവുമറിയുവാനും അന്നത്തെ സമൂഹ മനസ്സും ബോധ്യവും തിരുനിഴൽമാലയിൽ വളരെ വ്യക്തമായി ചിത്രീകരിക്കുന്ന ഉച്ചബലി എന്ന പ്രാചീനമന്ത്രവാദ ക്രിയയുടെ പൊരുളറിയാനുംവിദേശ സർവ്വകലാശാലകളിലെ പണ്ഡിതന്മാർ ഇവിടെ എത്തുന്നുണ്ട്.

പയ്യന്നൂർ നഗരസഭ നടപ്പാക്കിയ ജനകീയാസൂത്രണത്തിന്റെ ഭാഗമായി ഈ പ്രദേശത്ത് നിലനിന്നിരുന്ന സകല നാടോടി കലാരൂപങ്ങളെപ്പറ്റിയും അറുപത് കഴിഞ്ഞമുഴുവൻ കലാകാരന്മാരെപ്പറ്റിയും ഇവിടെനിലനിന്നു വരുന്ന നാടൻ ചികിത്സാ വിധികൾ എന്നിവയെക്കുറിച്ചെല്ലാം പ്രതിപാദിക്കുന്ന നാടൻ കലാനിഘണ്ടു. അത് തീർത്തും കമ്മിറ്റിയംഗങ്ങൾ ആരുടെയെങ്കിലും സഹകരണം കിട്ടാത്ത ഒരു ഒറ്റയാൾ പരിശ്രമമായിരുന്നു. അതിന്റെ നിർവ്വഹണ ഓഫീസറായിരുന്ന പി എം ഉണ്ണിക്കൃഷ്ണൻ അടിയോടി മാസ്റ്റർക്ക് ആ തീവ്രയത്നം നന്നായറിയാം. പാചകം എന്നത് സവിശേഷമായ നാടൻ കലയാണെന്ന് ആദ്യമായി വിശദീകരിച്ച് പാചകവിദഗ്ദ്ധരുടെ പൂർണ്ണ വിവരങ്ങൾ ആ പുസ്തകത്തിൽ ആണ് ഫോട്ടോ സഹിതം വന്നത്. പിന്നീടാണ് നാടൻ കലാ അക്കാദമി മികച്ച പാചകക്കാരെ അവാർഡ് നൽകി ആദരിക്കാൻ തുടങ്ങിയത്. ഒരു പുസ്തകത്തിലും പരാമർശം പോലും കിട്ടാനിടയില്ലാത്ത ഞാറ്റുകണ്ടത്തിലെ നാടൻപാട്ടുകാരികളെ ചരിത്രം പാടി സൂക്ഷിക്കുന്ന ചരിത്രകാരികളെ ഫോട്ടോ സഹിതം പരിചയപ്പെടുത്തിയ ഗ്രന്ഥവും ഈ നാടൻ കലാനിഘണ്ടുവാണ്. ഇതിലെ പേജുകളും ഫോട്ടോയും വെച്ചാണ് മിക്ക നാടൻ കലാകാരന്മാരും അവാർഡിന് അപേക്ഷിക്കുന്നത്.

തെയ്യം കഥകളിൽ പലപ്പൊഴും മുഖംകാട്ടുന്ന മാപ്പിള പ്പൊറാട്ടു കഥാപാത്രങ്ങളും ഭഗവതിയുടെയും ചാമുണ്ഡിയുടെയും കൂടെയും പ്രധാന തെയ്യമായി ഭക്തന്മാരെ അനുഗ്രഹിക്കാനെത്തുന്ന ദേവതമാരെയും മാപ്പിളക്കഥാ പാത്രങ്ങൾ അരങ്ങിലെത്തുന്ന ഒട്ടേറെ കാവുകൾ കാസർകോട് ജില്ലയിൽ ധാരാളമായും കണ്ണൂർ ജില്ലയിൽ ചുരുക്കമായും കണ്ടുവരുന്നുണ്ട്. ഈ മാപ്പിളത്തെയ്യങ്ങളെക്കുറിച്ച് ആഴത്തിൽ പഠിച്ചറി

യാനുള്ള ശ്രമമാണ് 'മലബാറിലെ മാപ്പിളത്തെയ്യങ്ങൾ'. പണ്ടുകാലം തൊട്ടുതന്നെ നിലനിന്നിരുന്ന സാഹോദര്യത്തിന്റെ. സ്നേഹ ബഹുമാനങ്ങളുടെ ഒട്ടേറെ ദൃശ്യങ്ങൾ ഈ പുസ്തകത്തിലൂടെ അനാവരണം ചെയ്യാൻ സാധിച്ചു. പ്രസിദ്ധ കഥാകാരനും അന്ന് ചന്ദ്രിക ആഴ്ചപ്പതിപ്പ് പത്രാധിപരുമായിരുന്ന ശിഹാബുദ്ദീൻ പൊയ്ത്തുംകടവ് നിർദ്ദേശിച്ച പ്രകാരമാണ് മാപ്പിളത്തെയ്യങ്ങൾ തുടർച്ചയായി ആഴ്ചപ്പതിപ്പിൽ വന്നതും പിന്നീട് കണ്ണൂർ ന്യൂ ബുക്ക്സ് അത് പുസ്തക രൂപം പൂണ്ടതും. പല സർവ്വകലാശാലകളിലേയും വിദ്യാർത്ഥികൾ തെയ്യാട്ടക്കാവിലെ മത മൈത്രിയെക്കുറിച്ച് ഗവേഷണക്കുറിപ്പ് തയ്യാറാക്കാൻ ആശ്രയിക്കുന്ന ഒരടിസ്ഥാന ഗ്രന്ഥമായി അത് മാറിയിട്ടുണ്ട്.

വടക്കൻ കേരളത്തിന്റെ രാജ്യഭരണം കയ്യാളിയിരുന്ന കോലത്തിരിത്തമ്പുരാന്റെ ചരിത്രത്തിന്റെ ഭാഗമായി മാറിയ ഒരു കഥാപാത്രമാണ് മുരിക്കഞ്ചേരി കേളു. ചെറുപ്രായത്തിൽത്തന്നെ കൂടെക്കൂട്ടിയതാണ് കേളുവെ. ഞാറ്റുകണ്ടത്തിലെ നാടൻ പാട്ടുകാരികൾ പാടിവന്ന അമൂല്യമായ ആചരിത്രകഥ ആരെയുമാകർഷിക്കുന്ന ഒന്നാണ്. മാടായിക്കോട്ടയിൽ കേളുവിനെ അവരോധിക്കുകയും നാട്ടു തെണ്ട (നികുതി പിരിവു)ക്കാരനായി നിയമിക്കയും ചെയ്തതാണ്. എന്നാൽ ചേറ്റുവായ് കരിമ്പന കണ്ണൻ ആ സ്ഥാനം മോഹിച്ച് പൊൻ കിഴി കാഴ്ച വെച്ച് കാര്യം നേടുന്നു.

അന്നു തൊട്ടു കുടിപ്പക മുഴുത്ത കേളുകോവിലകം തകർത്ത് നാട്ടിൽ നിന്നും പലായനം ചെയ്യിക്കുന്നു, തമ്പുരാനെയും കുടുംബത്തെയും. അറക്കൽ ബീവി എന്ന സഹോദരീബന്ധ മുസ്ലിം രാജ്യത്തിന്റെ ഒത്താശയോടെ കോലത്തുനാട്ടിലെ ക്ഷേത്രങ്ങൾ ഒന്നൊന്നായി കൊള്ളയടിക്കുന്നു. ആ കൊടുംക്രൂരനെ ചാല കടപ്പുറത്തെ പൂഴിമണലിൽ വെടിവെച്ചു വീഴ്ത്തിയിട്ടേ തമ്പുരാന്റെ അതി മദം തീർന്നുള്ളൂ.

ആ നാടൻ പാട്ടു കഥയും പഠനവും വ്യാഖ്യാനവും ചേർന്ന ഒരു പുസ്തകം 'മുരിക്കൻ ചേരിക്കേളുവും അറക്കൽ ബീവിയും' കണ്ണൂർ സമയം ബുക്ക്സാണ് പ്രസിദ്ധീകരിച്ചത്. പ്രൊഫ: അഹമ്മദ് മുഹമ്മദ് ആണ് അതിന് മുൻകൈ എടുത്തത്.

എന്റെ തെയ്യം ഗവേഷണ സാഫല്യമെന്ന് പറയാവുന്ന അതിബൃഹത്തായ ഒരു ഗ്രന്ഥമാണ് കണ്ണൂർ കൈരളി ബുക്ക്സ് പ്രസിദ്ധീകരിച്ച 'തെയ്യപ്രപഞ്ചം'. അഞ്ഞൂറിൽപരം പേജുകളിൽ തെയ്യങ്ങളുടെ വർണ്ണ മനോഹരമായ അനവധി ചിത്രങ്ങളോടെയാണ് അത് പുറത്തിറങ്ങിയത്. വിശിഷ്ടാതിഥികൾ അന്ന് പറഞ്ഞത് ഇനി തെയ്യത്തെക്കുറിച്ച് ഇ

തിലെ ഓരോ അദ്ധ്യായത്തിന്നും പുതിയ പുസ്തകങ്ങൾ ഇറങ്ങും. അക്ഷരാർത്ഥത്തിൽ അത് സത്യമാകുന്ന കാഴ്ച ഉൾപ്പുളകത്തോടെകാണുകയാണ് ഞാൻ.

മാഹി തൊട്ട് കുമ്പള വരെയുള്ള ആയിരത്തിലധികം തെയ്യക്കാവുകളിലൂടെ സഞ്ചരിച്ച് അവിടങ്ങളിൽ അരങ്ങേറുന്ന സവിശേഷമായ തെയ്യങ്ങളെക്കുറിച്ചും തെയ്യാട്ടക്കാരായ സമുദായങ്ങളെക്കുറിച്ചും തെയ്യാരാധക സമുദായങ്ങളെക്കുറിച്ചും കാവ്, സമൂഹം, സംസ്ക്കാരം എന്നിവയെപ്പറ്റിയുമെല്ലാമുള്ള സമഗ്ര പഠനമാണ് ആ വിശിഷ്ട ഗ്രന്ഥം. ഒരർത്ഥത്തിൽ തെയ്യത്തിന്റെ അത്യപൂർവ്വമായ നിഘണ്ടുവാണത്. തെയ്യത്തിന്റെ അനുഷ്ഠാന തലങ്ങളെ വിശദമായി പ്രതിപാദിക്കുന്ന ആ ഗ്രന്ഥത്തിന്ന് 2012 ന് ശേഷം നാല് എഡിഷനുകൾ വന്നു. തെയ്യം കലാകാരന്മാരും കാവധികാരികളും അത് നിധിപോലെ കരുതുന്നത് സംതൃപ്തിയോടെ കണ്ടുനിന്നിട്ടുണ്ട്. ഓരോ എഡീഷനിറങ്ങുമ്പോഴും അധ്യായങ്ങൾ കൂട്ടിച്ചേർക്കുന്നുമുണ്ട്. കാരണം അതൊരു പ്രപഞ്ചം തന്നെയാണ്. എന്റെ എഴുത്തു വഴിയിലെ നാഴികക്കല്ല് എന്നു പറയാവുന്ന 'തെയ്യ പ്രപഞ്ച'മൊരുക്കാൻ ഒരു വ്യാഴവട്ടക്കാലത്തെ തപശ്ചര്യ യാണ് ഞാൻ അനുഷ്ഠിച്ചത്. മാഹി മുതൽ കുമ്പള വരെയുള്ള നൂറുകണക്കിന് കാവുകളുടെ കളിയാട്ടക്കലണ്ടറും അവിടത്തെ തെയ്യങ്ങളും തെയ്യം കഥകളുമടങ്ങുന്ന ഈ ഗ്രന്ഥത്തിന് കേരള ഫോക്‌ലോർ അക്കാദമിയുടെ അവാർഡ് ലഭിച്ചിട്ടുണ്ട്.

കണ്ണൂർ കൈരളി ബുക്ക്സ് ഏതാണ്ടു നാല്പതോളം വടക്കൻ പാട്ടു കഥകൾ പഠനവ്യാഖ്യാന സഹിതം പ്രസിദ്ധീകൃത സജ്ജമാക്കിയിട്ടുണ്ട്. ഇതിന് മുമ്പ് പ്രസിദ്ധീകരിച്ച 'പത്തു പാട്ടുകൾ' എന്നതിന്റെ തുടർച്ചയാണിത്.

തെയ്യ പ്രപഞ്ചത്തിൽ ഒട്ടേറെ ചാമുണ്ഡിത്തെയ്യങ്ങളുണ്ട്. കുണ്ടോറച്ചാമുണ്ഡി, കരിംചാമുണ്ഡി തുടങ്ങിയ ഒരു പാട് തെയ്യങ്ങൾക്ക് പാടിവരുന്ന തോറ്റംപാട്ടുകളും മിത്തുകളും പഴന്തലമുറയോടൊപ്പം കളമൊഴിയുന്ന രംഗം കണ്ടു നിൽക്കേണ്ടിവന്നപ്പോഴാണ് 'തെയ്യ പ്രപഞ്ചത്തിലെ ചാമുണ്ഡിമാർ' തോറ്റംപാട്ടു സഹിതം പ്രസിദ്ധീകരിച്ചത്. പയ്യന്നൂർ നാട്ടു സംസ്കൃതിയാണ് അത് വായനക്കാരിൽ എത്തിച്ചത്.

തെയ്യ പ്രപഞ്ചമെന്ന ബൃഹത് ഗ്രന്ഥത്തിന് ഒരു ഇംഗ്ലീഷ് പരിഭാഷ ആവശ്യമാണെന്ന വിവിധ കോണിൽ നിന്ന് വന്ന അഭിപ്രായം മാനിച്ചു കൊണ്ടാണ് THE WORLD OF THEYYAM കൈരളി ബുക്ക്സ് പ്രസിദ്ധീകരിച്ചത്. തെയ്യത്തെക്കുറിച്ച് നന്നായറിയുന്ന ഇംഗ്ലീഷ് ഭാ

ഷയിൽ നല്ല പ്രാവീണ്യമുള്ള എം എ. ഭാസ്ക്കരൻ മാസ്റ്ററാണ് ആയതിന്റെ തർജ്ജമ നിർവ്വഹിച്ചത്. വിദേശ സഞ്ചാരികൾക്കും അന്യ സംസ്ഥാന വായനക്കാർക്കും ഇത് വലിയൊരു അനുഗ്രഹമായി മാറി.

കുറ്റിയറ്റു പോകുന്ന നമ്മുടെ പരമ്പരാഗതഗൃഹ വൈദ്യരീതികളും ഒറ്റമൂലികളും പഴം തലമുറയിൽ നിന്നും മാവില സമുദായ മൂപ്പന്മാരിൽ നിന്നും ശേഖരിച്ച് തയ്യാറാക്കിയ ഗ്രന്ഥമാണ് കണ്ണൂർ കൈരളി പുറത്തിറക്കിയ 'ഗൃഹ വൈദ്യ പാഠാവലി' വ്യാപകമായ സ്വീകരണമാണ് അതിന്ന് ലഭിച്ചത്.

വടക്കൻ കേരളത്തിന്റെ സാമൂഹികസാംസ്ക്കാരിക രാഷ്ട്രീയ ചരിത്രത്തെ അനാവരണം ചെയ്യുന്ന ഒരു നാട്ടുപാട്ടിന്റെ സവ്യാഖ്യാന പഠനമാണ് 'കൊടക്കൽ കുഞ്ഞിക്കണ്ണനും കുഞ്ഞിച്ചിണ്ടനും..' 1777 ൽ നടന്ന പടുവിലായി കുഞ്ഞൻ ദേറു എന്ന മഹാ പരാക്രമിയും ധിക്കാരിയുമായ ദ്രോഹിയെ 'താക്കോലു പോലുള്ള കുഞ്ഞിക്കണ്ണൻ വികലാംഗനാക്കി വെറുതെ വിട്ട് ചിറക്കൽത്തമ്പുരാന്റെ സ്നേഹാദരങ്ങൾ നേടിയ കഥയാണത്. അന്ന് കുഞ്ഞിക്കണ്ണനു തമ്പുരാൻ സമ്മാനിച്ച ' ആളോളം പോരുന്ന ശ്രീ ജയന്തി വിളക്ക് ഇന്നും കോറോത്ത് കൊടക്കൽ തറവാട്ടിലെ പടിഞ്ഞാറ്റയിൽ ആചരിത്ര ഗാഥ യുടെ പ്രഭ ചൊരിഞ്ഞ് പരിശോഭിക്കുന്നുണ്ട് '. കണ്ണൂർ കൈരളി ബുക്സാണ് അതിന്റെയും പ്രസാധകർ.

കവിതകൾ, കഥാ പ്രസംഗങ്ങൾ

ആദ്യകാലം തൊട്ടു തന്നെ കവിതയായിരുന്നു ഇഷ്ട സാഹിത്യരംഗം. കോട്ടയം ഡി സി ബുക്സ് പ്രസിദ്ധീകരിച്ച കവിതാസമാഹാരമായിരുന്നു 'കനൽപ്പക്ഷികൾ'. വടകര മൂടാടി ദാമോദരൻ സ്മാരക അവാർഡും മുബൈ മലയാളി സമാജം അവാർഡും അത് നേടുകയുണ്ടായി.

ഐ വൈ എ അവാർഡും, അദ്ധാപകകലാ സാഹിത്യ വേദി പുരസ്ക്കാരവും നേടിയ.. 'കൃഷ്ണ പക്ഷം' എന്ന സമാഹാരവും 'പത്താമുദയ'മെന്ന വൈഖരി അവാർഡു നേടിയ കവിതാ സമാഹാരവും പിന്നീട് പ്രസിദ്ധീകരിച്ചവയാണ്.

സ്കൂൾ , കോളജ്, യൂണിവേർസിറ്റി യുവജനോത്സവ പരിപാടികളിലെ കഥാപ്രസംഗ മത്സരങ്ങളിൽ സംസ്ഥാന തലത്തിൽ ഒന്നാം സ്ഥാനം നേടിയെടുത്ത 23 ൽ പരം കഥകൾ എഴുതിയിട്ടുണ്ട്. അത് പഠിപ്പിച്ചത് പ്ലാത്തറ ഉണ്ണിക്കൃഷ്ണൻ മാസ്റ്റർ ആയിരുന്നു. അകാലത്തിൽ അദ്ദേഹം വിട പറഞ്ഞത് എന്നെ പാടെ തളർത്തിക്കളഞ്ഞു. അദ്ദേഹത്തി

ന്റെ ഒന്നാം ചരമവാർഷിക ദിനത്തിൽ ആ കഥകൾ 'കഥാപ്രസംഗസമാഹാരം' എന്ന ഗ്രന്ഥം പ്രകാശനം ചെയ്തു. 'ആർ സി യുടെ രചനയും ഉണ്ണി മാഷിന്റെ പരിശീലനവുമാണെങ്കിൽ ഒന്നാംസ്ഥാനം മറ്റാരും പ്രതീക്ഷിക്കേണ്ട 'ആ പുസ്തക പ്രകാശനം ചെയ്ത, ഒട്ടേറെ കഥകൾക്ക് വിധി കർത്താവായിരുന്ന പ്രസിദ്ധ കാഥികൻ എം ആർ പയ്യട്ടം അന്ന് അനുഭവത്തിന്റെ വെളിച്ചത്തിൽ പറയുകയുണ്ടായി. അനേകം സഹൃദയർക്ക് ആ പുസ്തകം പ്രിയങ്കരമായി മാറുകയും ചെയ്തു. ചെറുപുഴ പുസ്തക ഭവൻ ആണ് അത് പ്രസിദ്ധീകരിച്ചത്.

കണ്ണൂർ കാസർഗോഡ് ജില്ലകളിലെ കലാസമിതികൾക്കു വേണ്ടി ഇരുപത്തിയഞ്ച് വിൽക്കലാമേള എഴുതി നൽകിയിട്ടുണ്ട്. വെള്ളൂർ ഏ കെ ജി ക്ലബ്ബ് അനവധി വേദികളിൽ അവതരിപ്പിച്ച 'വേലുത്തമ്പി ദളവ, ഡ്രമാറ്റിക് വിൽക്കലാമേള എന്ന പരീക്ഷണ പദ്ധതിയായിരുന്നു. തായിനേരി തരംഗം കലാസമിതി ഇതേ വിധം നാടകവും വിൽപ്പാട്ടും സമന്വയിപ്പിച്ചു കൊണ്ട് വിജയകരമായി അനവധി വേദികളിൽ അവതരിപ്പിച്ച കഥകളാണ് 'ദൈവപ്പുര, പൊൻ ചുരിക, മുത്ത് മുടിപ്പൊന്ന്' എന്നിവ. അവർ അവതരിപ്പിച്ച വിൽക്കലാമേളകൾ ആയിരുന്നു 'ആയിഷ, ചിലപ്പതികാരം' എന്നിവ. മാണിയാട്ട് വനിതാ വേദി എന്ന സ്ത്രീ സംഘം അവതരിപ്പിച്ച കഥയായിരുന്നു 'ഭീഷ്മർ'. പുറച്ചേരി വനിതാ സംഘം നൂറിൽ ഏറെ വേദികളിൽ ഗംഭീര വിജയമാക്കിയ കഥയായിരുന്നു 'മുച്ചിലോട്ടമ്മ.' ഫൂലൻ ദേവി, കുറ്റൂരിന്റെ കഥ, കയ്യൂരുണരുന്നു, നൂറു സിംഹാസനങ്ങൾ, അങ്കത്താലി, പുലപ്പൊട്ടൻ, വയനാട്ടുകുലവൻ തുടങ്ങിയ കഥകൾ ചെറുതാഴം, കേളോത്ത്, മാഹി തുടങ്ങിയ ഇടങ്ങളിലെ കലാസമിതികൾ രംഗവൽക്കരിച്ചവയാണ്. സാധാരണക്കാരായ ഗ്രാമീണരെ ചിരിപ്പിക്കാനും ചിന്തിപ്പിക്കാനും പ്രേരിപ്പിക്കുന്ന, പാട്ടും പിൻപാട്ടുമഭിനയവുമടങ്ങിയ ജനപ്രിയ നാടൻ കലാരൂപമാണ് വിൽക്കലാമേള.

നാടക രംഗം

പത്മൻ വെങ്ങര എന്ന അതുല്യനാടക പ്രതിഭ ഒട്ടേറെ തവണ തന്റെ അഭിനയ മികവും സംവിധാന ചാതുര്യവും സംസ്ഥാനതലത്തിൽ തെളിയിച്ച് പുരസ്ക്കാരങ്ങൾ നേടിയ കലാകാരനാണ്. അദ്ദേഹം നാട്ടിലെ അഭിനയസാമർത്ഥ്യമുള്ള ഏതാനും പേരെ ചേർത്ത് കൊണ്ട് രൂപീകരിച്ച നാടക സംഘമാണ് 'പയ്യന്നൂർ രംഗകല.' അവർക്ക് വേണ്ടി 'ദൈവപ്പുര, മുത്തും മുടിപ്പൊന്നും, അങ്കത്താലി എന്നീ നാടകങ്ങൾ രചിച്ചു നൽകി. നാടകങ്ങൾക്ക് ഗാനരചന നിർവഹിച്ച മണക്കാടൻ ഗുരുക്കൾ, തച്ചോളി ചാപ്പൻ എന്നിവയുടെ മിനുക്കുപണിയും ഗാനവും ചില

പ്രധാന നാടകീയ രംഗങ്ങളും രചിച്ചതും ഞാൻ തന്നെയായിരുന്നു. 'സബർമതി ദൂരെയാണ്, ഓം ശാന്തി, മദർ തെരേസ എന്നീ നാടകങ്ങൾ ആകാശവാണി കണ്ണൂർ നിലയത്തിനു വേണ്ടി തയ്യാറാക്കിയതായിരുന്നു.

തുടർച്ചയായി കോഴിക്കോട് നിലയം എന്നും രാവിലെ 7.05 ന്പ്രക്ഷേപണം ചെയ്ത വിദ്യാഭ്യാസ ചിത്രീകൃത പാഠം വ്യാപകമായ സ്വീകരണം കിട്ടിയ പരിപാടിയായിരുന്നു. കണ്ണൂർ നിലയം വന്നതോടെ പരിപാടി ഇവിടെയും തുടർന്നിരുന്നു. ഒട്ടനവധി പ്രഭാഷണങ്ങളും സ്വന്തം കവിത, സാഹിത്യരംഗം. എന്നിവയും കണ്ണൂർ നിലയത്തിൽ നിന്ന് പ്രക്ഷേപണം ചെയ്തിട്ടുണ്ട്.

സിനിമാ രംഗം

വടക്കൻ കേരളത്തിന്റെ ആധ്യാത്മിക പൈതൃകത്തെ ഉയർത്തിപ്പിടിക്കുന്ന തടുപ്പക്കാവ് എന്ന മൂകാംബികാ ക്ഷേത്രമൊരുക്കിയ മഹാഭക്തൻ പലിയേരി എഴുത്തച്ഛന്റെ ജീവിതത്തെ ഒരു ഹ്രസ്വ സിനിമയാക്കി രചന നിർവഹിച്ചിട്ടുണ്ട്. പേരുകേട്ട നടന്മാർ തന്നെയാണ് അതിൽ അണിനിരന്നത്.

മലയാള സാഹിത്യത്തിലെ ഹാസ്യ സമ്രാട്ട് എം ആർ നായരുടെ സംഭവ ബഹുലമായ ജീവിതം ചലച്ചിത്രമാക്കി മാറ്റാൻ നിർമ്മാതാവ് സി കെ ദിനേശൻ എന്നെയാണ് ഏൽപ്പിച്ചത്. മൂന്നു മാസം കൊണ്ടാണ് അത് പൂർത്തീകരിച്ചത്. പ്രകാശ്, വത്സല നമ്പൂതിരി , ബാബു അന്നൂർ, വി പി രാമചന്ദ്രൻ തുടങ്ങിയവർ അഭിനയിച്ച 'വിദൂഷകൻ' എന്ന ആ പടം ദൗർഭാഗ്യവശാൽ കാണാൻപോലും ക്ഷണം കിട്ടാത്ത തിരക്കഥാകാരനായിരുന്നു ഞാൻ.

പയ്യന്നൂർ നെറ്റ്‌വർക്ക് ചാനലിൽ തുടർച്ചയായി രണ്ടു വർഷം വൈകു: 7 മണിക്ക് 'നാട്ടു പൈതൃകം' എന്ന പേരിൽ നാടിന്റെ പൈതൃകനന്മകളായ അനുഷ്ഠാന കലകളെ അവതരിപ്പിച്ചു വന്നിരുന്നു. ഗ്രാമഗ്രാമാന്തരങ്ങളിലെ സാധാരണക്കാർക്ക് ആ വഴിയിൽ ചിരപരിചിതനും പ്രിയങ്കരനുമാകുവാൻ കഴിഞ്ഞു.

അവാർഡുകൾ, അംഗീകാരങ്ങൾ

എഴുത്ത് അംഗീകരിക്കപ്പെടാനും പുരസ്കൃതമാകാനും ആഗ്രഹിക്കാത്ത സാഹിത്യകാരന്മാർ കുറവായിരിക്കും. അങ്ങോട്ട് ചെന്ന് ചോദിച്ചു മേടിക്കുന്ന അവാർഡുകൾക്ക് മൂല്യം കുറവായിരിക്കും. ആദ്യ കവിതാസമാഹാരമായ 'കനൽപ്പക്ഷികൾ' മൂടാടി ദാമോദരൻ അവാർഡ് ലഭിച്ചപ്പോൾ അതൊരദ്ഭുതമായി തോന്നി. പുറന്തോടത്ത് ഗംഗാധരൻ എന്ന

ഒരു പരിചയവുമില്ലാത്ത ഒരാൾ. 'അയച്ച കത്തിൽ 1995 ലെ മൂടാടി അവാർഡ് താങ്കളുടെ കനൽപ്പക്ഷികൾക്ക് നൽകാൻ വിധികർത്താക്കൾ തീരുമാനിച്ചിരിക്കുന്നു. അങ്ങനെയും അവാർഡ് ഉണ്ട് എന്ന് ജൂറി ചെയർമാൻ ശ്രീ ശിവദാസിന്റെ വിശദമായ കുറിപ്പ് കണ്ടപ്പോൾ ബോധ്യമായി. 'വടക്കിന്റെ കരുത്തനായ കവി' എന്ന് അവാർഡ് സമ്മാനിച്ചു കൊണ്ട് എം വി ദേവൻ സാർ അന്ന് പ്രഖ്യാപിച്ചിരുന്നു.

കൃഷ്ണപക്ഷം എന്ന കവിതാ സമാഹാരത്തിനാണ് 1998 ലെ അധ്യാപക കലാ സാഹിത്യ അവാർഡ് കിട്ടിയത്. ആദിവാസി സമൂഹത്തെക്കുറിച്ച് പഠിക്കയും അവരുടെ പിന്നോക്കാവസ്ഥയുടെ കാരണങ്ങൾ വിശകലനം ചെയ്കയും ചെയ്ത: 'മലയിലെ മാവിലന്മാർ' എന്ന ഗ്രന്ഥത്തിന്ന് 2003 ലെ ഡോ അംബേദ്കർ നാഷണൽ അവാർഡ് ലഭിച്ചതും ആകസ്മികമായിട്ടായിരുന്നു. അത് വാങ്ങുവാനാണ് ആദ്യമായി ദൽഹിയിൽ പോയത്.

Influence of Dravidian culture in our Society എന്ന പ്രബന്ധത്തിനാണ് ദക്ഷിണേന്ത്യയിലെ രണ്ടാമത്തെ 'ബനാറസ് സംസ്കൃതി പ്രതിഷ്ഠാൻഅവാർഡ് (2012) ലഭിച്ചത്. 'തെയ്യപ്രപഞ്ച'മെന്ന കൃതിക്ക് 2013ലെ കേരള ഫോക്‌ലോർ അക്കാദമിയുടെ അവാർഡാണ് കിട്ടിയത്. പെരിയ സി കെ സ്മാരക അവാർഡ് (2015). സി കെ പണിക്കർ സ്മാരക വൈഖരി അവാർഡ് 2017, 2020ലെ സപര്യ സമഗ്ര സാഹിത്യ പുരസ്കാരം, ഏറ്റവും ഒടുവിൽ ലൈഫ് ടൈം അച്ചീവ്മെന്റ് അവാർഡ് 2022 പ്രഖ്യാപിച്ചത് കേരള സർക്കാർ സാമൂഹ്യ ക്ഷേമ നീതിവകുപ്പാണ്.

അവാർഡുകൾ എഴുത്തിനെ, മനസ്സിനെ, തീർച്ചയായും നവീകരിക്കുകയും ശക്തിപ്പെടുത്തുകയും ചെയ്യും. ആ നിലയിൽ അവയെ സർവ്വാത്മനാ സ്വാഗതം ചെയ്യുന്നു.

നിഴലും നിലാവും

മുപ്പത്തിമൂന്ന് വർഷത്തെ അധ്യാപനം. ഏതാണ്ട് അത്രയും വർഷത്തെ കഥാപ്രസംഗ, പ്രഭാഷണ, പ്രസംഗ പര്യടനം, സാഹിത്യം, സാംസ്ക്കാരികം, ക്ഷേത്ര പ്രഭാഷണം, തെയ്യക്കാവിലെ ഒറ്റയാൾ പ്രഭാഷണം എന്നിങ്ങനെ അവയെ വേർതിരിക്കാം. ബാംഗ്ളൂർ , ദൽഹി , മഹാരാഷ്ട്ര തുടങ്ങി അന്യ സംസ്ഥാനങ്ങളിലും അവാർഡുകൾ സ്വീകരിക്കാനും സെമിനാറുകളിൽ പങ്കെടുക്കാനും സാഹിത്യ ക്യാമ്പുകളിൽ ഡയറക്ടർ ആയും വിദേശത്തും സജീവമായി ചെന്നു ചേർന്നിട്ടുണ്ട്.നൂറു കണക്കിന് നിയമക്കുരുക്കുകൾ മറികടന്ന് ഇന്ത്യയിൽ നിന്ന് അബുദാബിയിൽ മഹാത്മജിയുടെ പ്രതിമ എത്തിക്കുകയും അവിടെ അത് സ്ഥാപിക്കുകയും ചെയ്ത, യു.എ.ഇ. രാജാവിന്റെ പ്രത്യേക ബഹുമാനാദരങ്ങൾക്ക് പാത്രമാവുകയും ചെയ്ത, വിടി വി ദാമോദരന്റെ ശുപാർശ പ്രകാരമാണ് അവിടെ രണ്ടാഴ്ചത്തെ മലയാള സാഹിത്യ ക്യാമ്പിൽ പങ്കെടുക്കാൻ എത്തിയത്. അവിടെ വിപുലമായ തരത്തിൽ നിരവധി സംഘടനകളുടെ സ്വീകരണമൊരുക്കിയതും അദ്ദേഹത്തിന്റെ മേൽനോട്ടത്തിൽ ആയിരുന്നു. ഭാര്യ നളിനിക്ക് വിമാന യാത്രയും അവിടത്തെ വിവിധ പരിപാടികളും അങ്ങേയറ്റത്തെ ആഹ്ലാദപ്രദമായിരുന്നു. വെള്ളൂർ സ്വദേശി സുരേഷ് പയ്യന്നൂരിന്റെ അതിഥികളായാണ് രണ്ടാഴ്ചയും കഴിഞ്ഞു കൂടിയത്. അദ്ദേഹവും ഭാര്യ സുരേഖയും രണ്ടു മക്കളും കാണിച്ച സ്നേഹാദരങ്ങളും അതിഥി സ്നേഹവും അതിരറ്റതാണ്.

എറണാകുളം തൊട്ട് മംഗലാപുരം വരെ എത്രയോ വേദികളിൽ നിറഞ്ഞു നിന്നിട്ടുണ്ട്. തെയ്യാട്ടക്കാല ദിനങ്ങളിൽ പ്രസംഗം ഒന്നിലേറെയുണ്ടാകുമായിരുന്നു. എഴുത്തിലൂടെ, ക്ലാസ്സുകളിലൂടെ, പ്രസംഗങ്ങളിലൂടെ ആകാശവാണി, ദൃശ്യമാധ്യമ രംഗങ്ങളിലൂടെ നൂറു കണക്കിന് പേർക്ക് സുപരിചിതനായ കരിപ്പത്ത് മാഷ് പിന്നിട്ട വഴികളിലേക്ക് തിരിഞ്ഞു നോക്കുമ്പോൾ സംതൃപ്തനാണ്. പാപകർമ്മങ്ങളൊന്നും ചെയ്തി

ട്ടില്ല. അറിഞ്ഞു കൊണ്ട് അതിനൊട്ടു കൂട്ടുനിന്നിട്ടുമില്ല. അതു വലിയ ഒരുസമാശ്വാസമായി ഈജീവിത സായന്തനത്തിൽ തോന്നുന്നു. അതിൽ പരം ആനന്ദം വേറെയില്ലല്ലോ.

എഴുപതിന്റെ ഉത്തരാർദ്ധത്തിലേക്ക് കടക്കുമ്പോഴാണ് , ഓട്ടത്തിന്നിടയിൽ ശ്രദ്ധിക്കാതെ പോയ, ആരോഗ്യക്ഷയം തിരിച്ചറിഞ്ഞത്. 2012 ൽ ഹൃദ്രോഗം വന്നപ്പോൾ ബൈപ്പാസ് ശസ്ത്രക്രിയ ചെയ്തതാണ്. അത് ദുർബലമാകയും രക്താതിസമ്മർദ്ദം കൂടിക്കൂടി വരികയും ഒപ്പം പ്രമേഹം മൂർഛിക്കുകയും ചെയ്തു. പയ്യന്നൂർ അനാമയ ഹോസ്പിറ്റലും കണ്ണൂർ മിംസ് ആശുപത്രിയും മാസത്തിൽ പരിചരിക്കുന്ന അവസ്ഥയായി. 2019 ലെ കൊറോണയോടുകൂടി വീടാംകൂട്ടിൽ തളച്ചിട്ട അവസ്ഥയിൽ തീർത്തും ക്ഷീണിതനും രോഗിയുമായി മാറി. എത്രയോ കാതമോടിയതല്ലേ. ഇനി വിശ്രമിക്കൂ എന്നാകാം വിധിമതം. ഓരോ ദിനം പുലരുമ്പോഴും ചിന്തിക്കും ഇന്ന് തൊട്ട് സുഖമാകുമെന്ന്. പക്ഷേ അതുണ്ടാകുന്നില്ല. കാര്യമറിയാതെ പരിപാടിക്ക് വിളിക്കുന്നവരോട് തന്റെ ഗുളിക കാലമാണിതെന്നും ക്ഷമിക്കണമെന്നും മറുപടി കൊടുക്കുന്നു. പല ഗുളികയുടെയും പാർശ്വ ഫലങ്ങൾ പല പ്രകാരത്തിലും ബാധിക്കുന്നു. സ്വന്തം ആരോഗ്യം നോക്കാതെ രാത്രികളിൽ വേദികളിൽ നിന്നും വേദികളിലേക്ക് പാഞ്ഞു നടന്നത് ഓർത്തു പോകുന്നു. അമ്മയ്ക്കുണ്ടായ രക്താതിസമ്മർദ്ദ പാരമ്പര്യം ഞങ്ങൾ ആൺമക്കൾ നാലുപേർക്കും മാരകമായി വന്നു കൂടിയതാണ്. രണ്ടു പേർക്ക് പരാലിസിസ് ബാധിച്ചു. ഞാനടക്കം രണ്ടു പേർ ഹൃദയ ശസ്ത്രക്രിയ ചെയ്യേണ്ടി വന്നു.. രണ്ടു പെൺ മക്കളും രോഗ മുക്തരല്ല.

എല്ലാം നേരിട്ടല്ലേ പറ്റൂ. ആ മനോധൈര്യം പകർന്നു തന്നത് എന്റെ മാതൃകാ പുരുഷൻ വാണിദാസ് എളയാവൂർ മാസ്റ്ററാണ്. ചുറ്റോടു ചുറ്റിലും സ്നേഹിതന്മാരാണ്. ശത്രുതയുള്ളവർ ആരുമില്ലെന്ന് കരുതാനാണ് എനിക്കിഷ്ടം. അത്തരം അസൂയക്കാരെ, ലോഹ്യം നടിക്കാത്തവരെ ഓരോരുത്തരെയായി ഫോൺ ചെയ്ത് സംസാരിക്കാൻ ശ്രമിച്ചു വരുന്നു. കക്ഷി രാഷ്ട്രീയത്തിന്റെ പേരിൽ, വെറുത്തു നടന്നവരെ പ്രിയ ചങ്ങാതികളാക്കി മാറ്റി. ആരോടും പരിഭവമില്ലാതെ കഴിയാൻ മനസ്സു കൊതിക്കുന്നു. ആരെയെങ്കിലും വാക്കുകൊണ്ട് വേദനിപ്പിച്ചിട്ടുണ്ടെങ്കിൽ നിറഞ്ഞ മനമോടെ ക്ഷമ ചോദിക്കുകയാണ്.

എന്റെ ശക്തിയും ദൗർബല്യവും നന്നായറിയുന്ന ഭാര്യ നളിനി ഏറെ നോവുകൾ അനുഭവിച്ചിട്ടുണ്ട്. ഇന്നോളം ഒരാഗ്രഹംപോലും പറഞ്ഞിട്ടില്ല. മീൻകുളം ക്ഷേത്രത്തിൽ പ്രസംഗപരിപാടിക്കു പോകുമ്പോൾ

വരാനാഗ്രഹമുണ്ടോ എന്ന് ചോദിച്ചപ്പോൾ ആ മുഖത്ത് വിരിഞ്ഞ ആഹ്ളാദം നിർവചിക്കാനരുതാത്തതായിരുന്നു. അതുപോലെ തന്നെ അബുദാബി യാത്രയിൽ നളിനിയേയും കൂടെ കൊണ്ടുപോകാൻ കഴിഞ്ഞു. മൂന്നു മക്കൾക്കമ്മയായി. അവരുടെ സുഖദുഃഖങ്ങളിൽ പങ്കാളിയായി. മൂത്ത മകൾ അധ്യാപികയാണ്. മൂത്തമകൻ ഐ ടി എഞ്ചിനീയരാണ്. ഇളയവൻ കോളജിൽ സ്റ്റോർ കീപ്പറാണ്. ഇന്നുവരെ അവരോട് ആരോടും ഒന്നും അവർ ചോദിച്ചിട്ടില്ല. അറിഞ്ഞു കൊടുത്താൽ വാങ്ങിവെക്കും. അത്ര തന്നെ.

ഭാര്യയുടെ പേരിൽ ഞാൻ വാങ്ങിയ പന്ത്രണ്ടു സെന്റു സ്ഥലത്താണ് മകൻ പ്രിയേഷ് വീടു വെച്ചത്. രണ്ടാം നിലയുടെ മുഴുവൻ പണിയും ജോലിയിൽ നിന്ന് വിരമിച്ചപ്പോൾ കിട്ടിയ ആനുകൂല്യങ്ങൾ ഉപയോഗിച്ച് ഞാൻ പൂർത്തിയാക്കി. ഒരുതരി പൊന്നോ ഒരു നല്ല സാരിയോ വാങ്ങാൻ അവർ ആവശ്യപ്പെട്ടതേയില്ല. സാധാരണനിലയിൽ എന്തെങ്കിലും പണ്ടം വാങ്ങി ഭാര്യമാർക്ക് നൽകുന്ന പതിവ് ഇവിടെ ഉണ്ടായില്ല. അവർ ചോദിച്ചതുമില്ല. പുതുതായി ഉണ്ടാക്കിയ ആ രണ്ടു നില വീടുംപറമ്പും ആ പേരിലാണ്. അലസമായിരിക്കുമ്പോഴൊക്കെ ആ മനസ്സിന്നാഴവും സ്നേഹ വാത്സല്യവും ക്ഷമാശീലവും വിസ്മയിപ്പിച്ചിട്ടുണ്ട്. രോഗബാധിതയായി രണ്ടു വർഷത്തിലേറെ കിടന്നുപോയ എന്റെ അമ്മയെ ഒരു കുഞ്ഞിനെപ്പോലെ പരിചരിച്ച, പല രാത്രികളിലും ഉറക്കമിളച്ച് പെൺമക്കൾ ആരെങ്കിലും ചെയ്യട്ടെ എന്ന് കരുതാതെ തന്റെ ആരോഗ്യം മറന്നും മിണ്ടാട്ടം നിലച്ചു പോയ അമ്മയ്ക്ക് ഒരു മകളായിത്തന്നെ കൂട്ടുകിടന്ന നളിനിയെ ഭാര്യയായി കിട്ടിയത് മഹാഭാഗ്യമായി കരുതുന്നു. ഭൂസ്വത്തുക്കൾ അധികമൊന്നും സമ്പാദിച്ചിട്ടില്ല. കറുന്തിൻ പത്മനാഭ പൊതുവാളിൽ നിന്ന് വാങ്ങിയ ഏഴര സെൻറിലാണ് ഞാൻ ആ ചെറിയ വീടു വെച്ചത്. അതിൽ ഒരു കുടുംബം വാടകയ്ക്ക് താമസിക്കുന്നുണ്ട്. അച്ഛൻ എനിക്കു നൽകിയ പത്ത് സെൻറ് ഭൂമിയിൽ ഇപ്പോൾ ഒരു താൽക്കാലിക ഷെഡ് മകൻ പ്രശാന്ത് പണിതിട്ടുണ്ട്. നളിനി തന്നെയാണ് എല്ലാറ്റിനും മേൽനോട്ടം.

പാവം! ഇന്നവളും രോഗിണിയാണ്. എങ്കിലും അതെല്ലാം അവഗണിച്ച് അടുക്കളപ്പണിയിലും വീട്ടുകാര്യങ്ങളിലും അവർ വ്യാപൃതയാകുന്നു. രണ്ടുമാസം വീതം കൂടുമ്പോൾ ആശുപത്രിയിൽ വിവിധതരം ലാബ് ടെസ്റ്റിന് വിധേയയാകണം. ഇതെല്ലാം വെച്ചുകൊണ്ടാണ് എന്റെ പ്രത്യേക ഭക്ഷണവും ശീലങ്ങളും അറിഞ്ഞ് അനുസരിക്കേണ്ടത്. ഒരു കാര്യവും വയ്യെന്നു പറയാറില്ല. എല്ലാം നിശ്ശബ്ദമായി സഹിച്ച് ഭർത്തൃ പരിചര

ണം നടത്തുന്ന ഒരു പാവം വീട്ടമ്മയാണവർ.

എഴുത്തുകാരൻ എന്ന നിലയിൽ എഴുതിയതെന്തെന്നറിയാനോ വായിക്കാനോ ഒട്ടും അത്യുത്സാഹം കാട്ടാറില്ല. തെയ്യംകഥകൾ വാരികയിൽ ഖണ്ഡശ്ശ വരുന്നത് വായിക്കുന്ന ശീലമുണ്ട്. അവാർഡു വാർത്തകൾ കേട്ട് അത്യാഹ്ളാദം കൊള്ളുന്ന ശീലമില്ല. കാണുന്നവരോട് അത് പറയാനോ സന്തോഷം പങ്കു വെക്കാനോ മുതിരുന്നത് കണ്ടിട്ടില്ല. എഴുതാനിരുന്നാൽ ഇടക്കിടെ ചായ കൊണ്ടുവന്നു നൽകാനും ഊണിനു നേരമായാൽ നിർബന്ധപൂർവ്വം കൂട്ടി ക്കൊണ്ടുപോകാനും മറക്കാറില്ല. ഒരർത്ഥത്തിൽ എഴുത്തിന് വേണ്ട ഭൗതിക സാഹചര്യങ്ങൾ ഒരുക്കിത്തരാൻ അവർ ബദ്ധശ്രദ്ധയാണ്. ജ്യേഷ്ഠ സഹോദരിമാരുമായി നല്ല ബന്ധം നിലനിർത്താൻ ഒരു വിലോപവും കാണിക്കാറില്ല. അവരെ കാണാൻ പോകുമ്പോൾ തടസ്സം പറയാറില്ല ഞാൻ.

എന്റേതിനെക്കാൾ ദൃഢമായ സാഹോദര്യബന്ധമാണ് അവരുടേത്. ചെറിയ പ്രായംതൊട്ടു തന്നെ തന്റെ കൂടെ കൂട്ടുകയും വിവാഹാദി കാര്യങ്ങൾക്കും പിന്നീടും ഒരുപാടു സഹായിച്ച ദേവകിയേച്ചി അവർക്ക് പ്രാണനാണ്. ഇപ്പോൾ അമേരിക്കയിൽ മക്കളോടൊപ്പമാണെങ്കിലും ആ സ്നേഹത്തിന് വിഘാതമൊന്നുമുണ്ടായിട്ടില്ല. ഒരേ ഒരാങ്ങള മാധവനും കുടുംബവും തമ്പായേട്ടി, സരോജിനിയേട്ടി അവരുടെ കുടുംബങ്ങൾഎല്ലാം നല്ല സ്വരച്ചേർച്ചയിൽത്തന്നെയാണ്. പറയാറുണ്ടവർ, മക്കൾക്ക് ഭാര്യമാർ വന്നാൽ അടുക്കളപ്പണിയിലും മറ്റും നടുനിവർക്കാൻ, അല്പനേരം വിശ്രമിക്കാൻ സാധിക്കുമെന്ന്. മകളോടൊപ്പം ക്ഷേത്രാടനത്തിനോ പുതിയ ഏതെങ്കിലും സ്ഥലങ്ങൾ കാണാനോ അവർക്കാകാറില്ല. രോഗിയായ ഭർത്താവിന്റെ കാര്യമോർത്ത് എല്ലാ മോഹങ്ങളും മാറ്റിവെക്കയാണ് പതിവ്. അതും ആരോടും പരിഭവമില്ലാതെ..

രണ്ടു രോഗഗ്രസ്തർ വാർദ്ധകകാലീനർ. ഒരാൾക്ക് മറ്റാൾ തുണ. മറ്റാരെ പ്രതീക്ഷിക്കാൻ. മക്കൾ പല വഴിക്കു പറക്കും പക്ഷികൾ. കൂടണയുമ്പോഴത്തെ ആഹ്ളാദാരവങ്ങൾ. പോയ്ക്കഴിയുമ്പോൾ പേരക്കിടാക്കൾ തൂകിയ ഓർമ്മയുടെ പൊൻപീലികൾ നോക്കി നെടുവീർപ്പിടാം. കഴിഞ്ഞ കാലത്തെ തിരിഞ്ഞുനോക്കി കണ്ണ് നിറയ്ക്കാം, ആനന്ദിക്കാം. ഈ സായന്തനത്തിൽ പോക്കുവെയിലിനെ നോക്കി കിളിതിന്നിപ്പൂക്കൾ മൗനമായി വിതുമ്പുന്നത് എന്തിനാകാം? അസ്തമയ സൂര്യൻ പോകരുതേ എന്ന് വിതുമ്പുന്ന കരയെ നോക്കി കാറ്റിനൊപ്പം മൂളുന്നതെന്തായിരിക്കാം നോക്കൂ... നാളെയും ഞാനുദിക്കും അപ്പോൾ ആരെന്നും എന്തെന്നു മാർക്കറിയും....?

ആശയപരമായി പലർക്കും വിരോധമുണ്ടാകാം. തെയ്യക്കാവുകളെ ആര്യവൽക്കരിക്കുന്ന ഗംഭീര ശ്രമങ്ങൾ നടക്കുകയാണെങ്ങും. പുന: പ്രതിഷ്ഠയും പുതുപ്രതിഷ്ഠയും തെയ്യക്കാവുകളിൽ തിരുതകൃതിയായി നടക്കുകയാണ്. മഹാക്ഷേത്രങ്ങളിലേതുപോലെ ഭ്രാവിഡാരാധനാരീതി പിൻതുടരുന്ന തെയ്യക്കാവുകളിലും പ്രതിഷ്ഠ എന്തിന്?

ഈ ചോദ്യത്തിന് ഉത്തരം നൽകേണ്ടവർ ലക്ഷങ്ങൾ ചെലവഴിച്ച് തെയ്യങ്ങളെ പ്രതിഷ്ഠിക്കുകയാണ്. ഒരു കാവിൽ പോർക്കലിദേവിയെ അഷ്ടബന്ധമിട്ട് പ്രതിഷ്ഠിച്ചാൽ തൊട്ടപ്പുറത്തെക്കാവിൽ പിന്നെ എന്തിന് 'വരികാ.. വരിക.... ഭഗവതീ.....' എന്ന് കോലക്കാർ തൊണ്ട പൊട്ടിപ്പാടി വിളിച്ചാലും അഷ്ട ബന്ധമിട്ടുറച്ചു പോയ ദേവിക്ക് എഴുന്നേറ്റു വരാനാകുമോ? ജനകീയദേവനായ മുത്തപ്പൻ തെയ്യത്തിന്റെ ചടങ്ങ്നോക്കു... സത്യം തിരിച്ചറിയാം... പുരളിമലയിൽ നിന്ന് മുത്തപ്പനെ 'തമ്പുരാനെ മല കീക്കുന്നേ' എന്ന് മൂന്ന് വട്ടം കൊട്ടിപ്പാടി വിളിച്ചാണ് തെയ്യം തുടങ്ങുക. തെയ്യാട്ടത്തിന്നൊടുവിൽ മുത്തപ്പനെ 'തമ്പുരാന മല കേറ്റുന്നേ' എന്ന് മൂന്നുരു ചൊല്ലിയാണ് കലാശിക്കുന്നത്. പ്രതിഷ്ഠ തീർച്ചയായും തെയ്യക്കാവുകൾക്ക് ചേർന്ന രീതിയേയല്ല. ബ്രാഹ്മണൻ കുടത്തിലാവാഹിച്ചപ്പോൾ പൊട്ടിത്തെറിച്ച തെയ്യംകഥകൾ എത്രയെങ്കിലുമുണ്ട്. പക്ഷേ നമ്മുടെ മനസ്സ് ആര്യവൽക്കരണത്തിന് സജ്ജമായിക്കഴിഞ്ഞോ? കള്ളും മീനും ഇറച്ചിയും നിവേദിക്കേണ്ട വയനാട്ടുകുലവൻ പോലുള്ള തെയ്യത്തെ ബ്രാഹ്മണൻ പ്രീതിപ്പെടുത്തുന്നത് പാൽപ്പായസം കൊണ്ടാകുമോ?

ഇത്തരം ചോദ്യങ്ങൾ ചോദിച്ചിട്ടുണ്ട്, തെയ്യാട്ടക്കാവുകളിൽ അതിന് കളമൊരുക്കുന്ന ജ്യോതിഷികളെ ചോദ്യം ചെയ്തിട്ടുമുണ്ട്. അവരൊക്കെ ശത്രുക്കളല്ല; മറിച്ച് സത്യസ്ഥിതി യഥാർത്ഥത്തിൽ എന്തെന്ന് തിരിച്ചറിയാനും നിലവിലെ അവസ്ഥ എത്ര വേദനാജനകമാണെന്നും തിരിച്ചറിവു നേടാൻ ചില ചോദ്യമെറിഞ്ഞെന്നേയുള്ളൂ....

ആരുടെയെങ്കിലും മനസ്സു ഇതു കേട്ട് വേദനിച്ചിട്ടുണ്ടെങ്കിൽ ക്ഷമ ചോദിക്കുന്നു. മുത്തപ്പൻ തെയ്യം തിരുമുടി താഴ്ത്തും മുമ്പെ ഉരിയാടുന്ന അർത്ഥപൂർണ്ണമായ വാക്കുകൾ അനുസ്മരിക്കുന്നു.

'പണിയായ പണിയെല്ലാം കഴിഞ്ഞു നായനാരെ... ഞാൻ ഉരിയാടിപ്പറഞ്ഞ വാക്കിനും കയ്യാൽ എടുത്തു വഴക്കം ചെയ്ത വസ്തുവിനും അറ്റകുറ്റപ്പാട് കൂടാതീട്ടു തക്കവണ്ണം മേലിലും നില കൊള്ളണേ..

സപര്യയും സാംസ്കാരികപ്രവർത്തനവും

കേരളത്തിന്റെ സാംസ്കാരികരംഗത്തെ ഒരു പുതുനാമമാണ് സപര്യ സാംസ്കാരിക സമിതി. മഹാകവി എസ്. രമേശൻനായരാണ് സപര്യ എന്ന സാംസ്കാരികസംഘടനയുടെ ആശയം മുന്നോട്ടുവെച്ചത്. സുകുമാരൻ പെരിയച്ചൂർ സപര്യ രൂപീകരണത്തിന് വേണ്ട രജിസ്ട്രേഷൻ നടപടികൾ പൂർത്തിയാക്കി. 2018ലെ ശിവരാത്രി നാളിൽ സപര്യ സാംസ്കാരിക സമിതി ഔദ്യോഗികമായി നിലവിൽവന്നു. ആ സംഘടനയുടെ പ്രഥമ പ്രസിഡണ്ടായി പ്രവർത്തിക്കാൻ സാധിച്ചത് എന്റെ സാംസ്കാരിക ജീവിതത്തിന് ഉണർവായി. സപര്യയുടെ ഭരണഘടന പ്രകാരം ഒരു വർഷമാണ് പദവിയിൽ പ്രവർത്തിക്കാനവസരം. ഒരാൾക്ക് രണ്ട് ടേം പ്രസിഡണ്ടായി ചുമതലയിൽ തുടരാം. അങ്ങനെ 2020 വരെ സപര്യയുടെ സംസ്ഥാന പ്രസിഡണ്ട് ചുമതല വഹിച്ചു. നാലു വർഷക്കാലമായി സപര്യ സാംസ്കാരിക സമിതി കേരളത്തിന്റെ സാമൂഹ്യ സാംസ്കാരിക രംഗങ്ങളിൽ പുതുമയാർന്ന പരിപാടികൾ ആവിഷ്കരിച്ചു. മഹാകവി എസ്. രമേശൻനായർക്ക് സപര്യ സമഗ്രസാഹിത്യ പുരസ്കാരം, മനോരമ ന്യൂസ് എഡിറ്റർ ജോണി ലൂക്കോസിന് സപര്യ ദൃശ്യ ശ്രാവ്യപുരസ്കാരം, മാതൃഭൂമിയിലെ കെ. ബാലകൃഷ്ണന് സപര്യ പത്ര മാധ്യമപുരസ്കാരം, പ്രശസ്ത എഴുത്തുകാരി കെ. കവിതയ്ക്ക് സപര്യ പ്രവാസി പുരസ്കാരം തുടങ്ങി ശ്രദ്ധേയമായ പുരസ്കാരങ്ങൾ നൽകി സപര്യ കേരളീയ സമൂഹത്തിൽ നിറഞ്ഞുനിന്നു.

ഇപ്പോൾ സപര്യയുടെ മുഖ്യരക്ഷാധികാരിയായും സപര്യ ഡിജിറ്റൽ മാസികയുടെ ചീഫ് എഡിറ്ററായും പ്രവർത്തിക്കുന്നു.

അതുപോലെ പ്രത്യേകം ഓർമ്മിക്കുന്നു. കൈരളി ബുക്സ് മാനേജിംഗ് ഡയറക്ടർ ഒ. അശോക്കുമാർ ആണ് എന്റെ തെയ്യപ്രപഞ്ചവും മറ്റ് പുസ്തകങ്ങളും പ്രസിദ്ധീകരിച്ചത്. ഇപ്പോൾ എന്റെ ആത്മകഥാപുസ്തകമായ ഓർമ്മകൾ പൂക്കുന്ന പൂമരങ്ങൾ പ്രസിദ്ധീകരിക്കുന്നതും പ്രകാശിപ്പിക്കുന്നതും കൈരളി ബുക്സ് തന്നെയാണ്. കൈരളി ബുക്സ് അകം മാസിക എഡിറ്റർ സുകുമാരൻ പെരിയച്ചൂർ, മാനേജിംഗ് എഡിറ്റർ ഒ.അശോക്കുമാർ, കവർ ഡിസൈൻ ചെയ്ത പ്രശാന്ത് മാങ്ങാട്, എന്നിവരോടുള്ള കൃതജ്ഞത ഈ പൂമരങ്ങളിൽ സുഗന്ധം പരത്തുന്നു. അക്ഷരങ്ങളാണല്ലോ നിറഞ്ഞുനിൽക്കുക, മായാതെ നിൽക്കുക. ജീവിതം അക്ഷരപുണ്യമാക്കിയ എല്ലാവരോടും ഹൃദയം നിറഞ്ഞ നന്ദി...

ദേവ ദേവാ ! ഒന്നേ ആഗ്രഹമുള്ളൂ... ഉപാസനാ മൂർത്തിയായ പരമേശ്വരാ...

'അനായാസേന മരണം
വിനാ ദൈന്യേ ന ജീവിതം
ദേഹീ മേ കൃപയാ ശംഭോ
ത്വയി ഭക്തി മചഞ്ചലാം'

***

കുഞ്ഞിക്കണ്ണ പൊതുവാൾ (പിതാവ്)

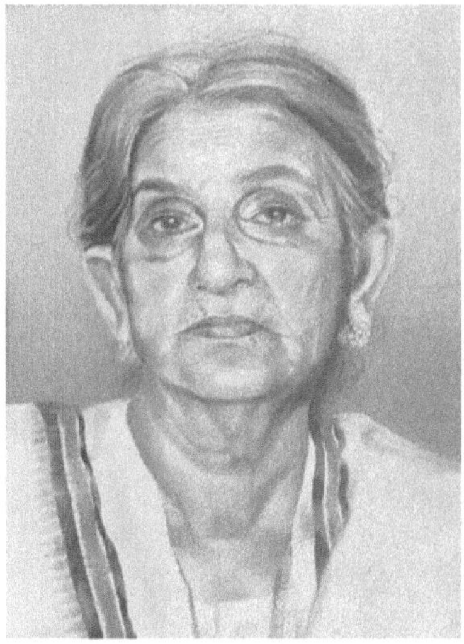

പാർവ്വതിയമ്മ (മാതാവ്)

ബാലകൃഷ്ണൻ (ജ്യേഷ്ഠൻ)

പത്മനാഭൻ (അനുജൻ)

ആർ.സി.കരിപ്പത്ത്
ഒരു പഴയകാല ഫോട്ടോ

ശ്രീധരൻ

എ.കെ.പി മാധവപ്പൊതുവാൾ
(കൊറോണ കവർന്ന ജീവിതം)

അകാലത്തിൽ അന്തരിച്ച
മരുമകൻ പ്രഭാകരൻ

ജാനകി
(സഹോദരി)

ദേവകി
(സഹോദരി)

ധർമ്മപത്നിയും മക്കളും

ഭാര്യ, മക്കൾ, പേരക്കിടാങ്ങൾ

കാഥികനായ കരിപ്പത്ത്

ഇളയ മകൻ പ്രശാന്തും കുടുംബവും

ദേശീയ അവാർഡ് ഏറ്റുവാങ്ങുന്നു

'തെയ്യപ്രപഞ്ചം' ചരിത്രം സൃഷ്ടിച്ച പഠനഗ്രന്ഥത്തിന്റെ
പ്രകാശനം കഥാകുലപതി ടി.പത്മനാഭൻ, സമീപം എം. മുകുന്ദൻ

www.ingramcontent.com/pod-product-compliance
Lightning Source LLC
LaVergne TN
LVHW100252051026
849517LV00006B/2059
* 9 7 8 9 3 9 3 3 9 7 3 3 1 *